आध्यात्मिक बुद्धिमत्तेचा अन्वयार्थ

डॉ. दत्तात्रेय तापकीर

डायमंड पब्लिकेशन्स

आध्यात्मिक बुद्धिमत्तेचा अन्वयार्थ
डॉ. दत्तात्रेय तापकीर

Adhyatmik Buddhimattecha Anvayartha
Dr. Dattatrey Tapkir

पहिली आवृत्ती : नोव्हेंबर, २०१८

ISBN 978-93-86401-55-7

मुखपृष्ठ
शाम भालेकर

अक्षरजुळणी
चेतना वडके

प्रकाशक
डायमंड पब्लिकेशन्स
२६४/३ शनिवार पेठ, ३०२ अनुग्रह अपार्टमेंट
ओंकारेश्वर मंदिराजवळ, पुणे-४११ ०३०
☎ ०२०-२४४५२३८७, २४४६६६४२
info@diamondbookspune.com

ऑनलाईन पुस्तक खरेदीसाठी भेट द्या
www.diamondbookspune.com

प्रमुख वितरक
डायमंड बुक डेपो
६६१ नारायण पेठ, अप्पा बळवंत चौक
पुणे-४११ ०३० ☎ ०२०-२४४८०६७७

हे पुस्तक

वैज्ञानिक दृष्टी बाळगणाऱ्या

डोळस श्रद्धा असणाऱ्या

आध्यात्मिकदृष्ट्या बुद्धिमान

अशा ज्ञानरचनावादी

शिक्षकांना

सविनय

समर्पण !

भूमिका

'आध्यात्मिक बुद्धिमत्तेचा अन्वयार्थ' हे पुस्तक सर्व शिक्षणप्रेमींच्या हातात देताना मला मनस्वी आनंद होत आहे. या शिक्षणप्रेमींच्या मांदियाळीत डी.टी.एड, बी.एड., एम. ए. (शिक्षणशास्त्र),एम.एड., एम. फिल. (शिक्षणशास्त्र), सेट/ नेट (शिक्षणशास्त्र) आणि पीएच.डी. (शिक्षणशास्त्र) या पदव्यांसाठी अभ्यास करणारे विद्यार्थी तर अभिप्रेत आहेतच पण त्याचबरोबर मला मी वापरलेला 'शिक्षणप्रेमी' हा शब्द जरा व्यापक अर्थाने घेण्याची इच्छा आहे. त्या शब्दाच्या व्याख्येमध्ये मी खूप जणांना सामाऊन घेऊ इच्छितो. त्यामध्ये शिक्षक येतील, शिक्षक प्रशिक्षक येतील, सुजाण पालक येतील, मुलांसाठी बोलणारे, लिहिणारे, गाणारे, चित्र काढणारे, प्रशासन करणारे, मार्गदर्शक, समुपदेशक, पाठ्यपुस्तक लेखक असे सर्व जण येतील. खरं तर सर्वांनीच शिक्षणप्रेमी असायला काय हरकत आहे?

शिक्षण जेव्हा आध्यात्मिकतेच्या गाभाऱ्यात प्रविष्ट होईल तेव्हाच त्याला आपला 'आत्मा' गवसेल असे म्हणावेसे वाटते. आध्यात्मिकता म्हणजे जणू काही गूढ, गहन, आकलना पलीकडचा विषय असून तो फक्त तत्त्वज्ञान किंवा धर्म या विषयांशी संबंधित असतो असा गैरसमज मनात बाळगून त्यापासून दूर राहणे पसंत केले जाते. तसेच हा विषय ज्याच्या त्याच्या श्रद्धेचा असून तो वैयक्तिक मामला आहे असे म्हटले जाते. त्याचप्रमाणे धर्मनिरपेक्षतेचे मूल्य स्वीकारले असल्यामुळे उघड उघड धर्माबद्दल काही चिकित्सा अथवा विचार करता येत नाही; पण असे असले तरी मूल्यशिक्षण, नैतिक शिक्षण, शांततेसाठी शिक्षण या गोष्टी महत्त्वाच्या वाटल्यामुळे त्यांचा स्वीकार तर केलाच पाहिजे. त्यामुळे धर्मनिरपेक्ष व वैज्ञानिकदृष्ट्या निर्दोष अशा आध्यात्मिकतेचा शोध व बोध घेणे ही वर्तमानकाळाची आणि शिक्षण क्षेत्राची गरज बनली आहे.

आध्यात्मिक बुद्धिमत्ता या शब्दाने आणि संकल्पनेने सध्या अनेक विचारवंत,

मानसशास्त्रज्ञ आणि शिक्षणतज्ज्ञ यांनी आपले लक्ष वेधून घेतलेले आहे. तार्किक बुद्धिमत्ता, भावनिक बुद्धिमत्ता, सामाजिक बुद्धिमत्ता, बहुविध बुद्धिमत्ता यांच्या पार्श्वभूमीवर आता शैक्षणिक मानसशास्त्रात आध्यात्मिक बुद्धिमत्ता (Spiritual Intelligence) ही संकल्पना नव्याने येऊ लागली आहे. साधारणतः 'अध्यात्म' किंवा 'आध्यात्मिकता' हे शब्द तत्त्वज्ञानाच्या किंवा धर्माच्या क्षेत्रातील मानले जातात. त्याप्रमाणे विशेष करून भारतीय तत्त्वज्ञानामध्ये आणि संस्कृतीमध्ये अध्यात्मवादाची खूप प्राचीन, समृद्ध व विकसित अशी परंपरा असून तिनेच मूल्यशिक्षणाला अथवा नैतिक शिक्षणाला बऱ्याच अंशी आधार पुरविला आहे.

आध्यात्मिकता हा प्रत्येक व्यक्तीच्या जीवनाचा स्थायिभाव असून तो जीवनाच्या अत्युच्च सुखाशी व ध्येयाशी जोडलेला आहे. सर्व धर्म, पंथ, संप्रदाय, संस्कृती यांच्या पलीकडे जाऊन ही आध्यात्मिक वृत्ती माणसाला प्रेरित करीत असते. जीवनाचा अर्थ लावण्याला साहाय्य करते, नीतिमान व मूल्यांचे जीवन जगायला दिशा देते. कोणत्याही प्रकारची धार्मिक कट्टरता, दुराग्रह, द्वेष, अंधश्रद्धा इत्यादी अनिष्ट गोष्टींपासून खरी आध्यात्मिकता अलिप्त असते. ती ढोंगबाजीला बळी पडत नाही आणि वैज्ञानिक दृष्टिकोनाला दूर लोटीत नाही.

मला व्यक्तिशः खऱ्या खुऱ्या आध्यात्मिकतेच्या गाभाऱ्यात लहानपणापासून विहार करायला मिळाला. कथा, कीर्तने, प्रवचने या पारंपरिक प्रकारांमधून आध्यात्मिक विचारांचा वारसा मिळाला. त्यात आधुनिक पद्धतीच्या उद्‌बोधक व्याख्यान श्रवणाची भर पडली. पारंपरिक आध्यात्मिक ग्रंथांचे वाचन, पारायण, मनन, चिंतन या प्रक्रियेतून गेलो. आध्यात्मिक व्यक्तींचा सहवास लाभला. सर्व धर्मांचा तौलनिक अभ्यास करता आला. वैज्ञानिक दृष्टी शाबूत ठेवून अध्यात्माचा वेध घेता आला. अनेक प्रकारच्या उपासना पद्धती व ध्यान पद्धतींचा परिचय झाला. ते अनुभवाच्या कक्षेत आणण्याचा यशस्वी प्रयत्न केला. ललित साहित्य, ललित कला, तौलनिक तत्त्वज्ञान, शिक्षणशास्त्र, भौतिक विज्ञान इत्यादी सर्व विषयांत भरून राहिलेली आध्यात्मिकता ओळखता येऊ लागली. सर्जनशीलतेत दडलेली आध्यात्मिकता दिसून आली, सैद्धांतिक ज्ञानाला साधनेच्या, प्रयोगशीलतेच्या, प्रात्यक्षिक कृतीच्या अनुभवाची सार्थ जोड मिळली. शिक्षक व प्राध्यापक तसेच शिक्षक प्रशिक्षक या नात्याने माझ्या अध्ययन-अध्यापन प्रक्रियेत ही आध्यात्मिकता पाझरू लागली, मला आनंद देऊ लागली, सार्थकता

देऊ लागली आणि सर्वांत महत्त्वाचे म्हणजे हे सर्व करीत असताना कोणाचीही दीक्षा घ्यावी लागली नाही, कोणाला गुरू करावे लागले नाही, कोणी बाबा अथवा महाराजांच्या नादी लागावे लागले नाही, कोणाच्या अनुग्रहाचे ढोंग बाळगावे लागले नाही. मी अनेक प्रकारच्या आध्यात्मिक, धार्मिक परंपरांना, संस्थांना जवळून पाहिले, अनुभवले, ऐकले, वाचले; परंतु, कोणासही चिकटून राहिलो नाही. डोळ्यांवर झापडे बांधली नाही. अंधश्रद्धेत वाहवलो नाही. कर्मकांडाचे अवडंबर माजवले नाही. स्वयं विवेकबुद्धिने अध्यात्माचा वेध घेत गेलो. कोणाचाही अनुयायी झालो नाही. माझ्या अंतःप्रज्ञेमध्ये सर्व साधू, संत, महापुरुष, ज्ञानी, योगी, साक्षात्कारी, तत्त्वज्ञ, कवी, शिक्षक हे माझे गुरू बनले. प्रत्येक सामान्य व्यक्तीकडून, सहकाऱ्यांकडून, विद्यार्थ्यांकडून मी काहीतरी शिकत गेलो. निसर्गाकडून शिकत गेलो. हे संपूर्ण विश्व, हे समग्र अस्तित्व मला प्रेरणादायी ठरले, माझे गुरू झाले आणि या अविरत मानसपूजेतून, ध्यानातून, प्रार्थनेतून माझे जीवन आध्यात्मिकदृष्ट्या समृद्ध झाले. मला हे कुठेतरी मांडायचे होते, सांगायचे होते ते या पुस्तकाच्या रूपाने मांडले गेले, सांगितले गेले.

या पुस्तकाच्या वाचनातून सर्व शिक्षणप्रेमींना आध्यात्मिकता, आध्यात्मिक बुद्धिमत्ता याबाबत विचार करण्याची, आणखी अभ्यास करण्याची, स्वतःचा व आपल्या पाल्यांचा अथवा विद्यार्थ्यांचाही आध्यात्मिक विकास घडवून आणण्याची प्रेरणा मिळावी ही शुभेच्छा मनापासून व्यक्त करतो.

– प्रा. डॉ. दत्तात्रेय तापकीर

अनुक्रम

प्रकरण १
आध्यात्मिक बुद्धिमत्ता : स्वरूप, व्याख्या व वैशिष्ट्ये

'आध्यात्मिक बुद्धिमत्ता' या शब्दाने आणि तिच्या संकल्पनेने सध्या अनेक विचारवंत, मानसशास्त्रज्ञ आणि शिक्षणतज्ज्ञ यांचे लक्ष वेधून घेतलेले आहे. फक्त बुद्धिमत्ता या शब्दातून सर्वसाधारण बुद्धिमत्ता किंवा तार्किक बुद्धिमत्ता हा अर्थ व्यक्त होतो. ही तार्किक बुद्धिमत्ता (Rational Intelligence) मानसशास्त्रात आधी प्रविष्ट झाली, तिच्यावर भरपूर संशोधन झाले, बुद्धिमापन चाचण्या झाल्या, तिच्या उपयोजनाचे महत्त्व पटविले जाऊन भरपूर बोलबालाही झाला. इतकेच नव्हे तर शिक्षण म्हणजे जणू काही फक्त बौद्धिक शिक्षण असे मानले जाऊ लागले आणि व्यक्तीचा विकास म्हणजे केवळ बौद्धिक विकास असा समज होऊ लागला.

त्यानंतर व्यक्तीच्या विकासात तार्किक बुद्धिमत्ते इतकेच भावनेचेही महत्त्व लक्षात येऊ लागले आणि त्यातून डॅनियल गोलमन यांची 'भावनिक बुद्धिमत्ता' (Emotional Intelligence) ही संकल्पना पुढे आली. त्याच पाठोपाठ गोलमन यांनी सामाजिक बुद्धिमत्ता (Social Intelligence) या संकल्पनेचाही पुरस्कार केला. त्याचबरोबर हावर्ड गार्डनर यांची बहुविध बुद्धिमत्ता (Multiple Intelligence) ही संकल्पना शैक्षणिक मानसशास्त्रात प्रचारात आली आणि त्यायोगे नऊ वेगवेगळ्या प्रकारच्या बुद्धिमत्तांचा विचार सुरू झाला.

या पार्श्वभूमीवर आता शैक्षणिक मानसशास्त्रात आध्यात्मिक बुद्धिमत्ता (Spiritual Intelligence) ही संकल्पना नव्याने येऊ घातली आहे. साधारणतः अध्यात्म किंवा आध्यात्मिकता हे शब्द तत्त्वज्ञानाच्या किंवा धर्माच्या क्षेत्रातील मानले जातात. त्याचप्रमाणे विशेष करून भारतीय तत्त्वज्ञानामध्ये आणि संस्कृतीमध्ये अध्यात्मवादाची खूप प्राचीन, समृद्ध व विकसित अशी परंपरा

आहे. मूल्यशिक्षण अथवा नैतिक शिक्षण बऱ्याच अंशी अध्यात्मवादाकडून मूल्ये स्वीकारणे असे असले तरी मानसशास्त्रामध्ये व विशेषतः शैक्षणिक मानसशास्त्रामध्ये आध्यात्मिकता (Spirituality) या संकल्पनेचा शिरकाव झालेला नव्हता.

डॅनॉ झोहर, सिंडी विगल्सवर्थ यांसारख्या अभ्यासकांनी आध्यात्मिकता हा विषय केवळ धार्मिक व तात्त्विक स्वरूपाचा नसून मानसशास्त्रीयदेखील आहे असे सांगून त्याला प्रायोगिक मानसशास्त्राचा आधार दिला. त्यावरील मेंदूविषयक संशोधनाची जोड दिली; आणि त्यातून आध्यात्मिक वृत्तीचा वेध घेतला. ही आध्यात्मिक वृत्ती आध्यात्मिक बुद्धिमत्ता नामक क्षमतेत व्यक्त होत असून तिचे मापन शक्य आहे, तसेच तिचा जाणीवपूर्वक विकास करणे शक्य आहे हे लक्षात आणून दिले.

बुद्धिमत्तेचे शिक्षणातील महत्त्व

'बुद्धिर्यस्य बलं तस्य', 'बुद्धिः एव वैभवं मनुजस्य', 'शुद्धा ही बुद्धिः किल कामधेनु अशुद्ध बुद्धिः पिशाचिनी च', 'विनाशकाले विपरीत बुद्धी' अशी कितीतरी वचने 'बुद्धी' या संकल्पनेभोवती घुटमळत असतात. ज्या प्रमाणे ललित साहित्यात 'बुद्धी' या शब्दाचा सर्रास वापर आढळतो, त्याचप्रमाणे दैनंदिन व्यवहारातदेखील आपण बुद्धिमत्तेविषयी नेहमी बोलतो. माणसाला मिळालेल्या बुद्धिच्या देणगीमुळेच तो सर्व प्राण्यांमध्ये सर्वश्रेष्ठ ठरला आहे. माणसाच्या सर्व प्रगतीच्या मुळाशी त्याची बुद्धिमत्ता आहे असे म्हटले जाते. शिक्षणक्षेत्रात तर बुद्धिमत्ता हा अत्यंत मूलभूत विषय ठरतो. शालेय शिक्षणातील प्रगतीचा बुद्धिमत्तेशी जवळकीने संबंध असतो हे सर्वमान्य झाले आहे. कुशाग्र बुद्धिचे, सामान्य बुद्धिचे आणि मंद बुद्धिचे असे ढोबळ वर्गीकरण सर्वत्र सर्रास केले जाते. तसेच बुद्धिमापन कसोट्यांविषयी पालकांमध्येही जागरूकता दिसून येते. त्याचबरोबर तज्ज्ञांमध्येही बुद्धिमत्तेच्या स्वरूपाविषयी, प्रकाराविषयी आणि मापनाविषयी चर्चा घडत राहतात; म्हणून मानसशास्त्रीयदृष्ट्या शिक्षणाचा व्यापक विचार करण्यासाठी बुद्धिमत्ता ही संकल्पना तिच्या सर्व पैलूंनिशी समजावून घेणे महत्त्वाचे ठरू लागले.

बुद्धिमत्तेचे स्वरूप, व्याख्या व उपपत्ती

बुद्धिमत्ता ही खरे तर खूप गुंतागुंतीची व संकीर्ण संकल्पना आहे. दिवसेंदिवस तिच्या स्वरूपावर नवनवीन प्रकाश पडत आहे. बुद्धिमत्ता ही माणसातील सर्व ज्ञानात्मक प्रक्रियांचे प्रतीक मानली जाते. अध्ययन करण्याची क्षमता,आकलन क्षमता, स्मरण क्षमता, सर्जनशीलता, विचार प्रक्रिया या सर्व गोष्टींचा प्रत्यक्ष वा अप्रत्यक्षपणे बुद्धिमत्तेशी संबंध जोडला जातो. बुद्धिमध्ये अनेक शक्ती सामावल्या आहेत अशी सर्वत्र धारणा आहे. बुद्धिमत्ता ही जन्मजात व निसर्गदत्त बाब आहे असे मतदेखील रूढार्थाने सर्वमान्य आहे. मानसशास्त्रातील विविध संप्रदायांनी आणि अभ्यासकांनी या बुद्धिमत्तेच्या स्वरूपाचा वेध घेण्याचा सातत्याने प्रयत्न केला आहे. विसाव्या शतकाच्या प्रारंभीच बुद्धिमत्तेवर सखोल असे प्रायोगिक संशोधन सुरू झाले.

बुद्धिमत्तेवरील प्रायोगिक संशोधनावरून अनेक उपपत्ती पुढे आल्या. या उपपत्तींनी वेगवेगळ्या संदर्भानुसार बुद्धिमत्तेच्या व्याख्या देण्याचा प्रयत्न केला. मात्र, या व्याख्यांविषयी मानसशास्त्रज्ञांमध्ये एकमत नाही. प्रत्येक व्याख्या बुद्धिमत्तेच्या विशिष्ट अंगावर भर देते. आल्फ्रेड बिने या मानसशास्त्रज्ञाची व्याख्या अधिक मूलभूत व प्राथमिक मानली समजली जाते. बिनेच्या मते, बुद्धिमत्ता ही एक वैचारिक शक्ती असून तिच्यामध्ये एका विशिष्ट दिशेने विचार करणे उद्दिष्टांच्या प्राप्तीसाठी योग्य ते समायोजन करणे आणि स्वतःचेच चिकित्सात्मक शिक्षण करणे या गोष्टी अंतर्भूत होतात. विल्यम जेम्सनेदेखील यशस्वी समायोजन क्षमतेवर भर दिला आहे. टर्मनने अमूर्त पातळीवर विचार करण्यास महत्त्व दिले आहे. वुड्रो नवीन ज्ञान संपादन क्षमतेकडे निर्देश करतो. ॲडम्स उपयोजित विचारांवर भिस्त ठेवतो. गाल्टनने सूक्ष्म भेद व निवड करण्याच्या क्षमतेकडे लक्ष वेधले आहे. वेश्लर तर्कसंगत विचार आणि परिस्थितीशी मुकाबला करण्याच्या कुवतीवर बोट ठेवतो. एबिंगहॉसने अनुभवाचे सर्व घटक संघटित करण्याची क्षमता म्हणजे बुद्धिमत्ता असा सूर लावला आहे.

वरील सर्व व्याख्यांवरून बुद्धिमत्तेच्या व्यापक स्वरूपाचा आवाका लक्षात येतो. प्रत्येक व्याख्येमध्ये विशिष्ट पैलूवर लक्ष दिले गेले आहे. विशिष्ट अंगावर भर दिला गेला आहे. त्यामुळे कोणतीही व्याख्या परिपूर्ण अशी म्हणता येत नाही. अनेक मानसशास्त्रज्ञांनी बुद्धिमत्तेचे विविध घटक शोधण्याचा प्रयत्न

केला आणि त्यातून तिच्या स्वरूपावर प्रकाश टाकण्यासाठी वेगवेगळ्या उपपत्ती मांडल्या, अर्थातच कोणतीही एक उपपपत्ती ही परिपूर्ण व निर्दोष म्हणता येत नाही. स्पिअरमन यांनी असे मत मांडले की, मानवी बुद्धिमत्तेचे दोन घटक असतात. या दोन घटकांना त्यांनी सर्वसाधारण घटक आणि विशिष्ट घटक अशी नावे दिली. प्रत्येक विषयातल्या बुद्धिमत्तेमध्ये सर्वसाधारण घटक आणि त्या विशिष्ट विषयाशी संबंधित विशिष्ट घटक कार्यरत असतो असे सांगून त्यांनी आपली द्विघटक उपपत्ती मांडली.

त्यानंतर बुद्धिमत्तेमध्ये एका वेळी अनेक घटक असू शकतील अशा मताकडे मानसशास्त्रज्ञ झुकू लागले आणि त्यातून थॉर्नडाईक यांनी बहुघटक उपपत्ती मांडली. त्याचप्रमाणे थर्स्टन यांनीदेखील आपली बहुघटक उपपत्ती वेगळ्या रीतीने मांडली याच काळात थॉमसन यांची समूह घटक उपपत्ती पुढे आली. पुढे १९५९मध्ये जे. पी. गिलफर्ड यांनी बुद्धिमत्तेची संरचना (Structure of Intellect) या नावाने आपली सुप्रसिद्ध उपपत्ती The Three faces of Intellect या प्रबंधाद्वारे मांडली. त्यांनी तर बुद्धिमत्तेचे १२० घटक सांगितले. बुद्धिमत्तेचे जास्तीतजास्त घटक निश्चित केले जाणे हे गिलफर्डच्या उपपत्तीचे एक आगळे वेगळे वैशिष्ट्य म्हणावे लागेल. यानंतरच्या बऱ्याच कालावधीनंतर म्हणजे १९८३ मध्ये हॉवर्ड गार्डनर यांनी त्यांच्या 'Frames of Minds' या ग्रंथात मांडलेला बहुविध बुद्धिमत्ता (Multiple Intelligence) हा सिद्धान्त होय. बोधात्मक मानसशास्त्रीय संशोधनातून त्यांनी असे दाखवून दिले की, माणसाच्या बुद्धिमत्तेत वेगवेगळ्या क्षेत्रातील क्षमता अंतर्भूत असतात आणि या क्षमता वेगळ्या तसेच एकत्रितपणे कार्यरत असू शकतात.

गार्डनर यांनी त्यांच्या संशोधनावर आधारित सुरुवातीला अशा सात क्षमता सांगितल्या असल्या तरी त्यांच्याच नंतरच्या संशोधनातून या क्षमतांची संख्या नऊ झाली. या नऊ क्षमतांना गार्डनर यांनी 'बहुविध बुद्धिमत्ता' असे म्हटले. या नऊ बुद्धिमत्ता खालीलप्रमाणे–

१) गणिती/ तार्किक बुद्धिमत्ता (Mathematical / Logical Intelligence)

२) शाब्दिक / भाषिक बुद्धिमत्ता (Verbal / Linguistic Intelligence)

३) दृश्य / अवकाशीय बुद्धिमत्ता (Visual / Spatial Intelligence)

४) शारीरिक / गतिमानता विषयक बुद्धिमत्ता (Bodily / Kinesthefic Intelligence)
५) सांगितीक / तालविषयक बुद्धिमत्ता (Musical/ Rhythmic Intelligence)
६) आंतर व्यक्तिगत बुद्धिमत्ता (Inter personal Intelligence)
७) व्यक्त्यंतर्गत बुद्धिमत्ता (Intrapersonal Intelligence)
८) निसर्गविषयक बुद्धिमत्ता (Naturalistic Intelligence)
९) अस्तित्वविषयक बुद्धिमत्ता (Existential Intelligence)

भावनिक बुद्धिमत्तेत डोकावताना

आजकाल शिक्षण क्षेत्रात आणि व्यवस्थापन क्षेत्रात भावनिक बुद्धिमत्तेविषयी बरेच बोलले आणि लिहिले जात आहे. जीवनात सर्वार्थाने यशस्वी होण्यासाठी भावनिक बुद्धिमत्तेचे महत्त्व वारंवार सांगितले जात असून तिचे मापन आणि विकास यावर संशोधने होत आहेत. मानसशास्त्रज्ञ डॅनियल गोलमन यांनी चालना दिलेला हा विषय अत्यंत आत्मीयतेने सर्वत्र चर्चिला जात आहे.

व्यक्ती समाजात वावरताना इतरांना समजून घेते. इतरांच्या भावना जाणते. त्यांच्याबरोबर काम करताना त्यांच्यामुळे प्रभावित होते तसेच स्वतःचाही इतरांवर प्रभाव टाकते. सर्वांबरोबर सहकार्याने काम करते तर काही वेळा स्वतः पुढाकार घेते. या सर्व बाबी नेहमीच्या तार्किक किंवा गणिती बुद्धिमत्तेपेक्षा वेगळ्या प्रकारच्या विशिष्ट क्षमता आहेत असे मानसशास्त्रज्ञांच्या लक्षात येऊ लागल्यावर भावनिक बुद्धिमत्तेची संकल्पना मूळ धरू लागली. सर्वांत प्रथम अमेरिकन मानसशास्त्रज्ञ पिटर सॅलोव्हे आणि जॉन मेयर यांनी १९८०मध्ये भावनिक बुद्धिमत्ता ही संकल्पना वापरली. यामध्ये भावनेची जाणीव, तद्नुभूती, स्वनियंत्रण तसेच सामाजिक परस्परसंबंधातील कौशल्ये यांचा विचार करण्यात आला. मात्र, त्यानंतर डॅनियल गोलमन यांनी १९९५मध्ये भावनिक बुद्धिमत्तेवरील सखोल संशोधनाद्वारे या संकल्पनेची विस्तृत मांडणी केली आणि खऱ्या अर्थाने भावनिक बुद्धिमत्तेच्या तपशीलवार अभ्यासास चालना दिली.

भावनिक बुद्धिमत्तेच्या व्याख्येचा विचार करावयाचा झाल्यास पीटर

सॅलोव्हे आणि जॉन मेयर यांच्या मते, “भावनिक बुद्धिमत्ता ही स्वतःच्या आणि इतरांच्या भावनांचे सनियंत्रण करता येणे, भावनांमधील भेद जाणता येणे आणि भावनांच्या माहितीच्या आधारे स्वतःचे विचार आणि कृती यांना दिशा देता येणे होय.”

(Emotional Intelligence is the ability to monitor one's own and other's feelings and emotions, to discriminate among them and use this information to guide one's thinking and actions.)

तर डॅनियल गोलमन यांनी केलेली भावनिक बुद्धिमत्तेची सुप्रसिद्ध व्याख्या अशी :

भावनिक बुद्धिमत्ता म्हणजे, स्वतःच्या व इतरांच्या भावना ओळखणे, स्वतःला प्रेरित करणे आणि स्वतःमधील तसेच आपल्या परस्पर संबंधातील भावनांचे सुयोग्य व्यवस्थापन करता येण्याची क्षमता होय.

(Emotional Intelligence is the capacity for recognizing our own feelings and those of others, for motivating ourselves, and for managing emotions well in us and in our relationships.)

डॅनियल गोलमन यांची भावनिक बुद्धिमत्तेविषयीची संकल्पना त्यांच्या Emotional Intelligence याच नावाच्या १९९५ च्या पुस्तकामुळे शिक्षण क्षेत्रात झपाट्याने पसरली आणि बुद्धिमत्ता या शब्दाला वेगळे परिमाण लाभले. बुद्धिला भावनेची जोड मिळाल्यास जीवनात कित्येक पटीने यश वाढते. तार्किक बुद्धी इतकीच भावनिक बुद्धिही तितकीच महत्त्वाची आहे हे सर्वमान्य होऊ लागले. कुटुंब, शाळा, सामाजिक परिसर यामध्ये केवळ रूढार्थाने बौद्धिक विकासावर भर न देता भावनिक विकासाकडेही लक्ष पुरविले पाहिजे यावर एकमत होऊ लागले.

आत्मभान (स्वजाणीव), स्वनियंत्रण, सहसंवेदन (तद्नुभूती), सामाजिक कौशल्ये आणि प्रेरणा असे गोलमन यांनी भावनिक बुद्धिमत्तेचे पाच घटक सांगितले. या पाच घटकांच्या विकासातून भावनिक बुद्धिमत्तेच्या विकासाची त्यांनी मांडणी केली. त्यांच्या या मांडणीतून शिक्षक आणि पालक यांना विद्यार्थ्यांच्या भावनिक विकासाबाबतची आपली भूमिका स्पष्ट होत गेली.

सामाजिक बुद्धिमत्तेच्या वाटेवर

आजकाल शिक्षण क्षेत्रात भावनिक बुद्धिमत्तेप्रमाणेच सामाजिक बुद्धिमत्ता ही संकल्पनादेखील लोकप्रिय ठरू लागली आहे. सामाजिक संबंध आणि सामाजिक परिस्थिती या संदर्भात कार्यरत असणारी एक वेगळ्या प्रकारची बुद्धिमत्ता म्हणून सामाजिक बुद्धिमत्तेकडे पाहिले जाते. सामाजिक बुद्धिमत्ता (Social Intelligence) ही एक प्रकारची सामाजिक जाणिवेशी संबंधित गोष्ट असून तिच्यातून व्यक्तीची सामाजिक अभिवृत्ती व सामाजिक बदलांशी समायोजनाची क्षमता व्यक्त होते.

माणूस हा सामाजिक प्राणी असल्यामुळे अगदी प्राचीन काळापासून त्याला सामाजिक संबंधांचा विचार करीत रहावे लागले आहे. त्याच्यापुढे सतत सामाजिक समस्यांचे आव्हान उभे ठाकले आहे. त्याच्या वाढत जाणाऱ्या मेंदूच्या आकाराचा संबंधदेखील वैज्ञानिकांनी या सामाजिक बुद्धिच्या विकासासाठी लावला आहे. मानवाचा सामाजिक विकास आणि बौद्धिक विकास हा एका सहउत्क्रांतीचा भाग आहे. सामाजिक प्राणी या नात्याने मानवाच्या सर्व गुंतागुंतीच्या क्रिया सामाजिक बुद्धिमत्तेशी निगडित आहेत. मानसशास्त्रज्ञ निकोलस हंप्रे यांना प्रत्येक व्यक्ती जीवनातील यशस्वीतेसाठी ही सामाजिक बुद्धिमत्ता महत्त्वाची वाटते.

सामाजिक बुद्धिमत्तेचा भाषिक विकासाशीदेखील जवळचा संबंध जोडला गेला आहे. मानवाची आधुनिक मेंदूची क्षमता तसेच मेंदूच्या आकाराची वाढ ही त्याच्या भाषिक उत्क्रांतीशी संबंधित असते, मानवाची भाषिक क्षमता ही त्याची सर्वोच्च स्तरावरची व गुंतागुंतीची अशी बौद्धिक प्रक्रिया आहे आणि महत्त्वाचे म्हणजे भाषा ही सामाजिक बुद्धिमत्तेशी प्रत्यक्षपणे संबंधित असते, कारण आपण सामाजिक संबंध भाषेद्वारे व्यक्त करीत असतो आणि जपत असतो.

सामाजिक बुद्धिमत्ता ही सर्वसाधारण बुद्धिमत्तेपेक्षा निश्चितच निराळी असते कारण निकोलस हंप्रे यांच्या मते नुसते हुशार असून चालत नाही. काही हुशार मुले निरीक्षण करण्यात व ते स्मरणात ठेवण्यात उत्तम असतात मात्र त्यांची सामाजिक बुद्धिमत्ता कमी असू शकते. चिपांझीदेखील निरीक्षण करण्यात व स्मरण ठेवण्यात उत्तम असले तरी परस्परसंबंधांबाबतीत ते प्रभावी नसतात;

म्हणजेच व्यक्तीमध्ये काहीतरी वेगळे हवे असते. इतर लोक कसे वागतात, त्यांच्याशी आपण कसे वागले पाहिजे या विषयीचा विचार करण्याची क्षमता व्यक्तिमध्ये असली पाहिजे. हंप्रे आणि हनिविल यांनी असेही म्हटले आहे की, मानवी जीवनाची यशस्विता केवळ संख्यात्मक बुद्धिमत्तेवर अवलंबून नसते तर ती तिच्या गुणात्मक बुद्धिमत्तेवर व गुणात्मक जीवनशैलीवर अवलंबून असते आणि ही गुणात्मक बुद्धिमत्ता म्हणजेच 'सामाजिक बुद्धिमत्ता' होय.

डॅनियल गोलमन यांनी सामाजिक बुद्धिमत्तेविषयी बोलताना मज्जाशास्त्राचा (neuroscience) आधार घेऊन विश्लेषण केले आहे. त्यांनी सामाजिक बुद्धिमत्तेचे सामाजिक जाणीव आणि सामाजिक सुविधा असे दोन घटक मानले आहेत. या दोन घटकांचे पुन्हा काही उपघटक सांगितले आहेत ते खालीलप्रमाणे,

अ) सामाजिक जाणिवेचे (Social Awareness) उपघटक

१) तद्नुभूती (Empathy)

२) समरसता (Attunement)

३) तद्नुभूतीतील अचूकता (Empathic Accurance)

४) सामाजिक बोधन (Social cognition)

ब) सामाजिक सुविधेचे उपघटक (Social Facility)

१) सुसंवाद (Synchrony)

२) आत्माविष्कार (Self presentation)

३) प्रभाव (Influence)

४) आस्था (Concern)

वर उल्लेखिलेल्या घटक व उपघटकांमधून सामाजिक बुद्धिमत्तेचे व्यापक स्वरूप लक्षात येते. सामाजिक परिस्थितींमध्ये विविध प्रसंगांनुसार इतर व्यक्तींच्या भावभावना समजावून घेणे यातून सामाजिक जाणीव व तिचे उपघटक व्यक्त होतात.

मानवी जीवन सुसंपन्न होण्यासाठी प्रत्येक व्यक्तीमध्ये सामाजिक बुद्धिमत्तेचा विकास होणे आवश्यक आहे. सामाजिक अभिवृत्तींचा विकास, सामाजिक मूल्यांचा विकास, प्रत्येक व्यक्ती, वस्तू, घटना यांच्याकडे बघण्याचा चांगला दृष्टिकोन तयार करणे, विद्यार्थ्यांमध्ये समाजनिष्ठा तयार होणे, त्यांच्यात सामाजिक

जबाबदारीची जाणीव निर्माण होणे, इतर व्यक्तींना समजावून घेणे, सहजीवनासाठी पात्रता निर्माण करणे, शांततापूर्ण सहजीवन जगणे अशा कितीतरी गोष्टी या सामाजिक बुद्धिमत्तेच्या विकासाशी संबंधित असतात.

सद्य:स्थितीत समाजात एकमेकांना समजून न घेतल्यामुळे अनेक समस्या उद्‌भवत आहेत. परस्परांवरील विश्वास, प्रेम, सहकार्य या गोष्टी कमी होऊ लागल्या आहेत. इतरांबरोबर गुण्यागोविंदाने जगण्याची कला लोप पावत चालली आहे. यशस्वी सहजीवनासाठी व्यक्तीमध्ये इतरांना सामावून घेण्याची पात्रता असली पाहिजे; म्हणून सामाजिक बुद्धिचा विकास घडविण्यासाठी प्रयत्न आवश्यक आहेत.

मानसशास्त्रीय अभ्यासात आध्यात्मिक बुद्धिमत्तेचा प्रवेश

विसाव्या शतकाच्या आरंभी IQ म्हणजेच Intelligence Quotient उर्फ बुद्धिगुणांक या संकल्पनेला प्रचंड महत्त्व आले. आपल्या तार्किक बुद्धिमत्तेच्या जोरावर आपण जीवनातील अनेक समस्या सोडवू शकतो. मानसशास्त्रज्ञांनी ही बुद्धिमत्ता मोजण्यासाठी विविध चाचण्या तयार केल्या आणि त्यावरून व्यक्तीच्या बुद्धिमत्तेची पातळी ठरविण्यासाठी IQ ही संकल्पना रूढ केली.

पुढे १९९०च्या दशकात डॅनियल गोलमन यांनी मानसशास्त्रीय आणि मज्जाशास्त्रीय संशोधनावर आधारित भावनिक बुद्धिमत्ता (Emotional Intelligence) ही संकल्पना लोकप्रिय केली आणि त्यावरून IQ प्रमाणे EQ म्हणजेच भावनिक गुणांक रूढ केला. तार्किक बुद्धिमत्ते प्रमाणेच भावनिक बुद्धिमत्ताही तितकीच महत्त्वाची असल्याचे गोलमन यांनी ठामपणे सांगितले. स्वतःच्या आणि इतरांच्या भावनांविषयी जाणीव असण्याची क्षमता या भावनिक बुद्धिमत्तेतून व्यक्त होते. या भावनिक बुद्धिमत्तेतूनच माणसाची तद्नुभूती, करुणा, प्रेरणा आणि सुखदुःखाला योग्य रीतीने सामोरे जाण्याची कुवत प्राप्त होते असे मत मांडले गेले. इतकेच नव्हे तर गोलमन यांनी असेही मत मांडले की, तार्किक बुद्धिमत्तेच्या वापरासाठी चांगली भावनिक बुद्धिमत्ता हा पाया आहे. मेंदूमधील भावना जाणणाऱ्या भागात जर दुखापत झाली तर तार्किक विचार क्षमताही क्षीण होते.

विसाव्या शतकाच्या शेवटी मात्र अशाच प्रकारच्या मानसशास्त्रीय

संशोधनावर आधारित असा आणखी एक Q म्हणजेच Quotient अथवा गुणांक जन्माला आला आणि या तिसऱ्या गुणांकाशिवाय मानवी बुद्धिचे संपूर्ण असे यथार्थ स्वरूप आकलन होणार नाही. या गुणांकाला SQ म्हणजे Spiritual Quotient असे नाव मिळाले. या आध्यात्मिक बुद्धिमत्तेचा संबंध जीवनाच्या अर्थाशी आणि मूल्यांशी जोडला गेला आणि जीवनाकडे अधिक व्यापक दृष्टीने पहायला लावणारी तसेच जीवनाचे समृद्ध आकलन करून देणारी व जीवनातील खरे श्रेयस शोधण्यास मदत करणारी क्षमता म्हणून या बुद्धिमत्तेकडे पाहिले जाऊ लागले. इतकेच नव्हे तर तार्किक बुद्धिमत्ता आणि भावनिक बुद्धिमत्ता या दोन्हींच्या परिणामकारक कार्यक्षमतेसाठी या आध्यात्मिक बुद्धिमत्तेचे अधिष्ठान आवश्यक असून तिलाच सर्वोच्च बुद्धिमत्ता मानले गेले.

डॅना झोहर यांच्या मते आजपर्यंतचे पाश्चिमात्य मानसशास्त्र हे तार्किक आणि भावनिक बुद्धिमत्तेवरच अवलंबून होते. आता त्याला आध्यात्मिक बुद्धिमत्तेचा तिसरा पैलू जोडला जाणे आवश्यक आहे आणि त्याद्वारे मानसशास्त्राच्या 'शास्त्र' म्हणून कक्षा विस्तारित करणे आवश्यक आहे.

फ्राईडने प्रथमतः मानसशास्त्रीय प्रक्रियांचे प्रभारी आणि दुय्यम (Primary and Secondary) असे वर्गीकरण करून प्राथमिक प्रक्रियांशी शरीर, भावना आणि अचेतन यांचा संबंध जोडून त्यांचे नाते Id या घटकाशी जोडले तर दुय्यम प्रक्रियांशी बाह्यमन, तार्किकता यांचा संबंध जोडून त्यांचे नाते Ego या घटकाशी जोडले. तसेच ही दुय्यम प्रक्रिया प्राथमिक प्रक्रियेपेक्षा वरचढ व श्रेष्ठ स्वरूपाची मानली. या दोन्ही प्रक्रिया जणू तार्किक आणि भावनिक बुद्धिमत्तेशी निगडित राहिल्या. म्हणजेच IQ आणि EQ याच संकल्पना संपूर्ण मानसशास्त्रात भरून राहिल्या.

आता प्रश्न उभा राहतो तो या दोन बुद्धिमत्तांच्या परस्पर समन्वयाचा. या दोन्हींमध्ये एकात्मिकरण होऊ शकेल अथवा त्यांच्यात परिवर्तन घडवून आणू शकेल असा काही समाईक स्तोत (Common Source) असणे आवश्यक होते. युंग या मानसशास्त्रज्ञाने ज्या 'स्व' (Self) आणि 'भावातीत कार्य' (transcendental function) संकल्पना मांडल्या त्यातून हा प्रयत्न केला गेला आणि त्यातून या दोन बुद्धिमत्तांमधील दुवा साधला गेला. परंतु युंगच्या काळात मज्जाशास्त्र (neurology) तितकेसे विकसित झाले नव्हते. (युंगचा

मृत्यू १९६१मध्ये झाला.)

मज्जाशास्त्रातील प्रगत संशोधनामुळे SQ उर्फ आध्यात्मिक बुद्धिमत्तेने प्रथमच मेंदूच्या एकात्मिक कार्याबाबत वेगळे दालन खुले केले. आध्यात्मिक बुद्धिमत्तेची प्रक्रिया हे अपेक्षित एकात्मीकरण करत असते हे लक्षात आले. तसेच या बुद्धिमत्तेमध्ये अन्य दोन बुद्धिमत्तांचे परिवर्तन घडवून आणण्याची क्षमता असल्याचे दिसून आले. ही बुद्धिमत्ता शरीर आणि मन तसेच तर्क आणि भावना यांच्यामध्ये सुसंवाद घडवून आणते. व्यक्तीचा सर्वोत्तम विकास आणि परिवर्तन यासाठी ती आधार पुरविते आणि व्यक्तिमध्ये जीवनाला अर्थ देण्याचे केंद्र (meaning giving centre) निर्माण करते.

बहुविध बुद्धिमत्तेचे जनक हॉवर्ड गार्डनर यांनी त्यांच्या बहुविध बुद्धिमत्तांच्या यादीमध्ये आध्यात्मिक बुद्धिमत्तेचा समावेश केला नाही कारण त्यांच्या मते अशा प्रकारच्या बुद्धिमत्तेबाबत सांकेतिकीकरण करताना संख्यात्मक वैज्ञानिक निकष लावणे आव्हानात्मक होते. त्या ऐवजी गार्डनर यांनी अस्तित्वविषयक बुद्धिमत्ता (Existential Intelligence) ही अधिक सोयीची असल्याचे सुचविले. असे असले तरी अनेक संशोधक हे आध्यात्मिक बुद्धिमत्तेवर सातत्याने संशोधन करीत असून तिच्या व्यवहार्यतेचा वेध घेत आहेत आणि तिचा विकास करणे तसेच तिचे मापन करणे यावर काम करीत आहेत. आत्तापर्यंत आध्यात्मिक बुद्धिमत्तेचे मापन करताना स्वयंमूल्यमापनाचा आधार घेतला जाई. परंतु, त्यामध्ये खोटी उत्तरे लिहिण्याची संभाव्यता नाकारता येत नाही.

एकंदरीत सध्या चाललेल्या व्यापक अभ्यासावरून असे म्हणता येते की, आध्यात्मिक बुद्धिमत्ता ही काही अंशी उपजत अशी मानवी, बुद्धिमत्ता असून बुद्धिमत्तेच्या अन्य प्रकारांप्रमाणे तिचाही विकास करता येतो. याचाच अर्थ असा की, आध्यात्मिक बुद्धिमत्तेच्या अंगभूत घटकांचे व कौशल्यांचे आपण वर्णन करू शकतो तसेच त्यांचे मापनही करू शकतो.

IQ, EQ आणि SQ यातील फरक आणि संबंध

IQ (Intelligence Quotient) म्हणजेच बुद्धिगुणांक ही संकल्पना एका शतकाहूनही अधिक काळ प्रचलित आहे. हा बुद्धिगुणांक आपल्या तार्किक

विचार क्षमतेशी, समस्या निवारण क्षमतेशी निगडित असतो. त्यामध्ये विशिष्ट हेतूला अनुलक्षून विचार प्रक्रिया अपेक्षित असते. EQ (Emotional Intelligence) म्हणजेच भावनिक बुद्धिगुणांक हा इतरांच्या भावनांना योग्य प्रतिसाद देण्याविषयी संबंधित असून त्याचबरोबर प्राप्त परिस्थितीमध्ये योग्य भान ठेवून त्यानुसार वर्तन करण्याची क्षमता दर्शविते.

IQ आणि EQ या दोन्ही बुद्धिमत्ता विशिष्ट मर्यादेच्या आत राहून कार्यरत असतात. त्यांच्या कामाचे वर्णन इंग्रजीत playing within the boundaries असे केले जाते. तसेच त्यासाठी finite games असाही शब्द वापरला गेला आहे. SQ - Spiritual Intelligence म्हणजेच आध्यात्मिक बुद्धिमत्तेचे वर्णन करीत असताना playing beyond the boundaries किंवा outside of the box असे शब्द वापरले जातात. तसेच या बुद्धिमत्तेचे कार्य स्पष्ट करण्यासाठी Infinite games हा शब्द उपयोजिला. जणू काही 'सांत' (Finite) च्या मर्यादा ओलांडून ही बुद्धिमत्ता 'अनंत' Infinite च्या क्षेत्रात झेपावते.

आध्यात्मिक बुद्धिमत्तेमध्ये जे परिवर्तन करण्याचे सामर्थ्य आहे तिचे तार्किक बुद्धिमत्ता (IQ) आणि भावनिक बुद्धिमत्ता (EQ) पासून वेगळे स्थान दर्शविते. तार्किक बुद्धिमत्ता ही मुळामध्ये तार्किक समस्या सोडविते. भावनिक बुद्धिमत्ता ही आपल्याला ज्या परिस्थितीत आपण आहोत त्या परिस्थितीविषयी योग्य निर्णय घेणे आणि त्यानुसार वागायला उद्युक्त करते; तर आध्यात्मिक बुद्धिमत्ता ही आपल्याला मुळातच त्या परिस्थितीत आपण असायला हवे का हा प्रश्न उपस्थित करून आपल्याला नवीन परिस्थिती निर्माण करण्याविषयी प्रेरणा देते. आध्यात्मिक बुद्धिमत्तेचा रूढार्थाने औपचारिक धर्माशी खूप कमी संबंध असतो. मानवतावादी लोक तसेच नास्तिक लोकांची उच्च दर्जाची आध्यात्मिक बुद्धी असू शकते तर उलट कर्मकांड आचरणाऱ्या धार्मिक व्यक्तीमध्ये ती अजिबात नसू शकते.

आध्यात्मिक बुद्धिमत्तेचे वेगळेपण

आध्यात्मिक बुद्धिमत्ता ही अर्थातच तार्किक बुद्धिमत्ता आणि भावनिक बुद्धिमत्ता यांच्यापेक्षा वेगळ्या स्वरूपाची आहे. डॅना झोहर सारख्या अनेक

मानसशास्त्रज्ञांचे असे म्हणणे आहे की तार्किक बुद्धिमत्ता काय किंवा भावनिक बुद्धिमत्ता काय; या एकेकट्या किंवा एकत्रितपणेही मानवी बुद्धिमत्तेचे परिपूर्ण आकलन करून देत नाहीत. मानवी आत्म्याची आणि कल्पनाशीलतेची व्यापक समृद्धी त्यांच्यातून व्यक्त होत नाही. केवळ तार्किक बुद्धिमत्ता तर संगणकीय बुद्धिमत्तेप्रमाणे यांत्रिक स्वरूपात कार्य करते. भावनिक बुद्धिमत्तादेखील फार तर आहे त्या परिस्थितीला समजून घेणे आणि त्यानुसार प्रतिसाद किंवा प्रतिक्रिया देणे याबाबत कार्यरत राहते. परंतु, आध्यात्मिक बुद्धिमत्ता मात्र विशिष्ट परिस्थितीविषयी प्रश्न उभे करते. तिच्याविषयी कारणमीमांसा करते. तिच्याकडे सर्जनशीलतेने पाहते आणि ती परिस्थिती बदलण्याविषयी प्रयत्न करू पाहते.

तार्किक बुद्धिमत्ता आणि भावनिक बुद्धिमत्ता यांच्या कार्यपद्धतीला डॅना झोहर यांनी Finite Game म्हणजे सांत अथवा मर्यादित क्रीडा असा शब्द वापरला आहे, तर आध्यात्मिक बुद्धिमत्तेच्या कार्यपद्धतीला Infinite Game म्हणजेच अनंत अथवा अमर्यादित क्रीडा असे म्हटले आहे. आध्यात्मिक बुद्धिमत्ता ही आपल्याला तारतम्य बाळगण्याचा विवेक देते, नीतिमत्तेची जाणीव देते, दुसऱ्याविषयी करुणा निर्माण करते, चांगल्या आणि वाईटाचा फरक लक्षात आणून देते. स्वप्ने पहायला शिकविते. उच्च ध्येयाला प्रेरित करते.

आध्यात्मिक बुद्धिमत्तेमध्ये जी परिवर्तनाची शक्ती असते तिच्यामुळे ती भावनिक बुद्धिमत्तेपेक्षा वेगळी ठरते. डॅनियल गोलमनने म्हटल्याप्रमाणे भावनिक बुद्धिमत्ता ही व्यक्तीला तिच्या परिस्थितीचे मूल्यांकन करायला सक्षम करते आणि नंतर त्यानुसार योग्य वर्तन करायला भाग पाडते; म्हणजेच परिस्थितीच्या मर्यादेत राहून ती बुद्धिमत्ता कार्य करते आणि त्यासाठी परिस्थिती मार्ग दाखविते. याउलट, आध्यात्मिक बुद्धिमत्ता मात्र व्यक्तीने त्या परिस्थितीमध्ये असावे की नसावे हा प्रश्न उपस्थित करू शकते आणि ती परिस्थिती बदलण्याची शक्यता पडताळून पाहते. म्हणजेच परिस्थितीची मर्यादा ओलांडण्याचा प्रयत्न करते आणि जणू स्वतःच परिस्थितीला मार्गदर्शन करते.

आध्यात्मिक बुद्धिमत्ता ही संज्ञा बरेचसे तत्त्वज्ञ, मानसशास्त्रज्ञ आणि वैकासिक उपपत्तींचे अभ्यासक यांचेकडून वारंवार वापरली जाऊ लागली आहे. या संज्ञेतून जणू बुद्धिगुणांक (IQ) आणि भावनिक गुणांक (EQ) यांना समांतर अशा आध्यात्मिक गुणकांचा (SQ) निर्देश होतो.

डॅना झोहर (Danah Zohar) या तत्त्वज्ञानाच्या आणि मानसशास्त्राच्या स्त्री अभ्यासिकेने आध्यात्मिक बुद्धिमत्ता (Spiritual Intelligence) हा शब्द १९९७ मध्ये प्रथम त्यांच्या 'Rewiring the Corporate Brain' या पुस्तकात वापरला.

त्यांनी या बुद्धिमत्तेचे वर्णन करताना तिला परिवर्तनात्मक बुद्धिमत्ता (Transformative Intelligence) असे संबोधून ती जुन्या संरचनांना मोडून समस्यांचा आणि परिस्थितीचा नव्याने अर्थ लावून नवीन संरचना निर्माण करते, असे मत मांडले आहे. आध्यात्मिक बुद्धिमत्ता ही आपल्या जीवनातील खोलवरचा उदात्त अर्थ, मूलभूत मूल्ये आणि हेतू पूर्णतेची जाणीव यांचे प्रतिनिधित्व करते आणि त्यानुसार आपल्या निर्णयावर व कृतीवर प्रभाव टाकते. आपल्या निम्न श्रेणीच्या प्रेरणांवर नियंत्रण मिळवून ती आपल्याला उच्च श्रेणीच्या प्रेरणांकडे प्रवृत्त करते.

आध्यात्मिक प्रगल्भता (Spiritual Maturity)

आध्यात्मिक प्रगल्भता हा शब्द आध्यात्मिक बुद्धिमत्ता या संकल्पनेशी खूप जवळकीने जोडला जातो. आध्यात्मिकदृष्ट्या बुद्धिमान व्यक्तीकडून ही आध्यात्मिक प्रगल्भता व्यक्त होते. आध्यात्मिक बुद्धिमत्ता विकसित होण्यासाठी जे उपक्रम करता येणे शक्य आहे त्याला योग्य अवधानाचे प्रशिक्षण, भावनांचे परिवर्तन, नैतिक आचरण इत्यादी गोष्टी येतात. हे सर्व उपक्रम कोणा विशिष्ट धर्माची अथवा आध्यात्मिक परंपरेची मक्तेदारी नसते. आध्यात्मिक बुद्धिमत्ता ही जरी बोधात्मक, भावनिक आणि नैतिक विकासाशी संबंधित असली तरी ती यांपैकी फक्त एकाच कोणत्या तरी बाबीशी जखडून नसते.

व्यक्तीची आध्यात्मिक प्रगल्भता ही मूलतः विवेकपूर्ण ज्ञान आणि करुणेतून व्यक्त होते. अशी व्यक्ती अन्य व्यक्तींबाबत धर्म, जात, वंश, लिंग, वय असा कसलाही भेद न करता अत्यंत सन्मानाने व आदराने वागू शकते. सर्व सजीव प्राणीमात्रांबद्दल या व्यक्तीला प्रामाणिक आस्था असते. आध्यात्मिक प्रगल्भता ही एक वैयक्तिक आंतरिक दृष्टी देत असते; तसेच 'सार्थक' आणि 'निरर्थक' यातील फरक समजून घेण्याची क्षमता देत असते. ज्ञानप्राप्तीच्या अनेकविध मार्गांचा आवाका उपलब्ध करून देते. इतकेच नव्हे तर ही प्रगल्भता

मन आणि आत्मा याचे आंतरिक जीवन व सेवा आणि कृतीचे बाह्य जीवन या दोहोंमध्ये उत्तम रितीने दुवा प्रस्थापित करते.

आध्यात्मिक प्रगल्भता विकसित होण्यासाठी 'स्व'-जाणीव (Self-awareness) ही अत्यंत आवश्यक अशी गोष्ट आहे. 'स्व'-जाणीव विकसित करण्याच्या प्रयत्नात अनेकदा जेव्हा अवधान आतमध्ये वळविले जाते तेव्हा मन एकतर भूतकाळात रमते किंवा भविष्यकाळाबाबत स्वप्नरंजन करते; आहे त्या वर्तमानकालीन क्षणाला साक्षीभाव ठेवणे कठीण जाते. योग्य प्रयत्नातून हे जमू लागल्यावर मात्र हा साक्षीभाव 'स्व'-जाणिवेकडे घेऊन जाऊ लागतो आणि व्यक्तीची आध्यात्मिक प्रगल्भतेकडे वाटचाल होऊ लागते.

व्यक्तीच्या मनाची चिंतनशीलता जितकी खोलवर जाऊ लागेल तितकी व्यक्तीची समज प्रगल्भ होत जाते. तिची आध्यात्मिक उन्नती होत राहते. अशा आध्यात्मिकदृष्ट्या प्रगल्भ व्यक्तीमध्ये प्रेम, दयाळूपणा, प्रामाणिकपणा, सहिष्णूता, मनाचा खुलेपणा आणि आंतरिक शांती असे सद्गुण दिसून येऊ लागतात.

आध्यात्मिक वृत्तीचा विकास ही मानवी मेंदू विकासातील विलक्षण उच्चस्तरीय प्रक्रिया होय.

आध्यात्मिक बुद्धिमत्ता या शब्दाचा अन्वयार्थ लावताना जर Spiritual Intelligence या इंग्रजी शब्दावरून त्याचा वेध घेतला तर Spiritual या शब्दातील spirit या शब्दावर यावे लागते. Webster Dictionary ने spirit शब्दाचा अर्थ करताना म्हटले आहे, 'the animating or vital principle; that which gives life to the physical organism in contrast to its material elements, the breath of life.' म्हणजेच spirit हे प्रत्येक सजीवांमधील त्याच्या भौतिक घटकांखेरीज अस्तित्वात असलेले आणि त्या सजीवाला जिवंतपणा देणारे असे चैतन्य तत्त्व होय.

मनुष्यप्राणी हा सजीव असल्यामुळे हे चैतन्य अथवा जीवतत्त्व तर त्याच्यात आहेच आणि त्याखेरीज इतरही महत्त्वाची वैशिष्ट्ये माणसाला इतर प्राण्यांपेक्षा वेगळे स्थान देतात. माणूस हा सजीव प्राणी काही मूलभूत अथवा सर्वोच्च (fundamental and ultimate) असे प्रश्न विचारू शकतो. हे प्रश्न

विचारण्याची क्षमता माणसाला वेगळ्याच स्वरूपाची आध्यात्मिक बैठक प्राप्त करून देते. उदा. मी जन्माला का आलो? माझ्या जीवनाचा अर्थ काय? सुख आणि दुःख म्हणजे काय? या सर्व अस्तित्वात माझे स्थान व प्रयोजन काय? इत्यादी.

माणूस जे काही करतो, जगतो त्या सर्वांची व्याख्या करण्याचा प्रयत्न करतो, त्याचा अर्थ लावण्याचा प्रयत्न करतो. तो आपल्या स्वतःच्या अनुभवांचे विश्लेषण करण्याचा प्रयत्न करतो. जीवनातील प्रत्येक गोष्टीला तो मूल्ये जोडण्याचा प्रयत्न करतो. आपल्या जीवनाकडे आणि एकंदरीत विश्वाकडे तो उच्च आणि व्यापक दृष्टीने पाहू लागतो. तो स्वतःच्या पलीकडे पाहू शकतो. चालू क्षणाच्या पलीकडे पाहू शकतो. उत्क्रांतीच्या प्रक्रियेत माणसाचा मेंदू अर्थ लावण्याच्या प्रक्रियेत पारंगत होत गेला, प्रतीकात्मक कल्पनाशक्तीत सक्षम होत गेला, भाषिक विकास साधू शकला. आध्यात्मिक वृत्तीचा विकास हीदेखील मानवी मेंदूच्या विकासाची विलक्षण अशी उच्चस्तरीय प्रक्रिया होय.

आध्यात्मिक बुद्धिमत्तेच्या व्याख्या

आध्यात्मिक बुद्धिमत्तेच्या व्याख्येकडे जाण्यापूर्वी आध्यात्मिकता या संकल्पनेबाबत खालील सर्वसाधारण विधाने पाहणे श्रेयस्कर ठरेल.

- बोधात्मक, नैतिक, भावनिक आणि आंतरवैयक्तिक या सर्व बाबींचा अत्युच्च विकास आध्यात्मिकतेत अभिप्रेत.
- उत्कट, व्यापक व खुल्या प्रेमाचा कळस म्हणजे आध्यात्मिकता.
- उत्कट व अत्युच्च स्वरूपाचे अनुभव म्हणजे आध्यात्मिकता.
- अस्तित्वाच्या भावातीत (transcendental) स्वरूपाशी स्वतःला जोडता येणे म्हणजे आध्यात्मिकता.
- आध्यात्मिकता ही परमेश्वराशी असलेला नातेसंबंध दर्शविते.
- आध्यत्मिकता म्हणजे विशिष्ट श्रद्धा अथवा उपासना यांच्याशी जोडलेली भक्ती अथवा बांधिलकी होय.

●आध्यात्मिकता ही सर्व स्त्री-पुरुषांच्या अंतःकरणात हृदयात वसत असते. ती धार्मिक परंपरेतदेखील बसतअसते. पॉल टिलिच (Paul Tillich)

यांनी आध्यात्मिक अंतिम व सर्वोच्च अशी आस्था (ultimate concern) मानले आहे. या दृष्टिकोनातून पाहिले तर प्रत्येक व्यक्ती आपापल्या अंतिम व सर्वोच्च अशा आस्थेशी संबंधित असतो. अर्थात, या अंतिम व सर्वोच्च आस्थेचे प्रत्येक व्यक्तीबाबतीत वेगवेगळे अर्थ लागू शकतात. आध्यात्मिक भावनिकतेप्रमाणे वेगवेगळी खोली असते, पातळी असते, अभिव्यक्ती असते, जाणते अजाणतेपणी ती विकसित अथवा अविकसित स्वरूपाची असू शकते.

आध्यात्मिक बुद्धिमत्तेची व्याख्या करताना डॅना झोहर यांनी खालीलप्रमाणे एकूण १२ तत्त्वे सांगितली आहेत.

१) 'स्व'-जाणीव (self awareness)- स्वतःची श्रद्धा, मूल्ये आणि प्रेरणा ओळखणे, जाणणे.

२) उत्स्फूर्तता (spontaneity)-क्षणाक्षणाला जागृत राहणे व प्रतिसादात्मक असणे.

३) दूरदृष्टी आणि मूल्ये अनुसरणे (Being vision and value led) - योग्य दूरदृष्टी, ध्येयस्वप्न यावर श्रद्धा व तत्त्वानुसार आचरण करणे.

४) सर्वव्यापकता (Holism)- सर्व गोष्टी आणि संबंधांमध्ये सर्वव्यापकता अनुभवणे.

५) करुणा (Compassion)-सर्वांबाबत करुणेची भावना तद्नुभूती असणे.

६) विविधतेचा आनंदपूर्वक स्वीकार (Celebration of diversity) - इतर लोकांच्या वेगवेगळ्या मतांचा मान राखणे, विविधतेचा स्वीकार करणे.

७) क्षेत्रीय स्वातंत्र्य (Field independence)-स्वतःची ठाम मते असणे आणि त्यासाठी जनमताच्या प्रवाहाविरुद्ध पोहता येणे.

८) नम्रता (Humility) - आपण स्वतः निमित्तमात्र असल्याची नम्र भावना, जगातील आपल्या रास्त स्थानाची जाणीव असणे.

९) मूलभूत असे 'का' स्वरूपाचे प्रश्न विचारण्याची प्रवृत्ती (Tendency to ask fundamental 'why' questions) - कोणतीही गोष्ट मुळातूनच जाणून घेण्याची प्रवृत्ती.

१०) कोणतीही गोष्ट नव्या मांडणीतून पाहणे (Ability to reframe) -

एखाद्या समस्येकडे अधिक व्यापक दृष्टीने पाहता येणे.

११) प्रतिकूल बाबींचा सकारात्मक उपयोग करणे (Positive use of adversity) - आपल्या चुका, अपयश आणि अडचणी यातून सकारात्मक भावनेने शिकणे.

१२) सेवाप्रियता / उद्योगप्रियता (sense of vocation)-दुसऱ्यांची सेवा करणे किंवा त्यांनी केलेल्या उपकाराची परतफेड करण्याची वृत्ती.

आध्यात्मिक बुद्धिमत्तेच्या अन्य व्याख्या खालीलप्रमाणे

● 'SQ' or Spiritual Intelligence is defined as the ability to behave with wisdom and compassion, while maintalning inner and outer peace regardless of the circumstances.

-Wigglesworth

कोणत्याही परिस्थितीत आंतरिक आणि बाह्य शांतीचे समायोजन करीत विवेकपूर्ण आणि करुणामय वर्तन करण्याची क्षमता म्हणजे आध्यात्मिक बुद्धिमत्ता होय. - विगिल्सवर्थ

● Those who have spiritual intelligance; have the capacity for trancendence, have heightened consciousness; have the capacity to endow everyday activity with a sense of the sacred; use spiritual resources on practical problems; engage in virtuous behaviour like forgiveness gratitude, humility, compassion and wisdom.

-Robert A. Emmons

● ज्यांच्यामध्ये आध्यात्मिक बुद्धिमत्ता असते त्यांच्यामध्ये भावातीत होण्याची क्षमता असते, उच्चस्तरीय जाणीव असते, दैनंदिन जीवनातील प्रत्येक कृती पावित्र्याच्या जाणिवेने करण्याची क्षमता असते, ते व्यावहारिक समस्यांसाठी आध्यात्मिक स्रोतांचा शोध घेतात आणि ते क्षमा, कृतज्ञता, नम्रता, करुणा आणि विवेक अशा सद्‌गुणांनीयुक्त असे वर्तन करतात.

–रॉबर्ट ए. इमॉन्स

● Spiritual Intelligence is the ultimate way of knowing. We use it to envision unrealised possibilities and to transcend the methodical plod of life. We use it also to understand pain, to answer the basic philosophical quest about life and to find meaning both temporally and existentially.

-Cynthia R. Davis Lockwood

आध्यात्मिक बुद्धिमत्ता हा ज्ञानाचा सर्वोच्च अंतिम असा मार्ग होय. आपण या बुद्धिमत्तेचा उपयोग अज्ञात शक्यतांना समजावून घेण्यासाठी व जीवनाची खडतर वाटचाल पार पाडण्यासाठी करीत असतो. आपण ती समजून घेण्यासाठी वापरतो, तसेच जीवनातील तात्त्विक प्रश्नांची उत्तरे शोधण्यासाठी आणि जीवनाचा कालसापेक्ष आणि अस्तित्वगत अर्थ लावण्यासाठीही आपण या आध्यात्मिक बुद्धिमत्तेचा उपयोग करीत असतो.

– सिन्थिया आर. डेव्हिस लॉकवुड

● Spiritual intelligence is about the growth of a human being. It is about moving on in life. About having a direction in life and being able to heal ourselves of all the resentment we carry. It is thinking of ourselves as an expression of a higher reality. It is also about how we look at the resources availableto us. We realize the nature is not meant to be exploited. Ultimately we discover freedom from our sense of limitation as human beings an attain moksha.

- Ram Mohan

आध्यात्मिक बुद्धिमत्ता ही मानवी विकासाविषयीची बुद्धिमत्ता आहे. ती जीवनात उत्तरोत्तर पुढे सरकण्याविषयी संबंधित आहे. ही बुद्धिमत्ता जीवनाला दिशा दाखविणारी असून आपल्या सर्व खेद व विषादांपासून मुक्ती देणारी आहे. आपण एका उच्च व उदात्त सत्याचा आविष्कार आहोत असा विचार या बुद्धिमत्तेत अपेक्षित आहे. आपण साधन संपत्तीकडे कशा दृष्टीने पाहतो हा विचारदेखील त्यात अभिप्रेत आहे. निसर्ग हा शोषण करण्यासाठी नाही. अंतिमतः आपण मानव म्हणून असणाऱ्या मर्यादांपासून मुक्ती मिळवून मोक्ष प्राप्त करीत असतो.

– राम मोहन

● रॉबर्ट इमॉन्स (Robert Emmons) यांनी आध्यात्मिक बुद्धिमत्तेची व्याख्या करताना म्हटले आहे, "Spiritual intelligence is the adaptive use of spiritual information to facilitate everyday problems solving and goal attainment." म्हणजेच दैनंदिन जीवनातील समस्या निवारण करणे आणि ध्येयप्राप्तीसाठी आध्यात्मिक माहितीचा सुयोग्य उपयोग करता येणे म्हणजे आध्यात्मिक बुद्धिमत्ता होय, असे त्यांना म्हणावयाचे आहे. त्याचबरोबर इमॉन्स यांनी आध्यात्मिक बुद्धिमत्तेचे पाच मूलभूत घटक सांगितले आहेत. ते असे-

१) भौतिक आणि जडवादी भूमिकेच्या पलीकडे जाण्याची क्षमता.

२) जाणिवेच्या उच्चस्तरीय अवस्था अनुभवण्याची क्षमता.

३) दैनंदिन जीवनातील अनुभवांकडे पावित्र्याच्या भावनेने बघण्याची दृष्टी

४) समस्या निवारण करण्यासाठी आध्यात्मिक स्रोतांचा वापर करण्याची क्षमता.

५) सद्गुणी असण्याची क्षमता.

कालांतराने इमॉन्स यांनी वरीलपैकी पाचवी क्षमता काढून घेतली कारण त्यामधून बुद्धिमत्तेच्या निकषासाठी अंगभूत क्षमता व्यक्त न होता केवळ वर्तन व्यक्त होते असे त्यांचे स्वतःचे मत झाले.

● फ्रान्सिस व्हॅगॅन (Frances Vaughan) यांनी त्यांची व्याख्या खालीलप्रमाणे दिली आहे.

"Spiritual intelligence is concerned with the inner life of mind and spirit and its relationship to being in the world."

आध्यात्मिक बुद्धिमत्ता ही मन आणि आत्मा यांचे अंतर्गत जीवन तसेच त्या अंतर्गत जीवनाचा या जगामध्ये जगत असताना असणारा संबंध या बाबींशी संबंधित असते.

● सिंडी विगल्सवर्थ (Cindy wigglesworth) यांनी केलेली आध्यात्मिक बुद्धिमत्तेची व्याख्या अशी-

"the ability to get with wisdom and compassion, while maintaining inner and outer peace, regardless of the circumstance"

त्यांच्या या व्याख्येचा आशय असा-

आध्यात्मिक बुद्धिमत्ता ही अशी क्षमता आहे, जिच्यात व्यक्ती कोणत्याही परिस्थितीत आपली आंतरिक आणि बाह्य शांती ढळू न देता विवेकाने आणि करुणेने वागते.

विगल्सवर्थ यांनी आध्यात्मिक बुद्धिमत्तेचे एकूण २१ कौशल्य घटक सांगितले असून त्यांचे चार प्रकारांमध्ये वर्गीकरण केले आहे. डॅनियल गोलमन यांनी जसे भावनिक बुद्धिमत्तेचे घटक चार गटांमध्ये विभागले तसेच विगल्सवर्थ यांनी आध्यात्मिक बुद्धिमत्तेची मांडणी खालील चार खंडांमध्ये (quadrant) केली.

१) उच्चस्तरीय 'स्व'-जाणीव (Higher self Awareness)

२) वैश्विक जाणीव (Universal Awareness)

३) उच्चस्तरीय 'स्व'-प्रभुत्व (Higher self Mastery)

४) सामाजिक प्रभुत्व / आध्यात्मिक अस्तित्व (Social Mastery / spiritual presence)

● डेव्हिड बी. किंग यांनी कॅनडामधील ट्रेंट विद्यापीठात आध्यात्मिक बुद्धिमत्तेवर संशोधन हाती घेतले असून आध्यात्मिक बुद्धिची व्याख्या करताना म्हटले आहे,

"Spiritual intelligence is a set of adaptive mental capacities based on non- material transcendent aspects of reality, specifically those that contribute to the awareness, integrated and adaptive application of the non-material and transcendent aspects of one's existence leading to such outcomes as deep existential reflection, enhancement of meaning, recognition of a transcendent and mastery of spiritual status."

म्हणजेच किंग यांचे मते, आध्यात्मिक बुद्धी ही सत्याच्या अभौतिक आणि भावातीत पैलूंवर अवलंबून असलेल्या समायोजनशील अशा मानसिक क्षमतांचा समुच्चय तसेच त्यांचे मते सत्याचे हे जे पैलू आहेत ते विशेष करून जाणीव, एकात्मता आणि स्वतःच्या अस्तित्वाच्या अभौतिक व भावातीत पैलूंचे उपयोजन या बाबींशी संबंधित हवेत. याचा परिणाम म्हणून

अस्तित्वाविषयीचे खोल चिंतन हवे, अर्थपूर्णतेचे संवर्धन, आपल्या भावातीत 'स्व'ची ओळख होणे आणि त्यानुसार आध्यात्मिक अवस्थांचा अनुभव या गोष्टी घडू लागतात, असे किंग यांना म्हणावयाचे होते.

किंग यांनी आध्यात्मिक बुद्धिमत्तेच्या चार गाभा क्षमताही सांगितल्या आहेत.

१) चिकित्सक अस्तित्ववादी विचार (Critical Existential Thinking)- ही क्षमता अस्तित्वाचे स्वरूप, सत्याचे स्वरूप, विश्व, अंतराळ, काल अशा अस्तित्वविषयक किंवा पराभौतिकी (metaphysical) विषयांवर खोलवर चिंतन करण्यासंबंधी असते.

२) व्यक्तिगत अर्थ निर्मिती (Personal Meaning Product)-सर्व प्रकारच्या शारीरिक आणि मानसिक अनुभवातून व्यक्त स्वरूपाचा अर्थ निर्माण करणे किंवा हेतू निर्माण करणे, तसेच स्वतःच्या जीवनाविषयी हेतू निर्माण करणे.

३) भावातीत जाणीव (Transcendental Awareness)- स्वतःच्या भावातीत 'स्व'च्या अस्तित्वाचे पैलू ओळखता येणे. त्याचबरोबर दुसऱ्याची भावातीत अवस्था जाणणे आणि जगाचे अभौतिक स्वरूप जाणण्याची क्षमता.

४) जाणीव अवस्थेचा जाणीवपूर्वक विस्तार (Conscious State Expansion)
उच्च स्तरावरील जाणीव अवस्थेत प्रवेश करणे व त्यातून बाहेर येता येणे. विश्वात्मक चैतन्याशी एकरूप होता येणे.

●विनितकुमार आणि मंजू मेहता यांनीदेखील आध्यात्मिक बुद्धिमत्तेवर जे सखोल संशोधन केले आहे त्यातून खालीलप्रमाणे व्याख्या देण्याचा प्रयत्न केला आहे.

''Spiritual Intelligence is the capacity of an individual to possess a socially relevant purpose in life by understanding 'self' and having a high degree of conscience, compassion and commitment to human values.''

'स्व' चे योग्य आकलन करून आणि उच्चस्तरीय विवेक, करुणा आणि मानवी मूल्यांबाबतची बांधिलकी बाळगून सामाजिक संदर्भात जीवनाचा हेतू निश्चित करण्याची व्यक्तीची क्षमता म्हणजे 'आध्यात्मिक बुद्धिमत्ता' होय.

आध्यात्मिक बुद्धिमत्तेची वैशिष्ट्ये

- योग्य सरावातून आध्यात्मिक बुद्धिमत्तेचा विकास करता येतो.
- आध्यात्मिक बुद्धिमुळे व्यक्तीला भ्रममूलक किंवा अन्य गोष्टींपासून सत्य वेगळे ओळखता येते.
- कोणत्याही संस्कृतीमध्ये आध्यात्मिक बुद्धिमत्तेचा अविष्कार प्रेम, विवेक आणि सेवा यातून व्यक्त होत असतो.
- आध्यात्मिक बुद्धिमत्ता ही भावनिक बुद्धिमत्तेशी निकटतेने जोडलेली असते कारण आध्यात्मिक साधनेमध्ये आंतर व्यक्तिगत आणि वक्त्यंतर्गत (Interpersonal and Intrapersonal) संवेदनशीलतेचा विकास अपेक्षित असतो.
- व्यक्तिगत विचारांवर आणि भावनांवर लक्ष पुरवून तदनुभूती (empathy) जोपासणे ही आंतरिक आध्यात्मिक जीवनात जागृत करण्यासाठी आवश्यक गोष्ट आहे.
- आध्यात्मिक बुद्धिमत्ता ही एखाद्या गोष्टीकडे अनेकविध पैलूंनी बघण्याच्या क्षमतेवर अवलंबून असते. तसेच ही बुद्धिमत्ता आपल्या संवेदना, श्रद्धा आणि वर्तन यातील सहसंबंध चांगल्या रीतीने ओळखू शकते.
- कोणत्याही प्रकारच्या बुद्धिमत्तेच्या योग्य विकसनासाठी शास्त्रशुद्ध प्रशिक्षण आणि शिस्तबद्ध सरावाची गरज असते. आध्यात्मिक बुद्धिमत्तादेखील याला अपवाद नाही.
- 'मी कोण आहे?', 'मी येथे का आलो?', 'हे जे सर्व चालले आहे त्याचा अर्थ काय?' 'सत्य काय आहे?' अशा प्रकारच्या प्रश्नांची उत्तरे शोधण्याचा प्रयत्न जी बुद्धिमत्ता करते ती आध्यात्मिक बुद्धिमत्ता होय.
- आध्यात्मिक बुद्धिमत्ता ही व्यक्तीला तणावपूर्ण आणि धकाधकीच्या

जीवनात प्रेम आणि आनंदाचे सुप्त क्षण उपलब्ध करून देते.

- आध्यात्मिक बुद्धिमत्ता ही सत्य आणि असत्य यातील भेद अचूकपणे ओळखते.
- आध्यात्मिक बुद्धिमत्तेमुळे सर्व गोष्टींचे यथार्थ दर्शन घडू लागते. असे दर्शन आपल्याला अबोधावस्थेतील भासांपासून मुक्त करते.

उच्चस्तरीय आध्यात्मिक बुद्धिमत्ता असलेल्या व्यक्तींमध्ये खालील वैशिष्ट्ये आढळतात.

- 'स्व'-जाणिवेची उच्च पातळी
- दुःखाला तोंड देण्याची, सहन करण्याची चांगली क्षमता
- अडचणींवर मात करण्याची क्षमता
- पटकन समायोजन करण्यातील लवचिकता
- उत्तम दूरदृष्टी, उत्स्फूर्तपणा, सर्जनशीलता
- मूल्यांधारित वर्तन
- दुसऱ्याला त्रास न देण्याची वृत्ती
- विविधतेत किंवा भेदभावातदेखील परस्पर संबंध किंवा एकात्मता शोधण्याची वृत्ती
- कोणत्याही गोष्टीत खोलात जाण्याची वृत्ती
- अस्तित्वाविषयी मूलभूत प्रश्न विचारण्याची वृत्ती
- प्रथा किंवा परंपरा यांच्याविरुद्ध जाण्याचे साहस
- संपूर्ण जगाचा एकात्मिक विचार करण्याची क्षमता
- भूत, भविष्य आणि वर्तमान या तिन्ही काळाबाबत उत्तम अंतर्दृष्टी
- विवेकी वृत्ती व आशावाद
- इतरांबद्दलची जाणीव व सहनशीलता
- सृष्टीबद्दल आश्चर्यभाव

आध्यात्मिक बुद्धिमत्ता म्हणजे धार्मिकता नव्हे

सर्वसाधारणपणे आध्यात्मिकतेचा संबंध धार्मिकतेशी जोडला जातो. औपचारिक स्वरूपाच्या धर्माशी अथवा तिचे नाते जोडले जाते. आध्यात्मिकता

म्हणजे केवळ देवाधर्माच्या गोष्टी अथवा नीतिनियम व कर्मकांडे असाच अर्थ घेतला जातो. परंतु, वस्तुतः आध्यात्मिकता किंवा आध्यात्मिक वृत्ती किंवा आध्यात्मिक बुद्धिमत्ता यांचा धर्माशी नेहमीच संबंध असेल असे नाही. आध्यात्मिक बुद्धिमत्तेचा आविष्कार हा औपचारिक धर्मातून घडून येऊ शकतो परंतु धार्मिक असणे ही बाब आध्यात्मिकदृष्ट्या बुद्धिमान असल्याची ग्वाही देऊ शकत नाही.

अनेक नास्तिक व अधार्मिक लोकांची आध्यात्मिक बुद्धिमत्ता उच्च दर्जाची आढळून आली आहे. तसेच अनेक अज्ञेयवादी लोकांची व मानवतावादी लोकांमध्ये ही आध्यात्मिक बुद्धिमत्ता वरचढ आढळली आहे. याउलट, अगदी कट्टर धार्मिक मंडळी व कर्मकांडे कसोशीने पाळणाऱ्या मंडळींची आध्यात्मिक बुद्धिमत्ता मात्र खूप कमी पातळीवर असलेली दिसून आली आहे.

रूढार्थाने पारंपरिक धर्माची चौकट ही विविध प्रकारच्या नियमांनी आणि कर्मकांडांनी बंदिस्त असलेली दिसून येते. व्यक्तीला धर्म हा कुटुंबातून परंपरेने प्राप्त होत असतो. त्यामध्ये धर्मग्रंथ, धर्मगुरू, पुरोहित यांचे प्रस्थ महत्त्वाचे मानले जाते. त्यामध्ये विशिष्ट तत्त्वांनाच चिकटून राहण्याची प्रवृत्ती दिसून येते. अंधानुकरणाचे स्तोम माजू शकते. अंधश्रद्धा फोफावू शकते.

आध्यात्मिक बुद्धिमत्ता या सर्व बाबींपासून अलिप्त असते. तिला आत्म्याची बुद्धिमत्ता (Soul's intelligence) म्हणता येऊ शकते. ती मानवी स्वत्वाची, त्याच्या मेंदूची आंतरिक व स्वयंभू अशी क्षमता आहे, जी त्याला स्वतःच्याच अंतरंगात खोलवर घेऊन जाते. तसेच आंतरिक व बाह्य विश्वाच्या मुळाशी जाण्यास उद्युक्त करते. ही बुद्धिमत्ता मानवाला प्रत्येक गोष्टीचा अर्थ शोधण्याचा आणि तिचा उपयोग करण्याचा प्रयत्न करावयास भाग पाडते. मेंदूच्या लक्षावधी वर्षांच्या विकासातून ही क्षमता आविष्कृत होत गेली. पारंपरिक धर्मांच्या बंदिस्त चौकटींनी या मूलभूत आध्यात्मिक बुद्धिमत्तेवर अनेक आवरणे चढविली आणि तिचे मूळ स्वरूप कलंकित केले.

आध्यात्मिक बुद्धिमत्ता आपल्याला निकोप जीवनाकडे घेऊन जाण्यासाठी आणि आपल्यातल्या पूर्णत्वाकडे जाण्यासाठी प्रवृत्त करते. आज सर्व जण अहंकारग्रस्त होऊन कूपमंडूक वृत्तीने जगत आहेत. आपापला धर्म, आपापली संस्कृती यांचे डांगोरे पिटत आहेत. आध्यात्मिक बुद्धिमत्ता ही अशी गोष्ट आहे

जी अहंकारापलीकडची आहे, बाह्य मनाच्या पलीकडची आहे. ती आंतरिक विवेकाशी संबंधित आहे. आध्यात्मिक बुद्धिमत्तेच्या साहाय्याने आपण मूल्ये ओळखू शकतो. इतकेच नव्हे तर तिच्या जोरावर सर्जनशीलतेतून नवी मूल्ये निर्माण करू शकतो. आध्यात्मिक बुद्धिमत्ता ही कोणत्याही मूल्यांवर अथवा संस्कृतीवर अवलंबून नाही. संपूर्ण मानवी इतिहासात प्रत्येक संस्कृतीची काही विशिष्ट मूल्ये दिसून येतात. आध्यात्मिक बुधिमत्ता ही या सर्व मूल्यांच्या आधीपासून अस्तित्वात आहे. तसेच ती सर्व धर्मांच्या उदयाच्या आधीपासून अस्तित्वात आहे. आध्यात्मिक बुद्धिमत्तेमुळे धर्मांचा उदय शक्य झाला, इतकेच नव्हे तर आध्यात्मिक बुद्धिमत्तेच्या आविष्कारासाठी धर्मांचा उदय होणे आवश्यकदेखील होते. मात्र, आध्यात्मिक बुद्धिमत्ता ही धर्मावर अवलंबून नसते.

तेराव्या शतकातील एक सुफी संत कवी जलालउद्दीन रुमी यांच्या खालील कवितेत आध्यात्मिक बुद्धिमत्ता, मूल्ये आणि धर्म यातील परस्पर संबंध खूप सुंदर रीतीने व्यक्त झाला आहे. ॲन्ड्र्यू हार्वे यांच्या The Essential Mystics या पुस्तकात सदर कविता इंग्रजी अनुवादात खालीलप्रमाणे दिली आहे.

I am not a Christian
I am not Jew
I am not a Zoroastrian
I am not even a Muslim
I do not belong to the land or
to any known or unknown sea
Nature cannot own or claim me,
Nor can heaven.
Nor can India, China, Bulgaria
My birth place is placelessness,
My sign to have and give no sign.
You say you see my mouth, ears, nose
They are not mine.
I am the life of life.
I am that cat, this stone, no one.

I have thrown duality away like
an old dishrag.
I see and know all times and worlds.
As one, one, always one.
So what do I have to do to get
You to admit who is speaking
Admit it and change everything !
This is your own voice echoing off
the walls of God.

धर्माने आजपर्यंत खूप सन्मानाची व प्रतिष्ठेची स्थिती अनुभवली आहे.

आत्तापर्यंतच्या मानवी इतिहासात धर्म हा मानवी अस्तित्वाचा अत्यंत अंतर्गत व मूलभूत असा गाभा होऊन राहिलेला आहे. अगदी अनादि काळापासून मानव जातीवर धर्माचे वर्चस्व अखंड राहिलेले आहे. अनेकांनी आपल्या वैयक्तिक जीवनात धर्मालाच सर्वोच्च स्थान दिलेले आढळते. बाकीचे सर्व काही त्याच्या नंतर येते. माणसाच्या आत्तापर्यंतच्या सर्वांगीण विकासामध्ये धर्माने आजपर्यंत खूप सन्मानाची व प्रतिष्ठेची स्थिती अनुभवली आहे. प्रत्येक विशिष्ट धर्मामध्ये त्यात अनुस्यूत असलेल्या तात्त्विक पार्श्वभूमी मध्ये कितीही विरोधाभासी विषय असले तरीही बहुतांशी लोकांना त्यांच्या धर्मातील समजुती आणि परंपरा यांच्याविषयी खूप आदर असतो, विश्वास असतो, श्रद्धा असते. त्या धर्मातील सण, उत्सव, समारंभ व कर्मकांड या गोष्टींना दैनंदिन जीवनात प्रचंड महत्त्व आले आहे. धर्मा–धर्मांचे एकमेकांपासूनचे श्रेष्ठत्व हादेखील सतत वादाचा अथवा युक्तिवादाचा विषय ठरला आहे. वरवरच्या उथळ परंपरा मूलभूत तत्त्वांवर व संकल्पनांवर वर्चस्व गाजविताना दिसत आहेत. त्या त्या धर्माच्या मुळाशी असलेले मूळ तत्त्वज्ञान, त्यातील ज्ञानमीमांसा आणि मूल्यविचार हे सगळे चक्क बाजूला ढकलले जाते किंवा झाकून टाकले जाते,आणि त्यावर केवळ बाह्य आचरणाचे अवडंबर माजविले जाते. यामुळे धर्माचा जो आध्यात्मिक पाया असतो त्या ध्येयाकडे जाणे होतच नाही आणि प्रत्येक धर्म हा काही रूढी आणि कर्मकांडाचा संच होऊन बसतो. सध्या सर्वच धर्मांना या आव्हानाला तोंड द्यावे लागत आहे.

पारंपरिक धार्मिक श्रद्धा आणि वैज्ञानिक दृष्टिकोन यातील कायमचा संघर्ष

जी धार्मिक सहजप्रवृत्ती ही मुळात आध्यात्मिकतेतून निर्माण झाली ती आता अतार्किक आणि विसंवादी अशा नियमांना आणि बंधनांना जखडून हट्टी, दुराग्रही व कट्टर होत चालल्याचे दिसून येते. धर्माच्या आध्यात्मिक पैलूने वस्तुतः स्वयंजागरण घडवून आणणे अपेक्षित असते. प्रत्यक्षात मात्र धर्माकडून असे कार्य करण्याची क्षमता राहिलेली दिसत नाही. उलट, धार्मिक अहंभाव हा असहिष्णू प्रवृत्ती वाढवित असून अंधश्रद्धेत रुतत चालला आहे. त्यामुळे पारंपरिक धार्मिक श्रद्धा आणि वैज्ञानिक दृष्टिकोन यात कायम संघर्ष होत असून धर्म आणि विज्ञान दोन्ही आपल्या जागी खिळून आहेत.

धर्माच्या महान नावाने संघर्ष आणि शत्रुत्व जोपासले गेले

जेव्हा धर्मा-धर्मातील मतभेद तीव्र होत जातात आणि तेढ वाढत जाते तेव्हा परस्पर सामंजस्य प्रस्थापित करणे खूप कठीण होऊन बसते. यातून स्वतःच्या धर्माविषयी अवास्तव अहंकार निर्माण होतो आणि इतर धर्मांबाबत द्वेष आणि मत्सर निर्माण होतो. स्वतःच्या धर्मात जे जे काही आहे त्या सर्वांचा उदो उदो आणि गौरव केला जातो, गोडवे गायले जातात आणि त्या उलट दुसऱ्या धर्मातील गोष्टींची निंदा केली जाते, निर्भत्सना केली जाते. त्याविषयी पूर्वग्रह दृष्टिकोन ठेवला जातो. त्यांना कमी लेखले जाते. अनेकदा ही प्रक्रिया अगदी नकळत अथवा अजाणतेपणे घडत असते. वरवरून मात्र धर्मनिरपेक्षता, सर्वधर्म सहिष्णूता, सर्वधर्म समता या गोष्टींची आवरणे घेतली जातात आणि यांच्या आडून परधर्मद्वेष पोसला जातो. अशा सर्व धार्मिक भेदांचा आणि द्वेषां कोणाचा प्रभाव लहान मुलांच्या, विद्यार्थ्यांच्या सामाजिक वर्तनावर पडत राहतो आणि इथेच खरी समस्या सुरू होते. धर्माच्या उदात्त नावाखाली अनेक प्रकारचे संघर्ष आणि शत्रुत्व पोसले जाते. धार्मिक पूर्वग्रहांना प्रोत्साहन आणि ताकद दिली जाते. त्यातून मग हे सर्व धर्म एक साचेबद्ध परंपरा आणि भारंभार माहितीचा केवळ साठा बनून जातात.

सर्व धर्मांना काहीतरी समान आध्यात्मिक पाया आहे

आपल्या विद्यार्थ्यांनी सर्व धर्मांकडे समान नजरेने पहावे, प्रत्येक धर्मातील बलस्थाने जाणून घ्यावीत आणि सर्व धर्मांना काहीतरी समान आध्यात्मिक पाया आहे तो समजून घ्यावा असे आकलन घडवून आणण्याची मोठी जबाबदारी सध्याच्या शिक्षकांवर आहे. हा मूळ आध्यात्मिक पाया समजून घेण्याच्या प्रक्रियेत त्यांच्या आध्यात्मिक बुद्धिमत्तेचा विकास महत्त्वाची भूमिका बजाऊ शकतो. विद्यार्थ्यांची आध्यात्मिक बुद्धिमत्ता जसजशी विकसित होत जाईल. तस तसे त्यांना धर्मा-धर्मातील भेदमूलक गोष्टींच्या पलीकडे असलेल्या समान आध्यात्मिक धाग्याचा प्रत्यय येऊ लागेल.

बहुधार्मिकता आणि बहुसांस्कृतिकता यांच्या पलीकडे जाण्यासाठी आध्यात्मिक बुद्धिमत्तेचा विकास आवश्यक

आपला भारत देश हा बहुधार्मिक व बहुसांस्कृतिक (Multireligious and Multicultural) स्वरूपाचा म्हणून ओळखला जातो. या दोन्ही प्रकारांना एकत्रितपणे (religiomulticulturalism) असेही म्हणता येते. या विविधतेतदेखील वास करणारी एकात्मिक स्वरूपाची भारतीय संस्कृती जागतिक स्तरावर गौरवाने पाहिली जाते. असे असूनसुद्धा काळाची गरज म्हणून या दोन्हींच्याही पलीकडे जाता यायला हवे असे वाटू लागले आहे; म्हणजेच यातील कोणताही धर्म अथवा संस्कृती श्रेष्ठ अथवा कनिष्ठ न समजता, त्यातील कोणत्याही एकातच अडकून न पडता त्याच्या पलीकडे पाहण्याची क्षमता आध्यात्मिक बुद्धिमत्तेमुळे मिळू शकते.

बहुधार्मिकता ही भारतातील असो अथवा जगातील असो; ती व्यवस्थित समजावून घ्यायला हवी, तिचा गौरव मान्य करायला हवा, तिच्याबद्दल कृतज्ञता व्यक्त करायला हवी. पण त्याच बरोबर तिच्या पलीकडेही जायला हवे; अशा तऱ्हेने पलीकडे जाणे म्हणजे ती विविधता संपुष्टात आणणे नव्हे, तर ती विविधता शाबूत राखूनदेखील तिच्या पलीकडे जाणे हे अधिक सुंदर, सार्थक व हितकारी असू शकते.

आध्यात्मिक बुद्धिमत्तेचे वैज्ञानिक पुरावे

आध्यात्मिक बुद्धिमत्ता ही मानवाच्या अस्तित्वाइतकी जुनी आहे. परंतु, विज्ञानात अथवा वैज्ञानिक मानसशास्त्रात या बुद्धिमत्तेचा अर्थ आणि तिचा उपयोग याविषयी प्रायोगिक स्तरावर अभ्यास होत नव्हता. तिच्या वस्तुनिष्ठ मापनाबाबत अडचणी असल्याने मानसशास्त्रज्ञांचे व शिक्षण तज्ज्ञांचे तिकडे दुर्लक्ष होत होते. तत्त्वज्ञानातील अध्यात्मवादात मात्र आध्यात्मिकतेचा सखोल विचार होत गेला. तसेच हा विषय पूर्णतः धर्माच्या कक्षेतील आहे असे समजले गेले. परामानसशास्त्र उर्फ parapsychology या सर्व मान्य नसलेल्या शाखेतदेखील याबाबतचे काही चिंतन चालत असे.

आध्यात्मिक बुद्धिमत्तेवर आजकाल जे संशोधन होत आहे त्यामध्ये अत्याधुनिक मानसशास्त्र, मज्जाशास्त्र, मानववंशशास्त्र आणि भाषाशास्त्र यांचा आधार घेतला जात आहे. मेंदूमधील आध्यात्मिक बुद्धिमत्तेचे मज्जाशास्त्रीय अधिष्ठान शोधण्याचा प्रयत्न यशस्वी होत आहे.

मायकेल पर्सिंजर (Michael Persinger) यांनी १९९०मध्ये केलेले संशोधन तसेच कॅलिफोर्निया विद्यापीठातील व्ही. एस. रामचंद्रन आणि त्यांच्या सहकाऱ्यांनी केलेले संशोधन खूप मोलाचे मानले जात आहे. याच्या संशोधनानुसार असे लक्षात आले आहे की, प्रयुक्त व्यक्तींना जेव्हा आध्यात्मिक विषयावर बोलायला लावले जाते तेव्हा positron emission topography या तंत्राने निरीक्षण केले असता, त्या व्यक्तींच्या मेंदूत कुंभखंड (Temporal lobe) या भागाचे उद्दीपन झालेले दिसून येते. म्हणजेच कुंभखंडामध्ये आध्यात्मिक विचारांना कारणीभूत असणारे मज्जातंतूचे जाळे असल्याचा अंदाज वैज्ञानिकांना आला. या केंद्राला खरे म्हणजे मेंदूतील आध्यात्मिक केंद्र (Spiritual centre or spot) असे नाव द्यायला हरकत नव्हते. परंतु या मानसशास्त्रज्ञांनी त्याला योगायोगाने 'देव बिंदू' (God spot) असे नाव दिले. (अणू शास्त्रज्ञांनी ज्या प्रमाणे एका अतिसूक्ष्म कणाला 'देव कण' God particle असे नाव दिले.) मेंदूमधील हा देव बिंदू म्हणजे देवाच्या अथवा ईश्वराच्या अस्तित्वाचा पुरावा नव्हे. त्याला नाव काही दिले तरी त्याचा अर्थ इतकाच की मानवाच्या मेंदूमध्ये जीवनातील सर्वोच्च प्रश्न विचारण्याची आणि प्रत्येक गोष्टीचा व्यापकतेने अर्थ शोधण्याची क्षमता विकसित होत गेली आहे.

यानंतरचे उल्लेखनीय संशोधन म्हणजे ऑस्ट्रियन मज्जाशास्त्रज्ञ वुल्फ सिंगर (Wolf Singer) यांनी १९९०मध्ये केलेले संशोधन होय. आपल्या मेंदूमध्ये एक विशिष्ट प्रकारची अनुभवांच्या एकात्मिकरणाची आणि त्या अनुभवांना अर्थ देणारी प्रक्रिया सुरू असते असे त्यांचे संशोधन सांगते. या प्रक्रियेमध्ये अनुभवांना एकत्रित बांधले जाते. सिंगरच्या संशोधनाच्या आधीच्या काळात मेंदूमधील मज्जावेगांचे संघटन असल्याचे गृहीत धरले जात होते. त्यातील एका प्रकाराला क्रमिक मज्जावेग जोडणी (Serial neural connection) म्हटले जाई व दुसऱ्या प्रकाराला मज्जावेग जाळे संघटन (Neural network organisation) म्हटले जाई. यातील पहिल्या प्रकारच्या प्रक्रियेत टप्प्याटप्प्याने तार्किक विचार घडून आल्याचे दिसून येई तर दुसऱ्या प्रकारच्या प्रक्रियेत हजारो मज्जावेगांचे यादृच्छिक पद्धतीने सामूहिक संघटन होऊन भावनिक अनुभव घडून येत असल्याचे लक्षात आले. सिंगर यांच्या संशोधनातून प्रथमच एकात्मिक मज्जावेग आंदोलने' (Unifying Neural oscillation) ही संकल्पना उदयाला आली आणि त्यातून तार्किक व भावनिक या दोहोंपेक्षा वेगळी अशी तिसऱ्या प्रकारची एकात्मिक विचारप्रक्रिया (Unifying thinking) लक्षात आली जी आध्यात्मिक बुद्धिमत्तेच्या मुळाशी कार्यरत असल्याचे लक्षात आले. ही विचार प्रक्रिया मूलभूत 'का' हा प्रश्न विचारू शकते आणि सर्व अनुभवांचा समग्रतेने विचार करून त्याला यशस्वीपणे अर्थ लावण्याचा प्रयत्न करू शकते.

सिंगरच्या या संशोधन कार्यानंतर तिसरे महत्त्वाचे संशोधन रोडोल्फो लिनॅस (Rodolfo Llinas) यांनी १९९५ च्या सुमारास केले. त्यांनी माणसाच्या जागेपणीच्या आणि झोपेतील जाणिवावस्थेचे विश्लेषण करून मेंदूतील बोधात्मक अनुभवांचे एकात्मिकरण अभ्यासले, हा अभ्यास करताना लिनॅस यांनी M E G (magneto encephalographic) या नवीन तंत्राचा उपयोग केला.

या संदर्भातील चौथे उल्लेखनीय संशोधन म्हणजे हार्वर्ड विद्यापीठातील मज्जाशास्त्रज्ञ व जैविक मानववंशशास्त्र (neurologist and biological anthropologist) टेरान्स डेकॉन (Terrance Deacon) यांनी १९९७साली केलेले संशोधन होय. आपल्या The Symbolic Species या ग्रंथात त्यांनी मानवी भाषेच्या उगमाविषयीचे संशोधन सादर केले असून मानवी भाषा ही खास मानवाची वैशिष्ट्यपूर्ण बाब असून ती प्रतिकात्मक आणि अर्थकेंद्री

प्रक्रिया असून मेंदूतील अग्रखंड या भागाशी संबंधित असल्याचे प्रतीपादन केले. अस्तित्वात असलेले संगणक किंवा उच्च विकसित वानर ही भाषा वापरू शकत नाहीत कारण अर्थान्वयाशी संबंधित अशा अग्रखंडाचा तेथे अभाव असतो. डेकॉन यांनी केलेल्या संशोधनाचा आधार आध्यात्मिक बुद्धिचे स्वरूप तपासण्यासाठी उपयुक्त ठरला.

जीवनातील अर्थहीनतेची पोकळी

सुप्रसिद्ध विचारवंत व्हिक्टर फ्रँक (Viktor Frankl) यांनी आपल्या 'Man's Search for Meaning' या पुस्तकात वारंवार असे म्हटले आहे, 'Man's search for meaning is the primary motivation in his life.' आपल्या दैनंदिन जीवनातदेखील या विधानाची सत्यता पटल्याखेरीज राहत नाही. आपण सारे सर्वथैव प्रत्येक गोष्टीतील अर्थ शोधत असतो. या अर्थ शोधण्याच्या प्रक्रियेमुळेच आपण वस्तुतः आध्यात्मिक असतो. या अर्थ शोधण्याच्या प्रक्रियेत अपयश आल्यास जीवन उथळ असल्याचे वाटते किंवा त्यात पोकळी जाणवते.

आजच्या युवकांमध्ये एक वैशिष्ट्यपूर्ण अस्वस्थता जाणवते आणि ही त्यांची अस्वस्थता एक प्रकारची आध्यात्मिक समस्या (Spiritual crisis) असल्याचे विचारवंतांचे म्हणणे आहे. बहुतांशी तरुण म्हणतात, ''आम्हाला उत्तम काम करायचे आहे. आम्हाला जग बदलायचे आहे. आम्हाला जुन्या पिढ्यांच्या मूर्खपणाची पुनरावृत्ती करायची नाही. आमच्यावर काहीही लादलेले आवडणार नाही. आम्ही तुमच्या व्यवस्थेत राहू इच्छित नाही आम्हाला यातून बाहेर पडायचे आहे. तुमचा धर्म व परंपरा यांच्याशी आम्हाला काही देणे-घेणे नाही. आम्हाला अर्थपूर्ण जीवन जगण्याची इच्छा आहे.''

केवळ तरुणच नव्हे तर खरे म्हणजे आपण सर्वच जण अर्थपूर्ण जीवन जगण्याची इच्छा करीत असतो. आपल्या जीवनातील अनेक दैनंदिन बाबींमध्ये आपण अर्थाविषयीच्या प्रश्नांना सामोरे जात असतो. माझे सर्व आयुष्य नेमके काय आहे? माझ्या नोकरीचा अर्थ काय? माझ्या नात्यागोत्यांचा अर्थ काय? मी शिक्षण का घेतो आहे? मी प्रत्येक गोष्ट नेमकी कशासाठी करतो आहे? मला चक्क एके दिवशी मरून जायचे आहे. असे कितीतरी प्रश्न मनात पिंगा

घालत असतात आणि जीवनाचा अर्थ लावण्याचा व्यापक शोध संपूर्ण जीवनात व्यापून उरतो. माणसाच्या मृत्यूच्या अनेक कारणांपैकी आत्महत्या आणि व्यसनाधीनता ही जी महत्त्वाची कारणे आहेत ती अगदी स्पष्टपणे जीवनाचा अर्थ लावण्याच्या समस्येशी निगडित आहेत.

आधुनिक काळात आपण जीवनाची मुळे हरवून बसलो आहोत. आपण सतत अस्तित्वगत किंवा आध्यात्मिक स्वरूपाच्या समस्यांना तोंड देत आहोत. अशा प्रकारच्या समस्यांना तोंड देण्यासाठी आपल्याला वेगळ्या प्रकारच्या बुद्धिमत्तेची गरज भासणार आहे. केवळ तार्किक बुद्धिमत्ता पुरेशी नाही. जीवनाचा अर्थ लावताना लोकांना केवळ बौद्धिक तर्क अथवा भावना पुरेशा पडत नाहीत असे लक्षात येत आहे. आहे त्या बंदिस्त चौकटीत सुखाचा मार्ग सापडत नाही. या संपूर्ण चौकटीबाबतच ते प्रश्न उभे करीत आहेत. त्यातील मूल्यांविषयी प्रश्न उभे करीत आहेत. नवीन मूल्यांचा शोध घेत आहेत; असे प्रश्न उपस्थित करण्यातच जणू काही त्यांनी आपली आध्यात्मिक बुद्धिमत्ता वापरण्यास सुरुवात केली आहे.

जे जे हवे मज जीवनी, ते सर्व आहे लाभले तरीही उरे काही उणे, तू पूर्तता होशील का? असा अनुभव सर्वत्र प्रत्ययास येत असून जीवनामध्ये कशाची तरी उणीव आहे अथवा काहीतरी missing आहे असे वाटत असताना जीवनाचा योग्य अर्थ लावण्याची प्रबळ इच्छा निर्माण होत आहे. या अर्थ लावण्याला आपण सर्वजण का महत्त्व देत आहोत? काळ बदलला म्हणून की आपल्या गरजा वाढल्या म्हणून? की आपली बुद्धिमत्ताच उत्क्रांतीच्या नव्या टप्प्यावर आली आहे? या सर्वांचा खूप गांभीर्याने विचार करण्याची वेळ आली आहे.

आपले आधुनिक जग अत्यंत विचित्र परिस्थितीत सामना करीत आहे. त्यामध्ये सुव्यवस्थित सांस्कृतिक बैठक शिल्लक राहिली नाही. अर्थपूर्ण जिवंत परंपरा, नैतिक मानदंड आणि जिव्हाळापूर्ण सामाजिक सौहार्द राहिले नाही. कौटुंबिक आणि सामाजिक बंध राहिलेले नाहीत. आचरण करण्याजोगे आदर्श राहिले नाहीत. आपण अशा जगात रहात आहोत ज्यात नियमांची स्वेच्छेने बांधिलकी नाही, मूल्यांविषयी आस्था नाही, जबाबदारीची जाणीव नाही, आपण जीवनाचा एकंदरीत संदर्भच हरवून बसलो आहोत. त्याचा नित्यनूतन व सर्जनशील असा अर्थ गमावून बसलो आहोत. अति तार्किकतेच्या आहारी

जाऊन आपल्या जीवनाचे आध्यात्मिक दृष्ट्या वैराण वाळवंट बनले आहे. आपल्या तर्कबुद्धिच्या जोरावर आपण स्वतःला निसर्गापासून आणिअन्य प्राणिमात्रांपासून अलग तोडले. धर्माच्या खऱ्या अर्थापासून अलग केले. तंत्रज्ञानाच्या विलक्षण उत्तुंग झेपेस आपण जीवनावश्यक मूल्यांना पारखे झालो. तर्कबुद्धिने आपले श्रम कमी केले, आपली संपत्ती वाढविली, आयुष्य वाढविले; मात्र त्याचबरोबर शस्त्रास्त्रांच्या रूपातील काही चमत्कारिक खेळणी बनविली जी संपूर्ण पर्यावरणाचा आणि मानवाचा सर्वनाश करण्यास समर्थ आहेत.

आधुनिक संस्कृती ही आध्यात्मिकदृष्ट्या अंध, मुकी व अपंग झाली आहे. केवळ पाश्चिमात्य राष्ट्रातच नाही तर आध्यात्मिकदृष्ट्या प्रगत मानल्या गेलेल्या भारत व अन्य पौर्वात्य राष्ट्रांतदेखील अशी परिस्थिती दिसू लागली आणि आध्यात्मिकदृष्ट्या अपंग म्हणजे मूलभूत मूल्यांबाबतची संवेदनशीलता हरवून बसणे. आपण प्रत्येक गोष्टीतील खोल अर्थ गमावून बसलो आहोत. आपल्याला रंगांधत्वाप्रमाणे (Colour blindness) अर्थांधत्व (Meaning blindness) आले आहे.

जाणण्याचे उर्फ ज्ञानाचे विविध मार्ग आणि त्यांचा आध्यात्मिक बुद्धिमत्तेशी संबंध

मानवी जीवनात जाणण्याचे अथवा ज्ञानाचे विविध मार्ग (Different ways of knowing) उपलब्ध आहेत आणि या सर्व मार्गांचा आध्यात्मिकतेशी तसेच आध्यात्मिक बुद्धिमत्तेशी खूप जवळचा संबंध पोहोचतो. रॉबर्ट फॉर्मन (Robert Forman, 1997) यांनी असे प्रतिपादले आहे, की वेगवेगळ्या संस्कृती आणि परंपरांमधील लोक आध्यात्मिकतेकडे मूलतः अनुभवाच्या दृष्टीने बघतात, केवळ संकल्पना म्हणून नव्हे.

ध्यानधारणेसारख्या चिंतनात्मक साधना आध्यात्मिक बुद्धिमत्तेच्या जोपासनेसाठी खूप अर्थपूर्ण ठरतात. ज्ञानप्राप्तीसाठी तीन प्रमुख मार्गांमध्ये, म्हणजेच ऐंद्रिय (Sensory), तार्किक (Rational) आणि चिंतनात्मक (Contemplative) या मार्गांपैकी चिंतनात्मक ज्ञान मार्ग हा ध्यानधारणेशी संबंधित आहे. इतकेच नव्हे तर आध्यात्मिक बुद्धिमत्तेमध्ये हे तीनही ज्ञानमार्ग एकात्मिकपणे अविभाज्य भाग होऊन राहतात.

आपल्याला आध्यात्मिक बुद्धिमत्तेचा उपयोग कशासाठी होत असतो

जसजसा मेंदूचा विकास होत गेला तसतशी आध्यात्मिक बुद्धिमत्ता विकसित होत गेली हे म्हणणे जसे खरे आहे तसेच आध्यात्मिक बुद्धिमत्तेचा वापर करत काही माणसांचे आपल्या मेंदूचा विकास घडवून आणला, हेही तितकेच खरे आहे असे विधान मज्जाशास्त्रज्ञ डेकॉन्स यांनी केले आहे.

आपण सर्वथैव आपल्या आध्यात्मिक बुद्धिमत्तेचा वापर सर्जनशील होण्यासाठी करीत असतो. जेव्हा जेव्हा आपण सर्जनशील, उत्स्फूर्त, दूरदर्शी आणि लवचीक होत असतो तेव्हा आपण आध्यात्मिक बुद्धिमत्ता वापरीत असतो. तसेच अस्तित्वगत प्रश्नांची (Existential questions) उत्तरे शोधण्यासाठी आपण आध्यात्मिक बुद्धिमत्ताच पणाला लावत असतो. जेव्हा आपली मति कुंठित होऊन जाते, जेव्हा आपण आपल्या भूतकाळातल्या सवयींनी जखडले जातो, दुःखाने किंवा आजाराने होरपळून जातो त्या वेळी जे अस्तित्वगत प्रश्न उभे राहतात ते आध्यात्मिक बुद्धिने निर्माण केलेले असतात. तसेच ही बुद्धिमत्ता त्यांची उत्तरे शोधण्यातही प्रयत्नशील राहते किंवा निदान त्या प्रश्नांविषयी शांती आणि दिलासा देते.

आध्यात्मिक बुद्धिमत्ता ही संकटप्रसंगी दीपस्तंभासारखे काम करते. आपल्या अंतरंगात खोलवर दडलेल्या अर्थ आणि मूल्ये यांच्या साहाय्याने ही बुद्धिमत्ता योग्य मार्गदर्शन करते. अंतर्दृष्टी विकसित करते. हीच बुद्धिमत्ता आपला विवेक बनते.

आध्यात्मिक बुद्धिमत्तेच्या साहाय्याने आपण कोणताही धर्म अधिक चांगल्या रीतीने समजावून घेऊ शकतो. ही बुद्धिमत्ता आपल्याला प्रत्येक गोष्टीच्या मुळाशी जायला मदत करते. सर्व भेदांच्या पलीकडील एकात्मता दाखविते. धर्माधर्मातील भेद आणि कर्मकांडे तसेच त्यांच्या अंधश्रद्धा यांच्या पलीकडे पहायला शिकविते व त्यातील मूलभूत आध्यात्मिक सार लक्षात आणून देते.

उच्च आध्यात्मिक बुद्धिमत्ता असलेली व्यक्ती कोणत्याही धर्माचे उत्तम पालन करू शकते. अशी व्यक्ती संकुचितपणा, हट्ट, दुराग्रह, कट्टरपणा, पूर्वग्रह यापासून मुक्त असते. तसेच अजिबात धार्मिक नसलेली व्यक्ती खूप चांगल्या आध्यात्मिक बुद्धिमत्तेची असू शकते.

आध्यात्मिक बुद्धिमत्ता आपल्याला आंतर वैयक्तिक आणि व्यक्तीअंतर्गत (interpersonal and intrapetsonal) बाबींमध्ये समन्वय शिकविते. अशा व्यक्तीचे स्वत:शी आणि इतरांशी उत्तम नाते प्रस्थापित होत असते. गोलमन यांनी प्रतिपादलेली भावनिक बुद्धिमत्तादेखील जरी स्वतःच्या भावना जाणणे व इतरांच्याही भावना जाणणे या गोष्टी घडविते, परंतु आध्यात्मिक बुद्धिमत्ता दोन्हीतील दरी भरून काढते आणि एकात्मिक दृष्टीने पहायला शिकविते.

आपल्या अत्युच्च संभाव्य अशा विकासापर्यंत आध्यात्मिक बुद्धिमत्ता पोहचवू शकते. आपल्या जीवनाच्या सर्वसाधारण पातळीवर जगत असताना आपण अहंकारी, स्वार्थी, जडवादी व व्यवहारी भूमिकेतून जगत असतो, परंतु आपल्या अंतरंगात मात्र चांगले सदाचारी परिपूर्ण, सुंदर, उदार, निःस्वार्थ व उदात्त जीवन जगण्याची ओढ व इच्छा असते. आध्यात्मिक बुद्धिमत्ता आपल्या नेहमीच्या निम्न पातळीवरील जीवनापासून वर उठून आपल्यातील आध्यात्मिक क्षमता ओळखण्याच्या व त्या पूर्णतः विकसित करण्याच्या दिशेकडे घेऊन जाते अधिक अर्थपूर्ण जीवनाकडे घेऊन जाते.

आणि शेवटी महत्त्वाचे म्हणजे आध्यात्मिक बुद्धिमत्ता ही आपल्याला चांगले-वाईट, जीवन-मृत्यू, सुख-दुःख अशा सनातन द्वंद्वाविषयी तारतम्य अथवा विवेक बाळगायला शिकविते. मानवी जीवनातील कूट समस्यांविषयी वृथा समर्थन किंवा भावनातिरेक यापासून मुक्त ठेवते. सर्वकाही मोकळेपणाने स्वीकारण्याची प्रगल्भता शिकविते.

प्रकरण २
आध्यात्मिक बुद्धिमत्तेवरील संशोधन

आजकाल प्रत्येक क्षेत्रात आणि ज्ञानशाखेत अनंत प्रश्नांबाबत अविरत संशोधन घडत असते. अशा संशोधनातून सातत्याने ज्ञानाची निर्मिती होत असते. संशोधनातून मिळालेल्या निष्कर्षांमुळे त्या प्रश्नांवर नवा प्रकाशझोत पडत असतो. शैक्षणिक मानसशास्त्राचे क्षेत्रही याला अपवाद नाही. या क्षेत्रातील संशोधनाचा शैक्षणिक व्यवहाराशी अतूट संबंध असतो. सर्जनशीलता, भावनिक बुद्धिमत्ता, बहुविध बुद्धिमत्ता, स्मरणशक्ती इत्यादी विषयांमागे प्रायोगिक संशोधनाची पार्श्वभूमी असल्याचे दिसून येईल. आध्यात्मिक बुद्धिमत्तेच्या संकल्पनेबाबतही हेच म्हणता येईल. आध्यात्मिक वृत्तीबाबतची सैद्धांतिक पार्श्वभूमी जरी तत्त्वज्ञान, अध्यात्म व धर्म या विचारांकडून आलेली असली तरी आधुनिक मानसशास्त्रज्ञांनी या आध्यात्मिक वृत्तीला आध्यात्मिक बुद्धीच्या परिभाषेत बसवून तिच्या प्रायोगिक संशोधनाच्या आधारे अभ्यास करण्याचा प्रयत्न केला आहे. तसेच मेंदूतील घडामोडींशी व मज्जासंस्थेशी तिचा संबंध लावण्याचा प्रयत्न केला आहे. सदरची ही सर्व संशोधने अत्यंत उत्कंठावर्धक व प्रोत्साहक आहेत. यातील काही महत्त्वाच्या निवडक संशोधनांचा संक्षिप्त आढावा पुढीलप्रमाणे घेता येईल.

डॅना झोहर यांचे आध्यात्मिक बुद्धिमत्तेवरील प्रायोगिक संशोधनाचे निष्कर्ष

तार्किक आणि भावनिक या दोन्हींपेक्षा आपला मेंदू तिसऱ्या प्रकारेही विचार करू शकतो आणि म्हणून तार्किक बुद्धिमत्ता व भावनिक बुद्धिमत्ता या खेरीज तिसऱ्या बुद्धिमत्तेची शक्यता निर्माण झाली. विसाव्या शतकातील बोधात्मक मानसशास्त्राच्या पार्श्वभूमीवर अश्या बुद्धिमत्तेची शक्यता पडताळणे

ही नावीन्यपूर्ण बाब ठरली. त्यामुळे आध्यात्मिक बुद्धिमत्ता असा शब्दप्रयोग व संकल्पना डॅना झोहर यांचे आधी मांडल्याचे आढळत नाही. आध्यात्मिकता हा विषय केवळ धर्म व तत्त्वज्ञान यांच्याच अखत्यारीतील मानला गेला होता आणि त्याचा विचार मानसशास्त्रामध्ये करण्याचे प्रयोजन दिसत नव्हते. डॅना झोहर यांनी प्रथमतः आध्यात्मिक बुद्धिमत्ता ही संकल्पना स्पष्ट करून तिला मानसशास्त्रीय स्वरूप दिले आणि आवश्यक ते प्रायोगिक अधिष्ठान पुरविले.

झोहर यांचे प्रायोगिक संशोधनांचे निष्कर्ष खालीलप्रमाणे सांगता येतील.

- संपूर्ण मेंदूमध्ये ४० हर्ट्‌झ कंपने चालू असतात.
- या ४० हर्ट्‌झ कंपनांचा संबंध मेंदूतील जाणिवावस्थेशी असतो.
- ही कंपने व्यक्तीचे वैयक्तिक असे संवेदनात्मक (perceptual) आणि बोधात्मक (cognitive) घटना व प्रसंग मेंदूमध्ये अधिक अर्थपूर्ण व एकात्मिक पद्धतीने संग्रहीतपणे धरून ठेवतात.
- या कंपन्यांच्या निर्मितीमागे एक विशिष्ट प्रकारची विद्युतभारित कण प्रक्रिया (ion channel activity) कारणीभूत असते. या सर्वच प्रक्रियेला एक 'उर्जापुंज पैलू' (quantum dimension) लाभलेला असतो.

यावरून झोहर यांचे असे म्हणणे आहे की, ४० हर्ट्‌झची कंपने हा आध्यात्मिक बुद्धिमत्तेचा मज्जाविषयक आधार (neural basis) आहे. ही कंपने आपल्या जाणिवावस्थेशी निगडित आहेत. या द्वारे आपली आध्यात्मिक बुद्धिमत्ता संपूर्ण जीवनाशी जोडलेली आहे. ती आपल्या जैविक उत्क्रांतीशी जोडलेली आहे.

आध्यात्मिक व्यक्तिमत्त्वासंबंधी टोड मर्फी (Todd Murphy) यांचे संशोधन

आध्यात्मिक व्यक्तिमत्त्व म्हणजे नेमके काय आणि त्याची गुणवैशिष्ट्ये कोणती याचा शरीरशास्त्रीय, मानसशास्त्रीय आणि मज्जाशास्त्रीय (phisiological, psychological and neurological) संशोधनपर अभ्यास टोड मर्फी यांनी केला. या अभ्यासावर आधारित असे त्यांचे निष्कर्ष आणि अभिप्राय थोडक्यात खालीलप्रमाणे सांगता येतील.

आध्यात्मिकतेच्या जरी अनेक व्याख्या असल्या तरी मर्फी यांना त्यांच्या संशोधनास अनुकूल अशी वैज्ञानिक व पारंपरिक अशा दोन्ही पैलूंना स्पर्श करणारी व्याख्या अपेक्षित आहे. म्हणून त्यांनी 'आध्यात्मिकता म्हणजे जाणिवेच्या बदलत्या अवस्थांना अनुकूल असणे' (Spirituality is being prone to altered states of consciousness) अशी व्याख्या गृहीत धरली. आध्यात्मिकतेला नेहमी लावले जाणारे सर्वसाधारण व लोकप्रिय निकष हे वस्तुतः याच व्याख्येचा परिणाम म्हणून असतात किंवा तिच्यात समाविष्ट असतात असे मर्फी यांना वाटते.

उदाहरणार्थ, परमेश्वराशी तादात्म्य, विश्वाशी तादात्म्य, झेन संप्रदायातील रिक्तावस्था (emptiness), इतर आत्म्यांशी माध्यम म्हणून संपर्क, दैवी शक्तीद्वारे रोगनिवारण इत्यादी. या सर्व गोष्टी व्यक्ती जेव्हा वेगळ्या विशेष अशा जाणिवावस्थेत जाते तेव्हा घडून येतात.

आपल्या जाणिवेच्या अवस्था मेंदूमधील शंख खंड (temporal lobe) या भागातून नियंत्रित होतात. आपली भाषा, दीर्घ कालीन स्मृती, भावनिक प्रतिक्रिया, स्थलावकाश जाणीव, गंधज्ञान आणि संगीत या गोष्टदेखील या भागाच्या अखत्यारीत येतात. तसेच सर्वांत महत्त्वाचे म्हणजे मानवाची स्वतःविषयीची जाणीव (Sense of self) मेंदूतील याच भागाशी संबंधित असून 'मी एक स्वतंत्र व्यक्ती आहे' अशी जाणीव त्यामुळे होते.

मेंदूचा शंखखंड हा भाग त्याच्या विशिष्ट प्रकारच्या अपस्मार सदृश (epilepsy) स्थितीबाबत प्रसिद्ध आहे. त्यामुळे Temporal Lobe Epiliepsy (TLE)अथवा 'Complex partial seizures' असे म्हटले जाते. माणसाच्या जाणीव अवस्थांच्या बदलांच्या वेळी या TLE मध्ये बदल दिसून येतात, कारण आपल्या जाणिवेच्या विविध अवस्थांचे नियंत्रण या भागातून होत असते. त्यात पुन्हा असे आढळून आले आहे की शंखखंडाच्या खालील भागात असलेल्या ॲमिगडाला (amygdala) या भागात ही प्रक्रिया सुरू होते आणि नंतर इतर भागात पसरते. या ॲमिगडालाचे एक महत्त्वाचे कार्य म्हणजे तो आपल्या क्षणाक्षणाच्या अनुभवाला अर्थपूर्णता देत राहतो. ज्या वेळी TLE प्रक्रिया मेंदूत पसरली तेव्हा विद्युतप्रक्रियेचे उद्दीपक सीमामूल्य (threshold of electric activity) थोडे खाली उतरते.

याठिकाणी मर्फी एक महत्त्वाची गोष्ट सूचित करू इच्छितात की, सर्व आध्यात्मिक अनुभवांचेवेळी जरी TLE घडून येत असली तरी सर्व TLE प्रक्रिया या आध्यात्मिक अनुभवांमुळेच असतील असे नाही.

प्रस्तुत TLE प्रक्रियेच्या तपशीलवार अभ्यासावरून मर्फी यांनी माणसाची भाषिक अविष्काराची उर्मी, कवींची प्रतिभाशक्ती, कल्पनांची अंतःस्फुरणे याविषयी जाणण्याचे प्रायोगिक प्रयत्न केले. त्यातूनच त्यांना व्यक्तीच्या आध्यात्मिकतेविषयी ओढ असल्याबाबतच्या वैशिष्ट्यांचाही अभ्यास करणे शक्य झाले.

आध्यात्मिकतेची ओढ व आवड इतर सर्व प्रकारच्या आवडींपेक्षा अधिक प्रबळ असते असे आढळून आले. इतर नव्हे तर अशा व्यक्तीला जसजशी अध्यात्माची ओढ होत जाईल तसतशी तिला आध्यात्मिक जीवन अधिकाधिक अर्थपूर्ण वाटू लागते आणि अन्य गोष्टी निरर्थक वाटू लागतात व वैराग्य किंवा विरक्ती प्राप्त होऊ लागते.

जाणीव अवस्थेच्या स्थित्यंतरानंतर आणखी एक गोष्ट घडू शकते ती म्हणजे 'भावनोत्कटता' होय. वैद्यकीय परिभाषेत जिला hyper emotionality म्हटले जाते किंवा आध्यात्मिक परिभाषेत जिला open heartedness उर्फ मनमोकळेपणा अथवा मुक्त व स्वतंत्र मन म्हणता येईल, याच अवस्थेचे वर्णन 'being filled with love' 'प्रेमभावनेने उत्कट भरून गेलेला' असे करता येते. मानसशास्त्र परिभाषेत हीच extrence vulnerability (आत्यंतिक भेदनशीलता) होय.

जाणिवेच्या असाधारण अवस्थेत कधी कधी आत्यंतिक भावनिक उद्रेक, भीती, नैराश्य, निरर्थकता दिसून येते. मात्र, जाणिवेत आध्यात्मिक स्वरूपाच्या अवस्थेत भयापासून मुक्ती, शांती व अत्यानंद अशा भावना आढळून आल्या.

वरील अभ्यासाच्या साहाय्याने मर्फी यांनी आध्यात्मिक स्वभावाच्या विविध पैलूंवर प्रकाश टाकण्याचा प्रयत्न केला. त्या त्या अवस्थानुभवांचा मेंदूतील प्रक्रियांशी संबंध जोडला. आध्यात्मिक व्यक्तींची विरक्ती, शांती, एकांतवास, गुरूचा शिष्यावर प्रभाव, शिष्याची शरणागती व नम्रता इत्यादी बाबींचा त्यांनी तपशीलवार ऊहापोह केला आहे.

१९९७ मध्ये कॅलिफोर्निया विद्यापीठातील मायकेल पर्सिंजर, व्ही. एस.

रामचंद्रन न्यूरॉलॉजिस्ट समूहाने केलेल्या संशोधनातून असे मत मांडले गेले. मानवी मेंदूमध्ये temporal lobe या भागात एक आध्यात्मिक केंद्र असून संशोधनातील प्रयुक्त व्यक्तींना आध्यात्मिक विषयांवर प्रश्न विचारल्यावर हे केंद्र सक्रिय होते. या केंद्राला त्यांनी चक्क 'The God spot' असे नाव दिले आहे.

ज्या वेळी प्रयुक्त व्यक्तींना धार्मिक किंवा आध्यात्मिक विषयांवर चर्चा करण्यास उद्युक्त केले गेले तेव्हा positron emission topography नामक तंत्राचा वापर करून scanning केले गेले तेव्हा मेंदूमधील temporal lobe भागातील मज्जापेशी उद्दीपित झालेल्या दिसून आल्या. येथे हा God spot ईश्वराचे अस्तित्व सिद्ध करतो असे म्हणावयाचे नसून, इतकेच म्हणावयाचे आहे की मानवी मेंदू हा आपले जीवन आणि सभोवतालचे अस्तित्व याविषयीची उदात्त मूल्ये आणि व्यापक अर्थपूर्णता याबाबत संवेदनशील असतो आणि अंतिमतः मूलभूत असे सर्वोच्च प्रश्न उपस्थित करतो. (Brain is programmed to ask ultimate questions.

- सिंगर (Singer) (१९९०) यांनी आपल्या संशोधनातून असे दाखवून दिले की, आपल्या मेंदूमध्ये एक अशी मज्जावेगी प्रक्रिया (neural process) घडत असते जी आपल्या अनुभवाला अर्थ देते आणि त्यांचे एकात्मिकरण करते. ही प्रक्रिया सर्व अनुभवांना एकत्रित बांधून ठेवते. सिंगर यांनी त्यांच्या संशोधनात वापरलेल्या 'unifying neural oscillation' मापन तंत्रामुळे ‘तिसऱ्या प्रकारच्या विचारांचा’ वेध घेता आला. या प्रकाराला तिसरा प्रकार म्हणण्याचे कारण असे की, तार्किक व भावनिक या पेक्षा हा प्रकार वेगळा असतो.
- मर्फी व डोनेव्हॅन (Murphy & Donovan) १९९९, शापिरो व वॉल्श (Shapiro & Walsh) १९८४, वॉल्श व वॅघॅन (Walsh & Vanghan) १९९३ इत्यादी संशोधकांच्या संशोधनातून असे दिसून आले की,
- मेंदूमधील काही भाग आध्यात्मिकतेशी संबंधित असू शकतात.
- ध्यानधारणेच्या मर्यादित सरावातूनदेखील लक्षणीय शारीरिक बदल दिसून येतात.

- ध्यानधारणेच्या अधिक सखोल सरावातून भावनिक गहनता आध्यात्मिक संवेदनशीलता यासोबत अनेक मानसशास्त्रीय लाभ घडून आलेले दिसतात.

  या तऱ्हेच्या आणखी काही संशोधनांची उदाहरणे खालीलप्रमाणे सांगता येतील.

- काही विशिष्ट आध्यात्मिक श्रद्धा आणि कृती या शारीरिक आणि मानसिक आरोग्याशी सकारात्मकतेने जोडलेल्या असतात. (रिचर्ड्स (Richards), 1999)
- आध्यात्मिक उपायांतून रोग निवारण शक्य आहे. (डोसे (Dossey) 1993)
- आध्यात्मिक श्रद्धेचे मृत्यूच्या प्रक्रियेवरही परिणाम होत असतात. (गॅलप (Gallap) 1997)
- वैद्यकीय उपचार आणि पर्यायी उपचार या दोन्हींमध्ये आध्यात्मिक स्वरूपांचे उपाय परिणामकारक ठरतात. (बॉईल (Boyle), 1999)
- जाणिवावस्थेच्या (Consciousness,) वेगवेगळ्या पातळ्यांचा तुलनात्मक अभ्यास केला असता असे लक्षात येते की इतर प्रकारच्या बुद्धिमत्तांपेक्षा आध्यात्मिक बुद्धिमत्तेची वैशिष्ट्ये लक्षणीय रित्या वेगळी दिसून येतात. आपल्याला उच्च जाणिवावस्थेचे अनुभव केव्हातरी अचानक येत असले तरी योग्य सरावातून अशा अनुभवांशी ऐच्छिकतेने संधान बांधता येते. (विल्बर Wilber १९९९)
- IQ आणि EQ या प्रकारच्या बुद्धिमत्तेत अपेक्षित असलेल्या विचारांना अनुक्रमे 'पहिल्या' आणि 'दुसऱ्या' प्रकारचा विचार असे संबोधले गेले. पहिला प्रकार म्हणजेच IQ उर्फ तार्किक बुद्धिमत्तेत मेंदूतील मज्जावेग हे फक्त तर्कशुद्ध व नियमांना बांधील असलेले विचार विशिष्ट टप्प्याटप्प्याने दिसून येतात; तर दुसऱ्या प्रकारच्या विचारात म्हणजेच EQ उर्फ भावनिक बुद्धिमत्तेच्या बाबतीत भावनिक मज्जावेगांनी उद्दीपित होऊन लक्षावधी न्यूरॉन्सचा पुंजका अन्य पुंजांबरोबर जोडला जातो, असे लक्षात आले. तिसऱ्या प्रकारची म्हणजेच SQ unitive thinking उर्फ आध्यात्मिक बुद्धिमत्ता ही

अर्थ लावण्याच्या आणि एकात्मिकरणाच्या प्रक्रियेत असल्याने तिला उद्देशून असा शब्द वापरला आहे.

- टेरॉन्स डिकॉन (Terrance Deacon) (१९९७) यांनी प्रतीकात्मक कल्पनाशक्तीच्या उत्क्रांतीची (evolution of symbolic imagination) प्रक्रिया, तिची मेंदूच्या कार्यातील भूमिका आणि तिचा आध्यात्मिक बुद्धिमत्तेशी संबंध यांचा संशोधनपर अभ्यास केला आहे.

सर्जनशीलतेशी मेंदू आणि मज्जासंस्थेचा असलेला संबंध

जीवशास्त्रीय दृष्टिकोनातून सर्जनशीलतेचा अभ्यास हे अगदी वेगळेच क्षेत्र आहे. ज्याप्रमाणे जास्त सर्जनशील आणि कमी सर्जनशील व्यक्ती मानसशास्त्रीयदृष्ट्या वेगळ्या असतात, तसेच त्या जीवशास्त्रीयदृष्ट्यादेखील वेगळ्या असतात. सर्जनशीलतेच्या जीवशास्त्रीय आधारावरील संशोधनातून साधारणतः खालील निष्कर्ष आढळले आहेत. या निष्कर्षांमध्ये वापरलेले पारिभाषिक शब्द अर्थातच जीवशास्त्र व वैद्यकीय तंत्रज्ञानातील आहेत. म्हणून त्यांचा मराठी अनुवाद करण्याऐवजी ते मूळातील इंग्लिशमधूनच ठेवले आहेत.

- सर्जनशील व्यक्तींच्या बाबतीत खालील गोष्टी वरच्या स्तरावरील आढळल्या.

  अ) Spontaneous Galvanic Response Fluctuations

  ब) Least Rate Variability

  क) Variability in EEG Alpha Amplitude
- सर्जनशील निर्मितीच्या किंवा प्रतिभाशील आविष्काराच्या काळात सर्जनशील व्यक्तींमध्ये Cortical Activity प्रक्रिया अधिक प्रमाणात आढळते.
- सर्जनशीलता अधिक प्रमाणात असलेल्या व्यक्ती 'Skin Potential Response' अधिक काळपर्यंत दाखवितात.
- डाव्या आणि उजव्या मेंदूच्या Differencial Activation शी सर्जनशीलतेचा संबंध.
- उच्चस्तरीय सर्जनशीलता असलेल्या व्यक्तींमध्ये 'Cognition

Inhibition' कमीत कमी प्रमाणात असते, असे Cognition Inhibition' मेंदूच्या Frontal lobe या भागामध्ये असते.

- सर्जनशील व्यक्तीमध्ये Low Level Cortical Action, High Level Right Hemisphere Activation आणि Low Level Frontal Lobe Activation दिसून येते.

आता आधुनिक तंत्रानुसार वेगवेगळ्या मानसिक प्रक्रियांच्या कालावधीत होणाऱ्या स्थानिक रक्त पुरवठ्याचे प्रमाण आणि मेंदूद्वारे ग्लुकोजचा स्वीकार मोजता येतो. या दृष्टिकोनातून सर्जनशीलतेच्या संदर्भात अभ्यास चालू आहेत.

'Exploring the Brain's Role in Creativity' या लेखामध्ये फ्रेड बालझॅक यांनी सर्जनशीलतेची मेंदू आणि मज्जासंस्थेचा असलेला संबंध स्पष्ट केला आहे.

विख्यात शास्त्रज्ञ अल्बर्ट आइनस्टाइन यांनी सर्जनशीलतेत मेंदूच्या सहभागाचे महत्त्व ओळखले होते. सर्जनशील व्यक्तींच्या मृत्यूनंतर त्यांच्या मेंदूची तपशील तपासणी केली जावी अशी इच्छाही त्यांनी व्यक्त केली होती. त्यानुसार आइनस्टाइनच्या मेंदूच्या मरणोत्तर तपासणीचा प्रयत्नही झाला. त्यामध्ये मेंदूतील 'ब्रॉडमनचा प्रदेश' या नावाच्या भागातील पेशींमध्ये 'ग्लायल' प्रकारच्या पेशींचे प्रमाण खूप आढळले. केनेथ हेलमैन यांच्या मतानुसार ग्लायल पेशींच्या भरपूर साठ्यामुळे साहचर्य जोडण्याची (Connectivity) क्षमता जास्त होती.

भावनिक बुद्धिमत्ता आणि मेंदूतील घडामोडी यावरील संशोधन

डॅनियल गोलमन यांनी १९९५मध्ये आपल्या Emotional Intelligence या पुस्तकात भावनिक बुद्धिमत्ता ही संकल्पना स्पष्ट केली. आजपर्यंत भावनेपेक्षा बुद्धिमत्तेला वरचे स्थान होते; पण आता भावनाही खूप महत्त्वाच्या असून जीवनात बुद्धिला भावनेची जोड मिळाल्यास कित्येक पटीने व्यक्ती यशस्वी होते. कुटुंब, शाळा, सामाजिक परिसर या सर्व ठिकाणी केवळ बौद्धिक विकासावर लक्ष केंद्रित केले जात होते. परंतु, भावनिक पैलूंकडे दुर्लक्ष करून चालणार नाही असे मत गोलमन यांनी मांडले.

आपल्यातील व इतरांमधील भावनिक संबंध नीट जुळावेत यासाठी स्वतः प्रेरित व्हावे म्हणून स्वतःच्या व इतरांच्या भावना ओळखण्याकरिता जी

पात्रता लागते ती म्हणजे 'भावनिक बुद्धिमत्ता' होय असे सांगून गोलमन यांनी भावनिक बुद्धिमत्तेचे स्वजागृती, स्वनियंत्रण, तद्नुभूती, सामाजिक कौशल्ये आणि प्रेरणा असे पाच घटक सांगितले.

भावनेचे महत्त्व विशद करताना गोलमन यांनी अगदी साधे विधान करून विवेचन सुरू केले आहे ते म्हणजे 'In a very real sense we have two minds, one that thinks and one that feels.' म्हणजेच आपल्याला खरे म्हणजे दोन मने असून, त्यातील एक मन विचार करते आहे दुसरे मन भावना अनुभवते. विचार करणाऱ्या मनाला तार्किक मन (rational mind) असे म्हटले गेले, तर भावना अनुभवणाऱ्या मनाला भावनिक मन (emotional mind) असे संबोधले गेले. पारंपरिक भाषेत हाच भेद जणू काही 'डोके आणि हृदय' (Head & Heart) या शब्दांनी उल्लेखला जात होता.

गोलमन यांचे मते विचार आणि भावना यामध्ये द्वंद्व किंवा संघर्ष नसून दोन्ही गोष्टी परस्परप पूरक असून त्या समतोल मेंदूमध्ये एकाच वेळी घडत असतो, इतकेच नव्हे तर उत्क्रांतीच्या प्रक्रियेत पूर्वी भावनिक मेंदू निर्माण झाला होता. तो अधिक प्राचीन असून विचार करू शकणारा neocortex हा मेंदूचा भाग नंतर विकसित झाला आहे. या neocortexच्या विकासानंतर अर्थातच मानवाने झपाट्याने प्रचळड प्रगती केली. इतकेच नव्हे तर त्यामुळे मानवाच्या भावनिक जीवनावरही त्यामुळे बरेच सूक्ष्म परिणाम झाले.

मेंदूमधील भावना प्रक्रियांचे स्थान म्हणून गोलमन यांनी ॲमिगडाला (Amygdala) या भागाला विशेष महत्त्व दिले आहे. ॲमिगडाला हा भाग मेंदूच्या brainstem या भागाच्या वर मध्यभागी असून तो डाव्या आणि उजव्या बाजूस बदामाच्या आकाराचा असतो. या भागातून मानवी भावनांचे निमंत्रण होत असून हा भाग काढून टाकला असता व्यक्तीमध्ये 'भावनिक अंधत्व' (affective blindness) निर्माण होत असते. ॲमिगडाला हा भाग माणसाच्या भावनिक स्मृतीचा संचय करून भावनातिरेकाने अश्रू येण्याच्या प्रक्रियेतही ॲमिगडालाचा सहभाग असतो. या ॲमिगडालाचे कार्य आणि त्याचा neocortex या भागाशी असलेला सहसंबंध यातून व्यक्तीची भावनिक बुद्धिमत्ता कार्यरत होते असे गोलमन यांनी म्हटले आहे.

त्याचप्रमाणे ॲमिगडाला या भागाचे हिप्पोकॅम्पस या भागाशी असलेल्या

सहसंबंधाविषयीदेखील गोलमन यांनी विवेचन केले आहे. हिप्पोकॅम्पस या भागात संचयित असलेल्या कोरड्या स्मृतीला ॲमिगडाला भावनिक ओलावा पुरवितो असे सांगताना गोलमन यांनी असे उदाहरण दिले आहे की, एखाद्या व्यक्तीचा चेहरा ओळखण्याचे काम जरी हिप्पोकॅम्पसने केले तरी ती व्यक्ती आपल्याला आवडते की आवडत नाही हे ॲमिगडाला सूचित करतो. यातूनच भावनिक स्मृती (emotional memory) ही संकल्पना उदयाला आली.

आपल्या जीवनात विचार आणि भावना यांचे अव्याहत नर्तन सुरूच असते. यामध्ये निर्णय घेण्यासाठी अनेकदा भावना पुढाकार घेते, विचारांना पाठबळ पुरविते त्याचप्रमाणे आपली तार्किक विचारशक्तीही भावनांचे नियंत्रण शिकविते. आपल्याला जणू दोन मने दोन बुद्धिमत्ता असतात. एक तार्किक बुद्धिमत्ता आणि दुसरी भावनिक बुद्धिमत्ता. या दोहोंपैकी कोणीतरी एका बुद्धिमत्तेचे वर्चस्व अपेक्षित नसून खऱ्या अर्थाने यशस्वी जीवनासाठी दोन्हींचा समर्पक वापर व संतुलन अपेक्षित आहे.

तर्कशुद्ध बुद्धिबरोबरच भावनेलाही वाव देण्याची शिफारस करणाऱ्या चंद्रशेखर गोखले यांच्या खालील चारोळ्या डॅनियल गोलमन यांनाही निश्चितपणे आवडतील.

- नेहमीच डोक्याने विचार करू नये
  कधी भावनांनाही वाव द्यावा
  आसुसलेल्या डोळ्यांना
  स्वप्नांचा गाव द्यावा

- माझ्या मनाचा माझ्या मेंदूशी
  छत्तीसचा आकडा आहे
  माझं मन तसं सरळ आहे
  या मेंदूचाच रस्ता वाकडा आहे

आध्यात्मिक बुद्धिमत्तेसंदर्भात मेंदूतील घडामोडींवरील संशोधन

माणसाच्या मेंदूची व कवटीची रचना अशी आहे की, त्याने आपल्या शारीरिक व मानसिक शक्तींवर ताबा मिळवावा, त्यांना योग्य दिशा दाखवावी.

मानवी मेंदूचा अभ्यास करणारे नवे शास्त्र असे सांगते की, सगळ्या सस्तन प्राण्यांमध्ये माणसाच्या मेंदूची रचना अशी आहे की त्यात दोन प्रकारच्या 'अंतर्गत संतुलन पद्धती' (Homeostasis) कार्यरत राहू शकतात. पहिल्या पद्धतीनुसार माणूस आपल्या शारीरिक शक्तिंवर ताबा मिळवू शकतो आणि दुसऱ्या प्रकारच्या पद्धतीने आपल्या अंतरंगातील मानसिक व्यवस्थेतच काही गुणांच्या मदतीने आध्यात्मिक स्वातंत्र्य मिळवितो. या मानसिक गुणांनाच वेदान्तामध्ये 'शम' आणि 'दम' अशी नावे दिली आहेत. त्यामुळे इंद्रियांवर आणि मनावर मात करता येते. योग्य वळण लावता येते.

मानवी शरीरातील या 'अंतर्गत संतुलन' पद्धतीबद्दल विशेष अशी माहिती, ग्रे वॉल्टर यांच्या Living Brain या पुस्तकात (पृ. क्र. १८ मध्ये) सापडते. ग्रे वॉल्टर हे स्त्री देहातील स्तनपान विषयक शास्त्राचे विशेष अभ्यासक होते. ते म्हणतात, ''ही अंतर्गत संतुलन पद्धती म्हणजे इतर सस्तन प्राण्यांसाठी फक्त जगात टिकून राहण्याचा विषय आहे, तर मनुष्य प्राण्यासाठी मात्र ही पद्धती म्हणजे बंधविमोचनाचा एक मार्ग आहे.''

ही अंतर्गत संतुलन पद्धती म्हणजे ग्रे वॉल्टर यांच्यामते शरीरशास्त्रातील मेंदूविषयक अशी अवस्था असते की, आध्यात्मिक त्या अवस्थेला 'योग' किंवा 'निर्वाण' असे म्हटले जाते.

आपल्या मेंदूमध्ये ज्या विविध प्रकारच्या आणि विविध कंपनसंख्येच्या लहरी (waves) आणि आंदोलने (oscillations) निर्माण होत असतात. त्यांचा EEG तंत्रानुसार तपशीलवार अभ्यास करण्यात आला आहे. या विविध लहरींच्या प्रकारांचा आणि त्यांच्याशी संबंधित असलेल्या विविध मानसिक प्रक्रियांचा आणि जाणिवावस्थांचा संबंध जोडण्यात अनेक मज्जाशास्त्रज्ञ (neuroscientists) यशस्वी झाले आहेत.

मेंदूमधील ही सर्व मज्जा आंदोलने (neural oscillations) ही मेंदूतील विद्युत प्रभारित क्षेत्रांशी (electrical fields) संबंधित असतात. ही विद्युत् क्षेत्रे एकाच वेळी आंदोलि होणाऱ्या डेन्ड्राईट्स नावाच्या तंतूमुळे होत असत. खालील कोष्टकात मेंदूतील वेगवेगळ्या लहरींच्या प्रकारांची कार्ये आणि अर्थ दिला आहे.

प्रकार	गति	केव्हा व कोठे आढळतात	त्यांचा अर्थ काय
१) डेल्टा	०.५-३.५ हर्ट्झ	गाढ झोप किंवा बेशुद्धावस्था अगदी तान्हे बाळ	मेंदू जवळजवळ काहीच करीत नाही.
२)थीटा	३.५ ते ७ हर्ट्झ	स्वप्नयुक्त झोप ३ ते ६ वर्षांची मुले	मेंदूतील एका भागातून दुसऱ्या भागाकडे माहिती संप्रेषण (हिप्पोकॅम्पस् भागाकडून कॉर्टेक्स या भागाकडे)
३) अल्फा	७ ते १३ हर्ट्झ	७ ते १४ वर्षे मुले किंवा प्रौढ	शिथिल परंतु जाणीवपूर्वक
४) बीटा	१३ ते ३० हर्ट्झ	प्रौढ	एकाग्रतापूर्वक मानसिक कार्य
५) गॅमा	४० हर्ट्झ	जागृतावस्था किंवा स्वप्न	जागरूक मेंदू सिंगर आणि ग्रे यांनी perfect feature binding शी जोडले.
६) गॅमा	२०० हर्ट्झ	अलीकडे मेंदूतील हिप्पोकॅम्पस भागात आढळला.	कार्य अजून अज्ञात

आत्तापर्यंत केले गेलेले मेंदूबाबतचे अध्ययन EEG तंत्राने केले होते. त्या तंत्रात अनेक अडचणी व मर्यादा होत्या. एका मेंदूमधील विद्युत्प्रक्रिया खूप क्षीण स्वरूपाची असते. तिचे मापन करण्यासाठी जे इलेक्ट्रोड लावले जातात ते बाहेरून लावल्यामुळे कवटी आणि डोक्याच्या त्वचेचा अडथळा निर्माण होतो. मेंदूमध्ये इलेक्ट्रोड बसविणे हे फक्त मेंदूवरील शस्त्रक्रिया करताना शक्य होते. त्यामुळे EEG तर्फे मिळणारी निरीक्षणे मर्यादित स्वरूपाची आणि मोघम अशी होती.

मेंदूमध्ये एकाच वेळी अनेक ठिकाणी सारख्याच प्रकारची आंदोलने असतात इतपत माहिती EEG मुळे कळून आली. मात्र याहीपेक्षा व्यापक स्वरूपात व अचूक स्वरूपात योग्य चित्र स्पष्ट होणे आवश्यक होते. संपूर्ण मेंदूतील जाणीव अवस्था समजून घेणे आवश्यक होते. त्यातील बोधात्मक प्रक्रिया समजून घेणे आवश्यक होते.

MEG-Magneto Encephalograph या आधुनिक तंत्रामुळे मेंदूतील मज्जाशास्त्रीय प्रक्रियांचा अधिक सूक्ष्मतेने अभ्यास करणे शक्य झाले. EEG तंत्रामध्ये मेंदूमधील विद्युत् प्रक्रिया मोजली जाते, तर MFG तंत्रामध्ये मेंदूमधील चुंबकीय प्रक्रिया मोजली जाते. यामध्ये कवटी, त्वचा इत्यादींचा अडथळा येत नाही. १९८०मध्ये MEG तंत्राचा वापर सुरू झाला आणि १९९० नंतर ते अधिक प्रगत स्वरूपात वापरले जाऊ लागले. त्यातून मेंदूच्या एकत्रित कार्याचा सखोल अभ्यास करणे शक्य झाले. मेंदूमधील अनेक संश्लीष्ट अशा आंदोलन क्रिया, त्यांची तीव्रता, त्यांची कार्ये आणि त्यांचे शारीरिक व मानसिक क्रियांबरोबरचे साहचर्य यांचा तपशीलवार अभ्यास झाला आहे.

या अभ्यासानुसार मेंदूतील ४० हर्ट्झ या तीव्रतेची जी आंदोलने असतात ती मेंदूतील जाणीव अवस्था (Consciousness) आणि आध्यात्मिक बुद्धिमत्तेसदंर्भात महत्त्वाची असते असे लक्षात आले. न्यूयॉर्क युनिव्हर्सिटी स्कूल ऑफ मेडिसीन या संस्थेतील संशोधक रोडोल्फो लिनास (Rodolfo Llinas) यांनी मन आणि शरीर यांचा संबंध अभ्यासण्यासाठी केलेले संशोधन आणि सिंगर व ग्रे (Singer & Gray) यांनी केलेले संशोधन यातून मेंदूच्या जाणिवावस्थेच्या अभ्यासाला चांगली चालना मिळाली.

डॅना झोहर यांची 'स्व'–कमल (The Lotus of the Self) संकल्पना

डॅना झोहर यांचे मते आध्यात्मिक बुद्धिमत्ता या संकल्पनेने आधुनिक मानसशास्त्राला संशोधनाचे व विचारांचे एक नवीन दालन खुले करून दिले असून आता मानवी व्यक्तिमत्त्वाचे आणि मानवी 'स्व'चे एक नवीन प्रतिमान तयार करणे आवश्यक झाले आहे. व्यक्तिमत्त्वाच्या आजपर्यंतच्या प्रतिमानांनी केवळ दोन पातळ्यांचाच विचार केला. त्यांपैकी एक होती बाह्य स्वरूपाची पातळी, ज्यामध्ये जाणिवावस्था (Conscious) व तार्किक (rationality) विचारात घेतली गेली; आणि दुसरी पातळी होती आंतरिक स्वरूपाची; ज्यामध्ये प्रामुख्याने नेणिवावस्थेतील साहचर्ये (unconscious associations) प्रेरणा (motivations) इत्यादी बाबी लक्षात घेतल्या गेल्या. आता मात्र तिसऱ्या वेगळ्याच पातळीबाबत विचार करणे गरजेचे आहे, जी मानवी व्यक्तिमत्त्वाचा मूलभूत गाभा लक्षात घेईल.

हा संदर्भ लक्षात घेऊन डॅना झोहर यांनी मानवी 'स्व' हा सहा पाकळ्यांचे कमळ असल्याची कल्पना मांडली. प्रत्येक पाकळीचा बाह्य भाग हा अहंकार (ego) संबंधित असून तो सहा प्रकारच्या व्यक्तिमत्त्व प्रकारांशी निगडित असतो. यासाठी झोहर यांनी जे. एफ. हॉलंडने सुचविलेले व्यवसाय मार्गदर्शनाधारित असे सहा व्यक्तिमत्त्व प्रकार विचारात घेतले आहेत. त्याचबरोबर त्यांनी युंगने सुचविलेले सहा व्यक्ती प्रकार आणि कॅटेलने प्रतिपादिलेले प्रेरणाधारित व्यक्ती प्रकारदेखील विचारात घेतले.

आपल्या जाणिवावस्थेतील व्यक्तिमत्त्वाची मुख्य वैशिष्ट्ये आपल्याला या कमळाच्या पाकळ्यांवर वितरित झालेली दिसून येतात. प्रत्येक पाकळीतील आणखी खोलवरच्या पातळीवर आपल्या नेणिवावस्थेतील साहचर्ये आणि प्रेरणा वसत असतात. त्याच्याही खोलवरच्या पातळीत युंगने वर्णिलेली नेणिवावस्थेतील पुरातन वैशिष्ट्ये (Unconscious Archetypes) दडलेले असतात. कमळाच्या मुळाशी 'स्व'चे मूलभूत तत्त्व असते जेथून आपण ऊर्जा मिळवितो आणि परिवर्तनाची क्षमता प्राप्त करतो.

झोहर यांनी या सहा पाकळ्यांच्या कमळाच्या प्रतीकाद्वारे व्यक्तिमत्त्वाचे सहा प्रकार, आध्यात्मिकदृष्ट्या व्यक्तिमत्त्व समृद्धीचे सहा मार्ग तसेच आध्यात्मिक बुद्धिमत्ता विकासाचे सहा मार्ग यांची चर्चा केली आहे. त्यांच्या या विवेचनावरून

व्यक्तिला आपला व्यक्तिमत्त्व प्रकार ओळखणे आणि त्यामध्ये आध्यात्मिक स्वरूपाचे परिवर्तन घडवून आणणे शक्य होते.

ही चर्चा करीत असताना डॅना झोहर यांनी भारतीय कुंडलिनी योग; तसेच बौद्ध, ज्यू, ग्रीक इत्यादी प्राचीन परंपरांमधील समांतर संदर्भांची चर्चा केली आहे.

विगल्सवर्थ यांचे आध्यात्मिक बुद्धिमत्तेचे प्रतिमान

CPI (Conscious Pursuits Inc.) चे संस्थापक सिंडी विगल्सवर्थ (Cindy wigglesworth) यांनी आध्यात्मिक बुद्धिमत्तेचे स्वरूप आणि तिचे अन्य प्रकारच्या बुद्धिमत्तेशी असलेला संबंध एका साध्या प्रतिमानाच्या (model) साहाय्याने स्पष्ट केला आहे. या प्रतिमानात त्यांनी चार प्रकारच्या बुद्धिमत्ता आणि त्यांच्याशी संबंधित बुद्धिगुणांक विचारात घेतला असून त्यांची त्रिकोणी पिरॅमिड स्वरूपात उतरंड मांडून रचना केली आहे.

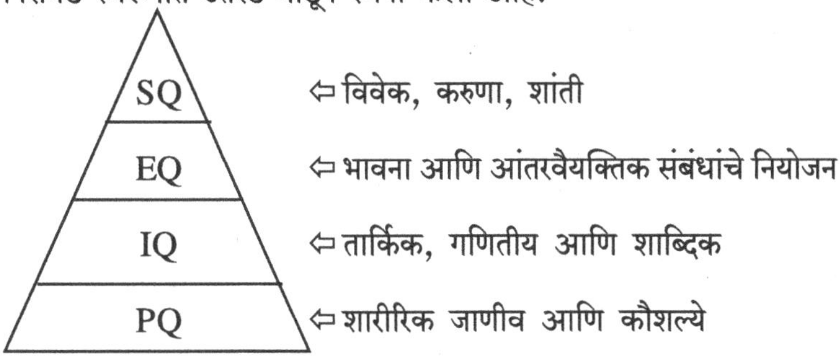

- SQ - Spiritual Quotient आध्यात्मिक बुद्धिगुणांक
- EQ- Emotional Quotientभावनिक बुद्धिगुणांक
- IQ - Intelligence Quotient (तार्किक) बुद्धिगुणांक
- PQ - Physical Quotient शारीरिक बुद्धिगुणांक

यामध्ये शारीरिक बुद्धिमत्ता ही सर्वांत प्रथम येणारी असून, मूलभूत बुद्धिमत्ता म्हणून ग्राह्य धरली आहे. ही अगदी शैशवावस्थेपासून विकसित होऊ लागते. हातापायांच्या, बोटांच्या हालचाली शिकणे, रांगायला शिकवणे, चालायला शिकवणे तसेच अन्य प्रकारच्या कौशल्यपूर्वक शारीरिक हालचाली शिकणे यासाठी ही शारीरिक बुद्धिमत्ता कारणीभूत असते. त्यानंतर येणारी IQ

ही मानसशास्त्रात सर्वसाधारणपणे पारंपरिक व प्रचलितपणे बुद्धिमत्ता म्हणूनच प्रसिद्ध असलेली आणि जिच्याबाबत सर्वप्रथम गुणांक काढण्याची कल्पना उदयास आली अशी बुद्धिमत्ता होय. या बुद्धिमत्तेचे मापन करताना साधारणतः जे घटक मोजले जातात त्यावरून या बुद्धिमत्तेला तार्किक, गणितीय आणि शाब्दिक स्वरूपाची बुद्धिमत्ता म्हणता येईल. आजपर्यंतच्या शालेय शिक्षणात याच बुद्धिमत्तेवर भर देण्यात आला आहे.

भावनिक बुद्धिमत्ता (Emotional Intelligence) ही भावनांची योग्य जाणीव, त्यांचे योग्य समायोजन व इतरांशी यशस्वी सहसंबंध यांच्याशी निगडित असते. उद्योगधंद्यांमध्ये यश संपादण्यासाठी ही बुद्धिमत्ता उपयुक्त ठरते असे दिसून आले आहे. डॅनियल गोलमन (Daniel Goleman) यांच्या संशोधन लेखनातून भावनिक बुद्धिमत्तेचे स्वरूप आणि कार्य सविस्तरपणे उलगडले आहे, तसेच तिच्या मापनाविषयीदेखील दिग्दर्शन केले आहे.

आध्यात्मिक बुद्धिमत्ता आणि भावनिक बुद्धिमत्ता यांचा परस्परसंबंध

विगल्सवर्थ यांचे मते आध्यात्मिक बुद्धिमत्ता आणि भावनिक बुद्धिमत्ता या परस्परसंबंधित परंतु स्वतंत्र अशा बुद्धिमत्ता असतात. आध्यात्मिक विकासासाठी व्यक्तीमध्ये थोडी का होईना भावनिक बुद्धिमत्ता आवश्यक असते. थोडीशी आत्मजाणीव (Self-awareness) आणि तद्नुभूती (empathy) आवश्यक असते. नंतर एकदा का आध्यात्मिक विकास सुरू झाला व आध्यात्मिक बुद्धिमत्तेच्या साहाय्याने भावनिक बुद्धिमत्तेचे प्रबलीकरण होऊ लागते आणि त्याचबरोबर भावनिक बुद्धिमत्ता आध्यात्मिक बुद्धिमत्तेचे पोषण करू लागते. दोन्ही बुद्धिमत्ता एकमेकींचे धनात्मक प्रबलीकरण करू लागतात.

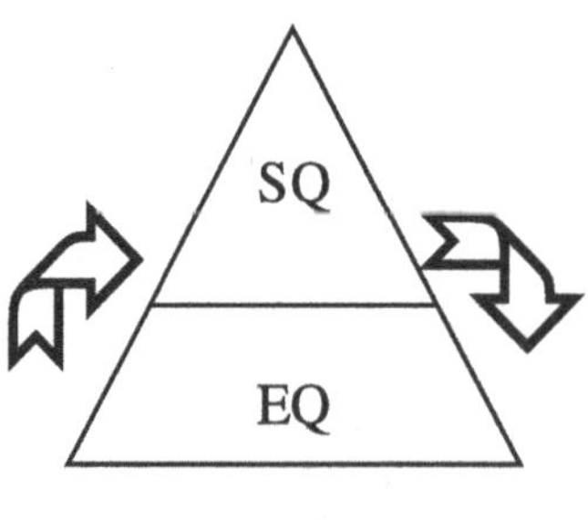

भावनिक बुद्धिमत्तेची वाढ आध्यात्मिक बुद्धिमत्ता वाढविते आणि आध्यात्मिक बुद्धिमत्तेची वाढ भावनिक बुद्धिमत्तेच्या वाढीला पोषक ठरते.

आध्यात्मिकता

आध्यात्मिक बुद्धिमत्ता ही संकल्पना स्पष्ट करताना विगल्सवर्थ यांनी 'आध्यात्मिकता' म्हणजे काय याचाही स्पष्ट ऊहापोह केला आहे. आध्यात्मिकता शब्दाची व्याख्या करताना त्यांनी आध्यात्मिकता म्हणजे स्वतःला आपल्यापेक्षा काही तरी महान गोष्टीशी जोडण्याची उपजत मानवी गरज होय, असे म्हटले आहे. (Spirituality is the innate human need to connect with something larger than ourselves.)

वरील व्याख्येतील 'आपल्यापेक्षा काहीतरी महान' ही संकल्पना स्पष्ट करताना आपल्या संकुचित अहं भावनेपेक्षा महान किंवा त्याच्या पलीकडचे असे त्यांना म्हणावयाचे आहे. त्यात पुन्हा त्यांनी या महान गोष्टीची उभी आणि आडवी (vertical and horizontal) अशी विभागणी केली आहे. त्या महान गोष्टीचा उभा पैलू म्हणजे काहीतरी पवित्र, दैवी स्थलातीत, कालातीत अशी सर्वोच्च शक्ती अथवा सर्वश्रेष्ठ चैतन्य किंवा स्रोत असे त्यांनी म्हटले आहे. या स्रोताशी आपण जोडले जावे आणि त्याकडून आपल्याला मार्गदर्शन मिळावे अशी मानवाची इच्छा असते.

तसेच या महान गोष्टीचा आडवा पैलू म्हणजे सर्व मानवजात आणि एकंदरीत पृथ्वीवरील सजीवांच्या भल्यासाठी सेवारत राहणे होय.

आध्यात्मिक नेतृत्व

आपल्या संशोधनपर कार्यशाळांमधून विगल्सवर्थ यांनी हजारो व्यक्तींना प्रश्न विचारून त्यांची आध्यात्मिक नेतृत्व आणि तत्संबंधित गुणवैशिष्ट्यांची माहिती घेतली. ही माहिती घेताना त्यांनी खालीलप्रमाणे दोन साधे प्रश्न विचारले.

- तुमच्या जीवनावर ज्यांनी प्रभाव टाकला अशा आध्यात्मिक महापुरुषांची अथवा गुरुंची नावे लिहा.
- त्या गुरुंमधील तुमच्यावर प्रभाव पडण्यास कारणीभूत असलेल्या गुणवैशिष्ट्यांची यादी करा.

विगल्सवर्थ यांना या गुणवैशिष्ट्यांची यादी बहुतांश समान आढळून आली. आध्यात्मिक नेतृत्व करणाऱ्या महापुरुषांच्या यादीत त्यांना धर्मगुरू, शांतिप्रवर्तक, तत्त्वज्ञ, शिक्षक, मार्गदर्शक, समुपदेशक, वैचारिक लेखक,

कौटुंबिक सदस्य अशा व्यक्तींचा समावेश दिसून आला. तसेच या व्यक्तींच्या विषयी गुणवैशिष्ट्यांच्या यादीत प्रेमळपणा, दयाळूपणा, क्षमाशील, शांती, धैर्य, प्रामाणिकपणा, औदार्य, श्रद्धा, ज्ञान आणि प्रेरकता या वैशिष्ट्यांचा प्रामुख्याने अंतर्भाव होता.

या सर्व वैशिष्ट्यांच्या आधारे या सर्व व्यक्ती आध्यात्मिकदृष्ट्या बुद्धिमान (Spiritually intelligence) असल्याचे अनुमान विगल्सवर्थ यांनी काढले. तसेच महत्त्वाचे म्हणजे त्यांनी आध्यात्मिक बुद्धिमत्तेचा वेध घेताना तिला जाणीवपूर्वक विशिष्ट धार्मिक श्रद्धा मान्यता, पारंपरिक समजुती, धार्मिक मतांधता इत्यादीपासून दूर ठेवण्याचा प्रयत्न केला. तसेच आध्यात्मिक बुद्धिमत्तेची व्याख्या करताना ती अशा घटकांपासून दूर ठेवून शुद्ध कौशल्ये आणि क्षमता यावर आधारित असावी अशी त्यांची अपेक्षा होती. त्यानुसार त्यांनी ती व्याख्या खालीलप्रमाणे मांडली.

The ability to behave with Wisdom and Compassion while maintaining inner and outer peace (equanimity) regardless of the circumstances.

कोणत्याही परिस्थितीत आंतरिक आणि बाह्य शांतिचे समायोजन करीत विवेकपूर्ण आणि करुणामय वर्तन करण्याची क्षमता म्हणजे आध्यात्मिक बुद्धिमत्ता होय.

वरील व्याख्येतील 'विवेकं आणि' करुणा' या गोष्टी प्रेमाचे प्रकटीकरण असतात असे विगल्सवर्थ यांचे म्हणणे आहे. येथे 'वर्तन' शब्दावर विशेष भर देण्यात आला असून शारीरिक व मानसिक शांती राखून इतरांशी करुणापूर्ण व विवेकपूर्ण रीतीने वागायचे आहे. तसेच 'कोणत्याही परिस्थितीत' म्हणजे विसंगत, प्रतिकूल अथवा तणावपूर्ण परिस्थितीतदेखील शांती राखणे आवश्यक आहे. त्याचप्रमाणे कोणत्याही परिस्थितीत म्हणजे सदासर्वकाळ असाही अर्थ अभिप्रेत आहे.

या व्याख्येप्रमाणे ज्यांचे व्यक्तिमत्त्व आणि वर्तन असते त्यांना आपण आध्यात्मिक गुरू म्हणून मनोमन मान्यता देतो, आदर देतो व त्यांचे आध्यात्मिक नेतृत्व स्वीकारतो असे विगल्सवर्थ यांना सुचवायचे आहे.

वरील स्वनिर्मित व्याख्या आधारभूत मानून विगल्सवर्थ यांनी आध्यात्मिक बुद्धिमत्तेची कौशल्ये चार खंडांमध्ये निश्चित केली आहेत.

<table>
<tr><th colspan="2">आध्यात्मिक बुद्धिमत्ता कौशल्ये खंड
SQ Skills</th></tr>
<tr><th>उच्च 'स्व'–जाणीव/ अहंभाव जाणीव
Higher Self/Ego self Awareness</th><th>वैश्विक जाणीव
Universal Awareness</th></tr>
<tr><td>१) स्वतःच्या जागतिक दृष्टिकोनाची जाणीव
२) जीवन ध्येयाविषयी जाणीव
३) मूल्यांच्या महत्ताक्रमाची जाणीव
४) आंतरिक विचारांची संमिश्रता
५) उच्च आत्मभाव जाणीव</td><td>६) सर्व सजीवांच्या परस्परसंबंधांची जाणीव
७) इतरांच्या जागतिक दृष्टिकोना–विषयी जाणीव
८) स्थल/काल अवबोधाची जाणीव
९) मानवी अवबोधाचे सामर्थ्य आणि मर्यादा यांची जाणीव
१०) आध्यात्मिक नियमांची जाणीव आणि अहंभाव जाणीव
११) भावातीत एकात्मतेचा अनुभव</td></tr>
<tr><td>उच्च स्व / अहंभाव प्रभुत्व
Higher self/ Ego self mastery
१२) आध्यात्मिक प्रगती विषयक बांधिलकी
१३) उच्च आत्मभावाकडे सूत्रे सोपविणे
१४) जीवनध्येयानुसार आणि मूल्यांनुसार वर्तन
१५) श्रद्धेचे जतन
१६) आत्म्याकडून मार्गदर्शन</td><td>सामाजिक प्रभुत्व / आध्यात्मिक गुरू
Social Mastery / spiritual Presemce
१७) ज्ञानी आणि प्रभावी आध्यात्मिक शिक्षक / गुरू
१८) ज्ञानी आणि प्रभावी परिवर्तक
१९) विवेकी आणि करुणापूर्ण निर्णय
२०) शांत व पीडा निवारक (healing) व्यक्तित्व
२१) जीवनाच्या प्रवाहाशी समरस</td></tr>
</table>

वरीलपैकी प्रत्येक कौशल्य खंडाचे ५ संपादन पातळ्यांमध्ये वर्णन आहे. त्यात पातळी १ पासून ५ पर्यंत वाढत्या तीव्रतेत सदर कौशल्ये मांडली जातात. येथे अर्थातच ० पातळी म्हणजे त्या विशिष्ट कौशल्याचा विकास सुरूच झाला नाही असे गृहीत धरायचे, तर पातळी ५ म्हणजे त्या कौशल्याचा सर्वोच्च विकास होय. मात्र, सर्वोच्च म्हणजे त्या कौशल्याचा विकास थांबला असे नव्हे; कारण त्याचा आणखी उत्तरोत्तर विकास होण्यास सतत वाव असतोच.

विगल्सवर्थ यांनी या कौशल्य पातळींचा उपयोग अध्यात्म बुद्धिमत्तेचे मापन करण्यासाठी केला.

आध्यात्मिक बुद्धिमत्तेवरील संशोधनातून असे लक्षात येऊ लागले आहे की, अनेक प्रकारच्या बुद्धिमत्तांपैकी एक प्रकारची बुद्धिमत्ता असून ती बऱ्यापैकी स्वतंत्र विकसित करता येऊ शकते. आध्यात्मिक बुद्धिमत्तेचा जाणण्याच्या अथवा ज्ञानसंपादनाच्या विविध मार्गांशी संबंध असून मन आणि आत्मा यांचे अंतर्गत जीवन बाह्य जीवनाशी कशा एकात्मिक पद्धतीने जोडलेले असते या प्रमुख बाबीशी ही बुद्धिमत्ता निगडित असते. ही आध्यात्मिक बुद्धिमत्ता जिज्ञासा, पृच्छा आणि सराव साधना यांच्याद्वारे जोपासता येते. तिच्या विकासामध्ये आध्यात्मिक अनुभवांचादेखील मोठा वाटा असतो. आध्यात्मिक प्रगल्भता ही दैनंदिन व्यवहारात विवेकपूर्ण आणि करुणा कृतीतून व्यक्त होते. उत्तम मानसिक स्वास्थ आणि व्यक्तिचा निकोप विकास यासाठी आध्यात्मिक बुद्धी खूप आवश्यक आहे.

प्रकरण ३
आध्यात्मिक बुद्धिमत्तेचे मापन

मानवाच्या एकंदरीत सर्वांगीण विकासामध्ये आणि जीवनाच्या सार्थकतेमध्ये आध्यात्मिक बुद्धिमत्ता खूप महत्त्वाची भूमिका बजावते. जीवनातील अर्थपूर्णतेची उत्तुंग झेप माणूस त्याच्यातील आध्यात्मिक बुद्धिमुळे घेऊ शकला आहे. ही आध्यात्मिक बुद्धिमत्ता प्रत्येक व्यक्तीमध्ये काही काही प्रमाणात अस्तित्वात असते आणि ती योग्य शिक्षण आणि साधनेतून विकसित करता येते. यावरून अर्थातच आध्यात्मिक बुद्धिमत्तेचे मापनही महत्त्वाचे ठरते. मापन शक्य झाले की त्याबाबत विकसन करण्याच्या दृष्टीने मार्गदर्शन करता येते. अन्य व्यक्तींशी तुलना करणे शक्य होते.

असे असले तरी आध्यात्मिक बुद्धिमत्तेचे मापन करणे ही तितकीशी सोपी गोष्ट नाही. त्यामध्ये अनेक अडचणी उद्भवतात. आध्यात्मिक बुद्धिमत्तेच्या चाचणीमध्ये नेमके कशा स्वरूपाचे प्रश्न असावेत हे ठरविणे अवघड आहे. तर गुणदान पद्धतीत वस्तुनिष्ठता आणणेदेखील कठीण गोष्ट आहे. आध्यात्मिक बुद्धिमत्ता ही नेहमी सर्जनशीलतेप्रमाणे नवीन नवीन बाबतीत वेगवेगळ्या तऱ्हांनी प्रकट होत असते. आविष्कृत होत असते. ती कधीही एकाच चाकोरीत राहणारी गोष्ट नाही, त्यामुळे व्यक्तीच्या कोणत्या प्रतिसादानुसार तिची आध्यात्मिक बुद्धिमत्ता मोजावी हे ठरविणे जिकिरीचे होऊन बसते.

असे असूनदेखील आध्यात्मिक बुद्धिमत्ता मापनाचे चांगले प्रयत्न केले गेले आहेत. त्यांचा संक्षिप्त आढावा पुढीलप्रमाणे:

●आध्यात्मिक बुद्धिमत्तेचे मापन हे बहुतांशी स्वयं अहवालावरच अवलंबून आहे. डेव्हिड किंग आणि टेरेसा एल. डीसिको (David King and Teressa L. Decicco) यांनी आध्यात्मिक बुद्धिमत्ता मापनासाठी स्वयं अहवाल मापन तयार केले. त्याला त्यांनी 'Spiritual Intelligence Self-Report Inventory

(SISI) असे नाव दिले. ही Inventory उर्फ शोधिका तयार करताना त्यांनी दोन मोठ्या विद्यापीठातील न्यादर्शाचा उपयोग करून मानसमितीचे संख्याशास्त्रीय आधार पुरविले.

● सिंडी विगल्सवर्थ (Cindy Wigglesworth) यांनदेखील निकष वैधता (Criterion validity) आणि रचनात्मक वैधता(Construct validity) यांचे निकष पाळून संख्याशास्त्रीय अशा लक्षणीय न्यादर्शावर चाचण्या घेऊन आध्यात्मिक बुद्धिमत्तेची स्वयं मूल्यमापन शोधिका तयार केली व तिला त्यांनी SQZI असे नाव दिले. त्यांचे आध्यात्मिक बुद्धिमत्तेचे प्रतिमान आणि स्वयंमूल्यमापन शोधिका औद्योगिक व व्यवस्थापकीय क्षेत्रात यशस्वीपणे वापरले जात आहेत.

कुमार आणि मेहता यांनी तयार केलेले आध्यात्मिक बुद्धिमत्तेचे मूल्यमापन साधन SSI : Kumar & Mehta, 2011 या नावाने ओळखले जाते. ही स्वयं अहवाल स्वरूप मापिका पौगंडावस्थेतील मुलामुलींसाठी उपयुक्त असून त्यामध्ये एकूण २० बाबी आहेत. ही मापिका श्रेणी (Scale) स्वरूपाची असून तिचा मूळ हेतू पौर्वात्य तत्त्वज्ञानाने बांधलेल्या सामूहिक संस्कृतीमध्ये आध्यात्मिक बुद्धिची रुजवणूक करणे आणि तिचे मूल्यांकन करणे असा होता. प्रस्तुत श्रेणी ही लिकर्ट श्रेणी (Likert Scale) वर आधारलेली असून ती फक्त १० मिनिटांमध्ये पूर्ण करता येते.

आध्यात्मिक बुद्धिमत्तेच्या मापनासाठी डॅना झोहर आणि इअॅन मार्शल यांनी गृहीत धरलेले घटक

डॅना झोहर आणि इअॅन मार्शल यांचे मते आध्यात्मिक बुद्धिमत्ता ही व्यक्तीला तिच्या भीती, लोभ, अहंकार यांसारख्या निम्न श्रेणीच्या प्रेरणांची जाणीव करून देते आणि सर्जनशीलता, लोकसेवा, परोपकार अशा उच्च श्रेणींच्या प्रेरणांसाठी प्रवृत्त करते. जीवनाचा उदात्त अर्थ उच्चमूल्ये आणि हेतुपूर्णता यांचे प्रतिनिधित्व ही बुद्धिमत्ता करते. आपल्या कृती आणि निर्णय प्रक्रिया यांच्यावर या बुद्धिमत्तेचा प्रभाव असतो.

आध्यात्मिक बुद्धिमत्तेच्या मापनासाठी झोहर आणि मार्शल यांनी व्यक्तीमधील आध्यात्मिक बुद्धिमत्तेचे निदर्शक असे काही निकष मानले

आहेत. या निकषांवर आधारित प्रश्नाचे साहाय्याने त्यांनी आध्यात्मिक बुद्धिमत्ता मोजण्याचे प्रयत्न केले. त्यांनी गृहीत धरलेले निकष खालीलप्रमाणे -

- नैतिक जाणीव-स्वतःला नैतिकतेच्या दृष्टिकोनातून जबाबदार धरणे.
- व्यक्तीच्या मूल्यांची खोली-त्यानुसार मूल्याधिष्ठित वर्तन
- मनमोकळेपणा - परमसहिष्णूता, वैचारिक भिन्नतेचा स्वीकार
- सर्जनशीलतेची क्षमता आणि दूरदर्शी नेतृत्व
- चिकित्सक विचार - वैचारिक स्वातंत्र्य
- चिंतनशील विचार
- प्रतिभा, अंतःस्फूर्ती

वरील निकषांचे निरीक्षण करीत असताना व्यक्ती, धर्म, पंथ, संप्रदाय अथवा उपासना पद्धती विचारात घेण्याची आवश्यकता नाही असे झोहर आणि मार्शल यांनी म्हटले आहे.

डॅना झोहर यांचे पद्धतीने आध्यात्मिक बुद्धिमत्तेचे मूल्यांकन

आध्यात्मिक बुद्धिमत्ता ही सर्वसाधारण तार्किक बुद्धिमत्तेप्रमाणे एकरेषीय आणि तार्किक स्वरूपाची (Linear and logical) नसल्यामुळे तिचे संख्यारूपात गुणांकन अथवा परिमाण मापन (quantification) करणे कठीण असते. डॅना झोहर यांनी यासाठी जे प्रश्न दिले आहेत ते केवळ 'स्व'-चिंतनासाठी वापरावेत अशी त्यांची सूचना आहे. प्रथम त्यांनी आपला व्यक्तिमत्त्व प्रकार ओळखण्यासाठी प्रश्न दिले आहेत. प्रत्येक व्यक्ती त्यातील अगदी एकाच प्रकारची असते असे नाही. साधारणतः दोन ते तीन प्रकारांचे मिश्रण एका व्यक्तीमध्ये असू शकते आणि त्याप्रमाणे आध्यात्मिक बुद्धिमत्ता विकसनाचेही दोन किंवा तीन प्रकारांच्या एकत्रीकरणाचे संमिश्र मार्ग असू शकतात असे त्यांना सुचवायचे आहे.

व्यक्तिमत्त्वाचे प्रकार निश्चित करण्याचे प्रश्न झोहर यांनी हॉलंड यांच्या व्यवसाय मार्गदर्शन चाचण्यांवर आधारित बनविले असून कॅटेल, युंग, मेयर-ब्रिग्ज यांच्या व्यक्तिमत्त्व चाचण्यांचाही आधार घेतला आहे.

१) पारंपरिक व्यक्तिमत्त्व (युंगनुसार बहिर्मुखी अवबोध) (Conventional Personality - Jung's Extrovert perception) तुम्हाला खालीलपैकी कोणते ५ व्यवसाय किंवा २ फुरसतीचे उपक्रम आवडतील?

- कारकून
- स्वागतिका (receptionist)
- ग्रंथालय साहाय्यक
- लेखापाल (accountant)
- इमारत निरीक्षक
- संग्रह करणे (स्टँप, नाणी, इ.)
- पत्ते खेळणे

खालील पाच प्रश्नांची 'हो' किंवा 'नाही' मध्ये उत्तरे द्या.

- मला माझे काम व्यवस्थित व पद्धतशीरपणे करायला आवडते.
- माझी मते आणि वर्तन बहुधा मध्यम मार्गी असते.
- मी माझ्या समूहाच्या (कुटुंब, शेजारी, कामावरील सहकारी) परंपरांना महत्त्व देतो.
- दैनंदिन जीवनातील प्रत्यक्ष घटनांमध्ये मला अधिक रुची आहे, त्यांच्याबाबतच्या कलात्मक किंवा तात्त्विक चर्चेत नाही.

२) सामाजिक व्यक्तिमत्त्व (युंगनुसार बहिर्मुखी भावना)

Social personality (Jung's Extroverted Feeling)

तुम्हाला खालीलपैकी कोणते ५ व्यवसाय किंवा २ फुरसतीचे उपक्रम आवडतील?

- नर्स
- शालेय शिक्षक
- समुपदेशक
- पुरोहित / उपाध्याय
- घर सांभाळणे / गृहिणी
- मैदानी खेळ
- सामाजिक क्लबचे सदस्य

खालील पाच प्रश्नांची 'हो' किंवा 'नाही' मध्ये उत्तरे द्या.

- मला अनेक प्रकारच्या लोकांशी बोलायला आवडते.

- मी दुसऱ्याची टीका करणे किंवा असहमती दाखविणे यावर कुशलतापूर्वक बोलू शकतो.
- मला लोकांना मदत करायला आणि त्यांच्याशी अनुभवांची देवाणघेवाण करायला आवडते.
- मला सहकार्याची परिस्थिती आवडते.
- मला कधी कधी असे लक्षात येते की, मला दुसऱ्याबाबत वाटते त्या पेक्षा अधिक प्रेम व सहानुभूती व्यक्त केलेली असते.

३) शोधकारक व्यक्तिमत्त्व (युंगनुसार अंतर्मुखी विचार)

Investigative Personality (Jung's Introverted Thinking)

तुम्हाला खालीलपैकी कोणते ५ व्यवसाय किंवा २ फुरसतीचे उपक्रम आवडतील?

- कॉम्प्युटर प्रोग्रॅमर
- प्रयोगशाळा तंत्रज्ञ
- अनुवादक
- डॉक्टर
- विद्यापीठीय प्राध्यापक, संशोधक
- पटावरचे खेळ (बुद्धिबळ इ.)
- वैचारिक वाचन

खालील ५ प्रश्नांची 'हो' किंवा 'नाही' मध्ये उत्तरे द्या.

- मी जे काही ऐकतो ते व्यवस्थित समजून घेण्याचा प्रयत्न करतो.
- कोणत्याही गोष्टीवरील बौद्धिक चर्चेला मी महत्त्व देतो.
- महत्त्वाचा निर्णय घेण्या अगोदर कितीही वेळ लागला तरी मी त्यावर पूर्ण चिंतन करतो.
- मी माझ्या कामाशी संबंधित तसेच कला आणि विज्ञान क्षेत्रातील नवनवीन प्रगतीबाबत माहिती घेत असतो.
- कधी कधी एखाद्या नवीन मुद्द्याकडे मी सुरुवातीला दुर्लक्ष करतो परंतु नंतर त्या मुद्द्यातील महत्त्व लक्षात घेतो.

४) कलात्मक व्यक्तिमत्त्व (युंगनुसार अंतर्मुखी अवबोध)

Artistic Personality (Jung's Introverted Perception)

तुम्हाला खालीलपैकी कोणते ५ व्यवसाय किंवा २ फुरसतीचे उपक्रम आवडतील?

- लेखक
- चित्रकार
- अभिनेता / अभिनेत्री
- संगीतकार
- वास्तुविशारद
- फोटोग्राफी
- नृत्य

खालीलपैकी ५ प्रश्नांची 'हो' किंवा 'नाही' मध्ये उत्तरे द्या.

- माझ्या मनात काही उर्मी आल्यास मी ते नेहमी व्यक्त करतो.
- लोकांना असे वाटते की, मी थोडासा विरोधाभासी किंवा धक्कादायक आहे.
- मी नेहमी नव्या कल्पनांमध्ये आणि दुर्लक्षित कारणांत रुची घेतो.
- मी दुसऱ्यांमधील मौलिकतेचे कौतुक करतो.
- एखाद्या गोष्टीच्या मूर्त स्वरूपातील तपशिलापेक्षा त्याचे सौंदर्य, अर्थ आणि एकंदरीत प्रभाव याबाबत मी अधिक रुची घेतो.

५) वास्तववादी व्यक्तिमत्त्व (युंगनुसार अंतर्मुखी भावना)

Realistic Personality (Jung's Introverted Feeling)

तुम्हाला खालीलपैकी कोणते ५ व्यवसाय किंवा २ फुरसतीचे उपक्रम आवडतील?

- स्वयंपाकी
- सुतार
- चष्मेवाला
- इंजिनियर
- शेतकरी

- घरातील किरकोळ डागडुजी
- नौकानयन

खालील ५ प्रश्नांची 'हो' किंवा 'नाही' मध्ये उत्तरे द्या.

- सामाजिक समारंभात मला फक्त आदरणीय आणि विश्वासार्ह व्यक्तींबरोबर रहायला आवडते.
- इतर लोक काहीही म्हणत असले तरी मी माझ्या मतांशी आणि नियोजनाशी ठाम राहतो.
- मला शारीरिक काम करीत असताना मग ते एकट्याने असो अथवा सामुहिक असो, आनंद मिळतो.
- माझी स्वतःची खात्री असल्याशिवाय मी कधीही वचन देत नाही.
- एखाद्या गोष्टीबाबत मला खूप तीव्रतेने मनापासून काही वाटत असूनही इतर लोकांना काही वेळा असे वाटते की मी थंड किंवा अलिप्त आहे.

६) उद्योगी व्यक्तिमत्त्व (युंगनुसार बहिर्मुखी विचार)

Enterprising Personality (Jung's Extrovert Thinking)

तुम्हाला खालीलपैकी कोणते ५ व्यवसाय किंवा २ फुरसतीचे उपक्रम आवडतील?

- विक्री प्रतिनिधी
- पर्यटन एजंट
- व्यवस्थापक / प्रशासक
- राजकारणी
- वकील
- जॅकपॉट खेळ (उदा. बिंगो, पोकर)
- पर्यटन

खालील ५ प्रश्नांची 'हो' किंवा 'नाही' मध्ये उत्तरे द्या.

- मी जेव्हा बाहेर जातो तेव्हा नीटनेटका चांगला पोशाख घालतो.
- समूहात असताना मला नेहमी लक्ष वेधून घ्यायला आवडते.
- माझ्या कामामध्ये किंवा फुरसतीच्या उपक्रमामध्ये मला थोडीफार

जोखीम घ्यायला आवडते.

- मला स्पर्धात्मक परिस्थिती आवडते.
- मी कधी कधी काही बांधिलकीमध्ये किंवा एखाद्या कृतीत वाहत जातो आणि त्याबद्दल नंतर वाईट वाटते.

वर उल्लेखिलेल्या प्रत्येक व्यक्तिमत्त्व प्रकारात एकूण १२ प्रश्न आले आहेत. म्हणजे प्रत्येक प्रकारात ० ते १२ गुण होऊ शकतात. असे सर्व प्रकारातील प्रश्नांची उत्तरे दिल्यानंतर व्यक्तिला तिच्या अभिरुचीची क्षेत्रे समजून येऊ शकतात. अशी रुची या सहांपैकी कोणत्याही एका किंवा एकापेक्षा अधिक क्षेत्रात असू शकते.

या पुढील टप्प्यात डॅना झोहर यांनी आध्यात्मिक विकासाच्या सहा मार्गांवर आधारित प्रश्नसंच दिले आहेत. व्यक्तिमत्त्व प्रकारानुसार या मार्गांपैकी एक किंवा अनेक मार्गांशी संबंधित प्रश्नांच्या प्रामाणिक उत्तरातून व्यक्तीला आपल्या आध्यात्मिक बुद्धिचा अवाका लक्षात येऊ शकतो.

या प्रत्येक मार्गाशी संबंधित प्रश्नांचे चार प्रकार केलेले आहेत. ते खालीलप्रमाणे –

- आपल्या अनुभवांचे सर्वसाधारण सर्वेक्षण
- प्रगतीतील सर्वसाधारण अडथळे
- पुढील प्रगतीसाठी काही संभाव्य बाबी
- त्या मार्गावरील आध्यात्मिक पैलू

१) कर्तव्य मार्ग

१) तुमच्या जीवनामध्ये तुम्हाला कोणत्या समूहात रहायला जास्त आवडते? कुटुंब? मित्रमैत्रिणी? कामावरील सहकारी? शेजारी जात व पंथ?

२) वरीलपैकी कोणत्याही समूहापासून तुम्ही तोडले गेला आहात काय? का? त्याबद्दल तुमच्या मनात काही कटू भावना राहिली आहे काय? काही असहमती? काही धक्कादायक अविस्मरणीय प्रसंग? अपराधी भावना? कोणत्याही समूहाच्या नियमांशी आणि परंपरांशी अजून बांधील आहात काय?

३) यातील एखाद्या समूहाशी अधिक तीव्रतेने जोडले जाणे आवडेल का? ते व्यावहारिक असेल काय?

४) तुमची सध्याची आचारसंहिता काय आहे? तिचा मूळ स्रोत कोणता? तुम्ही ती किती पाळता? तुमच्या समूहात प्रत्येकाची सुधारणा होईल यादृष्टीने त्या आचारसंहितेत काही बदल करण्याचा विचार केला आहे काय? त्याबद्दल काही कृती केली आहे काय? तुम्ही मागच्या वर्षी काही संकल्प करून तो पाळला आहे काय?

२) पोषण मार्ग

१) तुम्हाला जे काही मिळते त्याहीपेक्षा अधिक तुम्हाला इतरांना द्यायला आवडते का? किंवा पूर्वी असे वाटले होते का? आता सध्याच्या काळात किंवा पूर्वी असे लोकआहेत का ज्यांच्याकडून तुम्हाला तुम्ही त्यांना देता त्याच्यापेक्षा जास्त मिळाले आहे.

२) असे काही लोक आहेत का ज्यांच्याकडे तुम्ही दुर्लक्ष करता, त्यांना इजा करता किंवा त्यांचे विषयी आकस धरता? का? याबाबत तुम्ही एखादा सकारात्मक किंवा नकारात्मक निर्णय घेतला आहे काय?

३) असे काही लोक आहेत का ज्यांना तुम्ही मदत करू इच्छिता पण करू शकत नाही? त्याबद्दल तुम्हाला कसे वाटते? तुमच्याकडून सल्लामसलतीची अथवा मदतीची अपेक्षा नसणारे, पण तुमच्याशी जवळीकीने मैत्री करणारे आहेत काय? तुमच्या जवळच्या नातेसंबंधांशी एखाद्या अवघड विषयाबाबत तुम्ही मनमोकळे व प्रामाणिक असू शकता काय?

४) लोकांना तुमच्याशी बोलायला सहज सोपे वाटते का? तुमच्या सामाजिक वर्तुळाबाहेरील व्यक्ती जर मदतीच्या अपेक्षेने तुमच्याकडे आली तर तुम्ही त्यांना त्यांच्या गरजेसाठी मदत करता काय?

३) ज्ञान मार्ग

१) तुमच्या सभोवतालच्या व्यक्तींच्या जीवनशैलीमध्ये तुम्ही सक्रिय

अभिरुची दाखविता का? तुम्ही अलीकडे मानसशास्त्र, तत्त्वज्ञान, नीतिशास्त्र किंवा तत्सम विषयावर काही वाचले आहे काय किंवा चर्चा केली आहे काय?

२) तुम्ही एखाद्या समस्येने ग्रासला असाल तर तुम्ही ती समस्या बाजूला ठेवता की तिच्याकडे वेगळ्या दृष्टिकोनातून पाहता? बरेच दिवस रखडत पडलेल्या व्यावहारिक समस्येबाबत तुमच्यामध्ये काही संभ्रम अथवा अनिर्णित स्थितीआहे काय? या समस्यांच्या निराकरणात काही प्रगती होण्यासाठी काय व्हावे असे तुम्हाला वाटते?

३) एखाद्या वादग्रस्त युक्तिवादाबाबतीत तुम्हाला त्याच्या दोन्ही बाजूंमध्ये तथ्य आढळते का? तसे असेल तर काय होईल याच्याही पुढे तुम्ही काही प्रगती करू शकता काय? तुमच्या अंतर्दृष्टी (Intuition) च्या आधारे तुम्हाला लोकांचा अचूक अंदाज येतो काय? की लोक त्यांच्या वागण्याने तुम्हाला आश्चर्य चकित करतात.

४) तुम्ही बौद्धिकदृष्ट्या काही शोधत आहात काय? तुम्हाला नेमकी कोणती गोष्ट अधिक चांगल्या रीतीने समजून घ्यायची इच्छा आहे? यासाठी कशाची मदत होऊ शकेल? त्यासाठी तुमची अडचण कोणती आहे? तुम्हाला ती गोष्ट कितपत महत्त्वाची आहे? याबाबतीत तुमच्या आकलनाचा अभाव तुम्ही बिनदिक्कत स्वीकारू शकता काय?

४) वैयक्तिक परिवर्तन मार्ग

१) 'एखादी गोष्ट अगदी उत्कटतेने आपली असणे म्हणजे खऱ्या अर्थाने ती आपली असणे होय.' हे विधान खऱ्या अर्थाने तुमचे नातेसंबंध, व्यवसाय, कला, छंद इत्यादी बाबतीत कितपत खरे आहे? तुमच्यामध्ये अशा काही भावना आहेत का ज्या तुम्ही टाळण्याचा प्रयत्न करता?

२) अशा एखाद्या व्यक्तिची किंवा स्वप्नाची, दिवास्वप्नाची, गोष्टीची आठवण करा ज्यामुळे तुम्ही अत्यंत उत्कट अशा प्रेमभावनेने

भारावून गेला होता, परंतु त्याचा अंतिम परिणाम मात्र आनंदात होऊ शकला नाही. याबाबतीत त्या वेळी तुमच्या जीवनात काही उणेपणा अथवा अपूर्णता होती का? तुम्ही तुमचे स्वप्न वास्तवात आणण्याचा प्रयत्न केला का? जर तसे असेल तर काय घडले? तुम्ही आपले प्रयत्न दुःखामुळे, मानहानीमुळे किंवा तुच्छतेमुळे सोडून दिले का? तसे नसेल तर मग कशामुळे तुम्ही अडखळलात? नीतिनियम, दूरदर्शीपणा, भित्रेपणा की तिन्ही एकत्र? या विषयाबाबत किंवा भावनेबाबत काही अंशी तरी योग्य अभिव्यक्ती करण्याचा प्रयत्न करा. ही अभिव्यक्ती काव्यरचना, निबंध लेखक, नृत्य, संगीत विश्वासार्ह व्यक्तिशी बोलणे अशा कोणत्याही स्वरूपात असू शकेल. एखाद्या कोणत्याही भावनिक परिस्थितीत तुम्हाला भावनाभिव्यक्तीचे अनेक मार्ग सुचतात काय?

३) तुमच्या स्वतःच्या भावना आणि तळमळ तसेच तुमच्या आदरणीय कवी व लेखकाच्या, गायकाच्या भावना आणि तळमळ या जणू काही एकाच समाईक व व्यापक अशा भावनांचा भाग आहेत हे तुम्हास ठाऊक आहे काय? तुम्हाला प्रभावित करणारी, हलवून सोडणारी कलाकृती निवडा. ती कलाकृती निर्माण करणाऱ्या कलाकाराचे जीवन आणि तुमचे जीवन यांची तुलना करा. दुःखदेखील जर योग्य संदर्भात आणि परिवर्तनीय स्वरूपात सादर केले तर ते इतरांसाठी महत्त्वपूर्ण योगदान ठरू शकते हे तुमच्या लक्षात येते काय?

४) तुम्हाला खोलवर हलवून सोडणाऱ्या एखाद्या वैयक्तिक वर्तनाचे उदाहरण घ्या. त्या वर्तनातील बारकावे लक्षात घ्या. त्या वर्तनाला पूरक असणाऱ्या आणखी एखाद्या वर्तनाचे उदाहरण घ्या. दोन्ही वर्तनातील सुसंवाद शोधण्याचा प्रयत्न करा. तुम्हाला ज्या विषयी तादात्म्य पावता येईल किंवा सहानुभूती वाटेल अशी बंडखोरीच्या वर्तनाची उदाहरणे आहेत काय? यापासून तुम्ही स्वतः काय शिकू शकता.

५) बंधुत्व मार्ग

१) तुम्हाला कोणाशीही संभाषण करायला आवडते का? तुम्हाला आवडलेली इतरांबरोबरची भेट आठवा. या भेटीमधील इतर व्यक्तींच्या भूमिकेशी तुम्ही अदलाबदल केल्याची कल्पना करा. तुम्ही स्थानिक स्तरावरील नागरिकांच्या उपक्रमात सक्रिय रुची दाखविता काय?

२) असे काही लोक आहेत का ज्यांचा सहवास तुम्हाला अजिबात आवडत नाही? का? त्यांच्याबाबत तुमची भावना काय असते? (कंटाळा, भीती, राग, स्पर्धा, तिरस्कार, दुःख, आणखी काही?) हे लोक ज्या परिस्थितीमध्ये आहेत त्याच परिस्थितीमध्ये जर तुम्ही असता तर तुम्ही त्यांच्यासारखे वागला असता की त्यांच्यापेक्षा वेगळे वागला असता?

३) तुमच्यासाठी न्याय महत्त्वाचा आहे काय? सर्वांसाठी तुम्हाला न्याय महत्त्वाचा वाटतो की फक्त तुमच्या जवळच्या प्रियजनांसाठी? तुम्ही जर काही निवडक लोकांच्या न्यायासाठी जागरूक असाल तर तुमच्यात आणि त्यांच्यात समाईक गोष्टी कोणत्या आहेत?

४) मृत्यू या विषयाबाबत तुम्ही अस्वस्थ किंवा गोंधळलेले असता काय? मृत्यूनंतरच्या कोणत्याही प्रकारच्या जीवनावर? तुमचा विश्वास आहे काय? तसेच स्वर्ग, अवतार या गोष्टींवर तुमचा विश्वास आहे काय? तुमच्या कल्पनांचे किंवा कुटुंबाचे सातत्य महत्त्वाचे वाटते काय? तुम्हाला सर्व प्राणिमात्रांबाबत प्रेम आणि एकात्मतेचा अनुभव येतो काय? काही लोकांसाठी किंवा काही विशेष कारणांसाठी तुम्हाला आपले जीवन सर्वस्वी वाहून घ्यावेसे वाटेल काय?

६) सेवाभावी नेतृत्व मार्ग

१) तुम्ही कोणत्याही समूहाचे नेता म्हणून स्वीकारले गेले आहात का? त्याबद्दल तुम्हाला कसे वाटते? एखादा आदर्श समूह किंवा आदर्श समाज कसा जगावा याबाबत तुमच्यामध्ये काही ध्येयस्वप्ने किंवा तळमळ असते काय? त्याबद्दल अल्पसा का होईना तुम्ही काही

प्रयत्न करता का? असा प्रयत्न करणे तुम्ही सोडून दिले आहे काय? का? तुमच्या ध्येयस्वप्नांबाबत तुम्ही काही आणखी प्रगती करू शकता काय? त्यात काही सुधारणा हवी आहे काय?

२) समाजविषयक काही दृष्टिकोन आणि तुमची त्यातील भूमिका या गोष्टी तुम्हाला वंशपरंपरेने आल्या आहेत काय? या बाबी तुम्ही विचार न करता स्वीकार केल्या आहेत काय? आई-वडील, मित्रमैत्रिणी, कामावरील सहकारी किंवा वैवाहिक जोडीदार यांनी अपेक्षिल्याप्रमाणे तुम्ही वागणे स्वीकारले आहे काय? गोंधळलेल्या किंवा तणावजन्य परिस्थितीत तुम्ही काही घाईचे निर्णय घेतले आहेत काय? परंपरेने आलेल्या परंतु थोडेफार बदललेल्या गोष्टींमध्ये तुम्हाला रुची वाटते काय?

३) अनेक अडचणी असूनदेखील आपत्ती काळात तुम्हाला शक्तिपूर्ण वाटते काय? तुमच्या खोल अशा ध्येयस्वाप्नांना जर आव्हान दिले गेले तर तुम्ही प्रयत्न सोडून देता काय? की तुमच्या मतावर ठाम असता? एखाद्या मुद्यावर लोकांच्या पद्धतीने वादविवाद करू शकता काय?

४) ज्या गोष्टीला तुम्ही अत्यंत महत्त्व देता ती गोष्ट इतरांनी लगेच स्वीकारली जाण्याची शक्यता नसली तरी त्या गोष्टीसाठी ठामपणे उभे राहण्याची तुमची इच्छा असते का? तुम्हाला आपल्या स्वतःपलीकडील अशा काही पवित्र, दैवी, अति बुद्धिमान शक्तिस्रोतांचा अनुभव आला काय? त्या अनुभवाची तुम्ही कोणत्या तरी प्रकारे आणि कोणत्या तरी प्रमाणात अभिव्यक्ती केली आहे काय? त्या अभिव्यक्तीची तुम्ही काही व्यावहारिक आराखड्यांची कल्पना केली आहे काय?

आपल्या अंतर्गत गाभा अथवा केंद्राबाबत (Centre) प्रश्न

१) तुमच्या दैनंदिन 'स्व'-जाणिवेपेक्षा पलीकडील अशा बलशाली आध्यात्मिक शक्तीचे अस्तित्व तुम्हाला कधी जाणवले आहे काय? तसे असेल तर त्यामध्ये सर्व प्राणिमात्रांबाबतचे प्रेम आणि

एकात्मता त्यात समाविष्ट होती का? त्यासोबत तुम्हाला एक पवित्र व बुद्धिमान असा शक्तिस्रोत असल्याची जाणीव झाली का? हा अनुभव स्थल, काळ आणि आकारा पलीकडचा होता का? जाणीवपूर्वक अनुभवलेली एक अवर्णनीय पोकळी असे त्या अनुभवाचे स्वरूप होते का? यातील काही अनुभव तुमच्यासाठी कायमस्वरूपी अत्यंत महत्त्वाचे ठरले आहेत काय?

२) तुम्हाला भीतीची स्वप्ने पडतात काय? तुमचे सर्व चांगले अथवा वाईट नशीब हे काही गूढ शक्तींद्वारे नियंत्रित होत आहे असे वाटते काय? तुम्हाला कोणाशीही जवळीक साधायला अवघड वाटते काय? आयुष्य हे निरर्थक आहे असे तुम्हाला सतत वाटते काय? तुम्हाला एकटे रहायला आवडत नाही काय? (हे सर्व आध्यात्मिक शक्तीचे नकारात्मक प्रकार आहेत. आध्यात्मिक बुद्धिचा विकास करण्यासाठी नकारात्मक गोष्टींवर मात करणे आवश्यक असते.)

३) तुमच्या सहकाऱ्यांबरोबर एखाद्या तत्त्वावर झालेल्या प्रदीर्घ चर्चेनंतरही तुम्ही जर त्या सहकाऱ्याशी असहमत असाल तर तुम्ही काय कराल? वेगवेगळ्या परिस्थितींची कल्पना करून त्याची संभाव्य उत्तरे शोधा.

४) तुमच्या आयुष्यात अत्यंत खोलवर समाधानाचे क्षण आहेत का? (केवळ वरवरच्या सुखाचे सोडून) त्या वेळी तुम्ही साधारणतः काय करीत असता? हे क्षण तुम्हाला इतर वेळी प्रेरणा आणि शक्ती देतात काय? तुम्हाला जर आज रात्री मरण येणार असेल तरी तुमचे जीवन काही अर्थी सफल व सार्थक झाले आहे असे वाटते काय? कसे?

आध्यात्मिक बुद्धिमापनाची विगिल्सवर्थ यांची पद्धत

सिंडी विगिल्सवर्थ (Cindy Wigglesworth) यांनी आध्यात्मिक बुद्धिमत्तेचे मापन करण्यासाठी आध्यात्मिक बुद्धिमत्ता विषयक कौशल्यांचे चार खंड (Quadrant) मानले आहेत. ते खालीलप्रमाणे-

१) उच्च आत्मभाव जाणीव/अहंभाव जाणीव (Higher self / Ego self Awareness)

२) वैश्विक जाणीव(Universal Awareness)

३) उच्च आत्मभाव प्रभुत्व / अहंभाव प्रभुत्व (Higher self / Ego self Mastery)

४) आध्यात्मिक अस्तित्व / सामाजिक प्रभुत्व (Spiritual presence/ social Mastery)

वरीलपैकी प्रत्येक खंडामध्ये साधारणतः५ कौशल्ये मानली असून प्रत्येक कौशल्यामध्ये कौशल्य संपादनाच्या ४ ते ५ पातळ्या गृहीत धरल्या आहेत.

खंड १ मधील कौशल्यांचे नमुने खालीलप्रमाणे

खंड १- उच्च आत्मभाव जाणीव / अहंभाव जाणीव / कौशल्य पातळी

१) अहंभावात्मकतेवर होणाऱ्या कुटुंब, भूमिका आणि संस्कृती मानसशास्त्रीय परिणामांचे आकलन मी संप्रेषित करू शकतो.

२) माझा स्वतःचा अहंभाव कार्यरत असताना त्याचे निरीक्षण करणे आणि माझा अहंभाव कशामुळे उफाळून येतो याविषयी अभिप्राय देणे या क्षमता माझ्यामध्ये आहेत.

३) माझ्या अहंभावापेक्षा (Ego self) उच्च आत्मभाव (Higher self) वेगळा असून त्या उच्च आत्मभावाचा 'आवाज' मी ऐकू शकतो.

४) मी माझ्या उच्च आत्मभावाचा आवाज ऐकू शकतो आणि त्याचबरोबर अहंभावाचे बहुविध आवाज समजू शकतो. महत्त्वाच्या निर्णय प्रक्रियेत मी माझ्या उच्च आत्मभावाचे म्हणजेच आध्यात्मिक बुद्धिमत्तेचे ऐकतो.

५) माझा आध्यात्मिक आवाज अथवा उच्च आत्मभावाचा आवाज सुस्पष्ट आणि सुसंगत आहे. उच्च अथवा आध्यात्मिक आत्मभावालाच मी अधिकारयुक्त प्राधान्य देतो. माझा अहंभाव हा आध्यात्मिक आत्मभावाला सदासर्वकाळ आनंदी सेवा पुरवितो.

वर उल्लेखिलेला आवाज (Voice) हा शब्द विशेष अर्थाने वापरला असल्याचे विगिल्सवर्थ नमूद करतात. त्यांच्या मते हा आंतरिक आध्यात्मिक आवाज आपल्याशी वादविवाद करू शकतो. आपल्यावर टीका करू शकतो आणि आपण कोणत्या गोष्टी करू नयेत हे सांगतो. आपल्या अंतरंगातील हे

विविध असे विवेकपूर्ण आवाज जणू काही आपले 'संचालक मंडळ' (Board of Directors) असतात.

आंतरिक आवाजांविषयी बोलताना विगिल्सवर्थ यांनी असे आवर्जून सांगितले आहे की आपल्या सामान-- अहंभावाचे विविध आवाज आपल्याशी वादविवाद करतात, टीका करतात, संभ्रमात टाकतात. याउलट, आपला आध्यात्मिकआंतरिक आवाज मात्र शांत असतो. अहंभावाच्या विविध आवाजांच्या कोलाहलात तो लक्षात येत नाही. हा आध्यात्मिक आवाज आपल्या आशा, विवेक व नैतिक धैर्याचा आवाज असतो. तो आपला मार्गदर्शक आवाज असतो आणि आपण काय करावे हे सांगतो.

आध्यात्मिक बुद्धिमत्तेच्या मापनासाठी जेन रोडर (Jane Roder) यांनी वापरलेले निकष

जेन रोडर या Relationship Remedie या संस्थेच्या संस्थापिका असून त्या मानसशास्त्रीय व आध्यात्मिक समुपदेशक म्हणून प्रसिद्ध आहेत. मानवी सहसंबंध सुसंगत आणि सुरळीत कसे व्हावेत याविषयी त्यांचे विपुल प्रमाणात संशोधन व लेखन आहे.

आध्यात्मिक दृष्टिकोनातून रोडर यांनी मानवी वर्तनाचे भयावर आधारित वर्तन (Fear based behaviour) आणि प्रेमावर आधारित वर्तन (Love based behaviour) असे दोन प्रकार कल्पिले आहेत. आध्यात्मिक बुद्धिचा विकास म्हणजे भयाधारित वर्तनाकडून प्रेमाधारित वर्तनाकडील प्रवास होय असे त्यांचे म्हणणे आहे. या दोन प्रकारच्या वर्तनातील फरक त्यांनी खालीलप्रमाणे मांडला आहे.

भयाधारित वर्तन	प्रेमाधारित वर्तन
• यश, अपयश आणि बदलाची भीती	• यशापयश आणि बदल यांची भीतीवर मात
• नकारात्मक दृष्टिकोन	• सकारात्मक दृष्टिकोन
• स्वत:विषयी आणि इतरांविषयी प्रेमाचा अभाव	• स्वत:विषयी आणि इतरांविषयी प्रेम
• स्वत:विषयी न्यूनत्व भावना	• स्वत:विषयी आदरभाव
• राग येतो	• रागावर नियंत्रण, क्षमा भाव
• चिंता व अपराधी भाव	• चिंता व अपराधी भावापासून मुक्तता
• नैराश्य	• आनंद
• दुसऱ्याला देण्याची वृत्ती नाही	• दुसऱ्याला देण्यात आनंद
• व्यसनाधीनतेकडे ओढा	• व्यसनाधीनतेपासून मुक्त
• लाचार प्रवृत्ती	• लाचारीपासून मुक्त
• दुसऱ्याचे दोष काढण्याची वृत्ती	• परनिंदेपासून मुक्त
• प्रतिभा व सर्जनशीलतेचा अभाव	• सर्जनशील आणि प्रतिभाशाली
• लबाडी	• प्रामाणिकपणा
• बांधिलकीचा अभाव	• बांधिलकीची जाणीव आणि त्यानुसार वर्तन
• विश्वासार्हतेचा अभाव	• चांगली विश्वासार्हता
• क्षमाशीलतेचा अभाव	• उत्तम क्षमाशीलता
• इतरांना प्रभावित किंवा प्रेरित करण्यास असमर्थ	• इतरांना प्रभावित किंवा प्रेरित करू शकते
• स्वात्म जाणिवेचा अभाव	• चांगली स्वात्म जाणीव, स्वात्म निरीक्षण
• कृतज्ञतेचा अभाव	• अगदी लहानसहान गोष्टींविषयी सर्जनशीलता, कृतज्ञता वृत्ती
• संकुचित मनोवृत्ती	• उदार व विशाल मनोवृत्ती

प्रत्यक्षात आध्यात्मिक बुद्धिमत्तेचे मापन करण्यासाठी जेन रोडर यांनी अपेक्षित निकष ठरविताना पौर्वात्य व पाश्चिमात्य तत्त्वज्ञान, धर्म, संस्कृती यांचा साकल्याने विचार करून खालील मुद्दे निश्चित केले असून प्रत्येक व्यक्तीने ते आपल्यामध्ये आहेत की नाही हे शोधण्यास सुचविले आहे.

- स्वतःविषयी आणि इतरांविषयी आत्यंतिक प्रामाणिकपणा
- उच्च दर्जाची स्वात्म जाणीव
- दुःख आणि यातनांचे आनंदात रुपांतरण करण्याची कला
- अंतर्दृष्टी आणि उदात्त मूल्ये यांच्यापासून प्रेरित होण्याची वृत्ती
- कोणालाही शारीरिक किंवा मानसिक इजा न करणे
- आपण सर्व जण एकमेकांशी जोडलेले व बांधलेले आहोत ही
- विश्वाच्या भव्यतेची व अद्भुतपणाची जाणीव
- दैनंदिन जीवनातील लहानसहान गोष्टींविषयी कृतज्ञता
- ज्ञान आणि कौशल्ये यांच्या आदान-प्रदानाविषयी मनापासून आवड
- इतरांच्या जीवनात चांगले घडावे अशी इच्छा
- निसर्गाविषयी प्रेम
- चिंतनशीलता व ध्यानधारणेची आवड
- मनमोकळेपणा व हसरी वृत्ती

मापनासाठी पदनिश्चयन श्रेणीचा वापर

खालील गुणवैशिष्ट्ये आध्यात्मिक बुद्धिमत्तेशी संबंधित असून त्यावर आधारित अशा पदनिश्चयन श्रेणीतून आध्यात्मिक बुद्धिमापन शक्य होऊ शकते.

पदनिश्चयन श्रेणी -

१) कधीही नाही

२) कधी तरी

३) अधूनमधून बऱ्यापैकी

४) वारंवार

५) अगदी भरपूर वेळा

१) मी लवचीक असून परिस्थितीशी जुळवून घेतो.

२) नव्या परिस्थितीला तोंड देताना मी उत्स्फूर्त असतो.
३) माझ्यामध्ये उच्च दर्जाची स्वात्म जाणीव आहे.
४) माझ्यामध्ये शारीरिक आणि मानसिक दुःख समजून घेणे आणि त्याच्या पलीकडे जाण्याची क्षमता आहे.
५) मी स्वतःला विश्वाच्या निर्मात्याशी / ईश्वराशी जोडतो आणि माझे जीवन त्याच्या हेतूशी जोडतो.
६) मी सर्व धर्मांना अंतिम सत्याचा अंश समजतो आणि त्या सर्वांमधील समानता समजावून घेतो.
७) माझ्या बाह्य जीवनाइतकेच आंतरिक जीवनही महत्त्वाचे आहे.
८) मी जीवनाचा अर्थ आणि हेतू यांचा शोध घेतो.
९) चांगले-वाईट, बरोबर-चूक याविषयीचा माझा दृष्टिकोन दुराग्रही नसून समंजसपणाचा आहे.
१०) माझ्या आध्यात्मिक प्रगतीतील अडथळे मी शोधून काढतो. आणि त्यांचे निराकरण करतो.
११) दैवी शक्तीकडून मला हवे ते मिळेल अशी माझी श्रद्धा आहे.
१२) माझ्यातील उपजत अशा विशेष चांगल्या गोष्टींची मला जाणीव असून त्यांचा रास्त अभिमान आहे.
१३) माझ्या कुटुंबाकडून किंवा संस्कृतीकडून शिकलेल्या खोट्या विश्वासांवर आणि अंधविश्वासांवर मी मात करतो.
१४) मी उत्तर माहीत नसताना अनिश्चिततेत जगू शकतो.
१५) सांगितले नाही तरी मला सत्य माहीत असते.
१६) माझ्या खेळकर व बालसुलभ स्वभावाबद्दल लोक बोलत असतात.
१७) मी कोणत्याही घटनेचा अधिक अर्थपूर्णतेने आणि व्यापक विचार करतो.
१८) माझ्या आध्यात्मिक एकात्मतेला बाधा आणण्याच्या गोष्टी जर कुटुंबाकडून किंवा समाजाकडून घडून येत असतील तर मी त्यांच्या विरोधात एकटा उभा राहू शकतो.
१९) मी माझे जीवन आनंदाने व आशावादी वृत्तीने जगतो.
२०) मी इतरांमध्येही उच्च आध्यात्मिक मूल्य पाहायला शिकतो.

२१) माझ्या कृती इतरांच्या दीर्घकालीन भल्यासाठी असतात.
२२) मी सर्व प्राणिमात्रांवर प्रेम करतो. कोणालाही इजा करीत नाही.
२३) इतरांसाठी तसेच अनोळखी व्यक्तींसाठी मी वैयक्तिक स्वार्थाचा आणि अहंभावाचा त्याग करतो.
२४) मी इतरांना मदत करण्यासाठी माझा वेळ देतो.
२५) इतरांना मदत करण्यासाठी मी माझे पैसे खर्च करतो.
२६) मी जीवनाचा आणि अन्य व्यक्तींचा आहे तसा स्वीकार करतो.
२७) माझे जीवनध्येय करुणामय वर्तन करणे हे होय.
२८) मी ध्यानधारणा, उपासना, आध्यात्मिक वाचन, आध्यात्मिक अभ्यासक्रम, शिबिरे इत्यादींद्वारे माझ्या आध्यात्मिक बुद्धिमत्तेचा विकास करतो.
२९) माझ्या कामातून लोकांच्या जाणिवा विकसित होण्यास मदत होते)
३०) कोणत्याही समस्येचे मूळ कारण मी समजावून घेतो आणि त्याचे निराकरण करण्याचा प्रयत्न करतो.
३१) मी एकंदरीतच पृथ्वीवरील जीवन सुखी होण्यासाठी जबाबदारीने वागतो.

(संदर्भ : International Institute for Transformation, 2001. Created by Daly planet Communications)

आध्यात्मिक बुद्धिमत्ता चाचणीचा एक प्रकार

खालील विधाने 'सत्य' की 'असत्य' ते सांगा.

१) जोपर्यंत खरा 'स्व' शिल्लक राहात नाही तोपर्यंत परस्परावलंबी व्यक्ती स्वतःचे सर्व काही देतात.
२) काही लोकांच्या अंतरंगामध्ये एक प्रकारचे कृष्णविवर (Black hole) असते जे त्यांच्या स्वतःच्या जीवनालाच गिळंकृत करीत असते.
३) व्यसनाधीन व्यक्तींनी प्रथमतः त्यांच्या व्यसनमुक्तीविषयी प्रयत्नशील राहिले पाहिजे.
४) स्वतःला बरे किंवा चांगले वाटावे म्हणून व्यक्ती व्यसनाधीन होतात.

५) आपल्याबाबत जे काही घडत राहते त्यावर आपले जीवन अवलंबून असते.
६) जीवनातील घडामोडी जेव्हा स्थिरावतात तेव्हा शांती मिळते.
७) सर्व प्रकारच्या चुकीच्या वर्तनाचे एकच निदान असते.
८) दडपणे वाढली की तणाव निर्माण होतो.
९) जीवनात वैवाहिक किंवा कौटुंबिक संदर्भात गंभीर समस्या निर्माण झाल्यास स्वतःमध्ये शोध घेऊन उपाय करणे आवश्यक आहे.
१०) समस्या आणि अडथळे या गोष्टी वैवाहिक विसंवादाची कारणे होत.
११) बऱ्याच व्यक्तींना स्वतःलाच क्षमा करणे खूप अवघड जाते.
१२) तुम्ही जर दुसऱ्याला क्षमा करू शकत नसाल तर ते तुमच्यावर नियंत्रण करतात.
१३) सर्व माणसे धार्मिक असतात.
१४) धर्म हा अध्यात्माविषयी असतो.

(संदर्भ : http://mindwise.com.au/ spiritual_intelligence)

आध्यात्मिक परावर्तक (Spirituality Reflector)

प्रस्तुत पुस्तकाचे लेखक (प्रा. डॉ. दत्तात्रेय तापकीर) यांनी आध्यात्मिकता परावर्तक (Spirituality Reflector) या नावाची एक चाचणी सदृश प्रश्नावली उर्फ मतावली अशी संमिश्र स्वरूपाची शोधिका तयार केली असून त्यामध्ये प्रतिसादकाने बहुपर्यायी निवड (multiple choice) तत्त्वावर विधानांचे पर्याय निवडायचे आहेत. हा परावर्तकदेखील प्रामाणिक स्वयंमूल्यमापनावर आधारित असल्याचे त्यांनी म्हटले आहे. या परावर्तकाचे एकूण गुणदान कमीतकमी २५ ते जास्तीतजास्त १०० असे येऊ शकते.

(या पुस्तकाच्या शेवटी दिलेल्या परिशिष्टामध्ये या परावर्तकाचा समावेश केला आहे.)

प्रकरण ४
आध्यात्मिक बुद्धिमत्तेचा विकास

प्रत्येक व्यक्तीमध्ये काही ना काही प्रमाणात आध्यात्मिक बुद्धिमत्तेचे बीज अस्तित्वात असते आणि तिचा पद्धतशीर विकास करता येतो, असे निष्कर्ष अनेक संशोधनांमधून प्राप्त झाले आहेत. आध्यात्मिक बुद्धिमत्तेचा विकास करता येतो हे एकदा गृहीत धरले म्हणजे साहजिकच शिक्षण क्षेत्र व शैक्षणिक प्रक्रिया अथवा अध्यापन प्रक्रिया यांच्याशी ही बाब जोडली जाते. आजकालच्या वर्गाध्यापनातदेखील आध्यात्मिक बुद्धिमत्तेच्या संवर्धनास प्रोत्साहन देण्याची नितांत गरज आहे.

आध्यात्मिक बुद्धिमत्तेच्या विकासासंबंधी अभ्यासकांची मते

व्यक्तीमध्ये आध्यात्मिकता अथवा आध्यात्मिक बुद्धिमत्ता विकसित व्हावी म्हणून अनेक अभ्यासकांनी आपल्या संशोधनावर आधारित विविध उपक्रम व कृती सुचविल्या आहेत. अशा अभ्यासकांच्या मताविषयींचा संक्षिप्त आढावा खालीलप्रमाणे सांगता येईल.

● आध्यात्मिक प्रगती ही प्रेरणेपासून सुरू होते. (Spiritual growth begins with inspiration.) प्रेरित अथवा स्वयंप्रेरित झालेली व्यक्ती आध्यात्मिक अनुभवाचा आनंद चाखते आणि पुढे प्रार्थना, ध्यान आणि इतर आध्यात्मिक कृतींमध्ये रममाण होते.

– फॅडिमन आणि फ्रॅगर (Fadiman & Frager 1997)

● आध्यात्मिक साधना या पावित्र्याच्या संकल्पनेशी जोडलेल्या असतात. त्यामध्ये प्रार्थना, ध्यान, चिंतन आणि सेवा यांचा समावेश होतो. – वुथनाऊ (Wuthnow 1998)

• आध्यात्मिकतेचा विकास हा धार्मिक परिभाषेत आत्म्याचे शुद्धीकरण (Purification) म्हणून पाहता येतो तर मानसशास्त्रीय परिभाषेत त्याचे वर्णन मॅस्लोच्या गरजांचा महत्ताक्रमात (Maslow Hierarchy of Needs) वर सरकणे असा घेता येतो.

व्यक्तीमध्ये आध्यात्मिकता विकसित होण्यासाठी सर्व धर्मांनुसार साधारणतः खालील सात गोष्टींची शिफारस केली आहे.

१) आध्यात्मिक प्रगतीसाठी प्रेरणा २) वैश्विक आनंदाची इच्छा ३) भावनिक परिवर्तन ४) प्रेम आणि कृतज्ञतेच्या भावनेची रुजवणूक ५) नैतिक वर्तन६) अवधान एकाग्रतेचा सराव ७) विवेकपूर्ण आध्यात्मिक दृष्टीचे जागरण

– रॉजर वेल्श (Roger Welsh 1999)

• शरीर, मन, भावना आणि आत्मा या सर्वांचे एकात्मिकीकरण करण्यासाठी जे जे उपाय अथवा साधना करता येईल ते सर्व आध्यात्मिकता व आध्यात्मिक बुद्धिमत्तेच्या विकासाला साहाय्यभूत ठरते.

– मर्फी व लिनॉर्ड (Murphy & Leonard 1995)

• बालपणीच विकसित झालेल्या आध्यात्मिक बुद्धिमत्तेचा प्रभाव संपूर्ण जीवनभर खूप खोल स्वरूपाचा असतो.

– हॉफमन (Hoffman-1992)

• आपल्या अंतरंगात असलेल्या मानसिक शक्तींमध्ये समतोल स्थापन करणे आणि त्यांच्यामध्ये एकात्मता साधणे ही खऱ्या अर्थाने आध्यात्मिकतेच्या विकासाची प्रक्रिया होय.

– मूडी (Moody- 1997)

आध्यात्मिक बुद्धिच्या विकासासाठी सुचविलेली सर्वसाधारण सूत्रे

- स्वात्म-जाणीव (Self-awareness) विकसित करा.
  (अंतर्गत जीवन कौशल्ये, सहसंबंध, कलाविष्कार, चिंतन, निसर्ग, संगीत, भावनाविष्कार, 'स्व'-निरीक्षण, दैनंदिनी लेखन, स्वप्नांवर चिंतन, दिनचर्या विश्लेषण इत्यादींमधून)
- विरोधाभासी परिस्थितीत शांत रहा.

- 'मला बदलायचे आहे' अशी प्रबळ इच्छा ठेवा.
- स्वतःच्या अंतरंगातील मूलभूत केंद्र काय आहे आणि स्वतःच्या खोलवर प्रेरणा कोणत्या यावर चिंतन करा.
- दुःख या समस्येवर खोलवर विचार करा.
- जीवनातील समस्यांचा शोध घ्या आणि त्यांच्या निराकरणाचा व्यापक विचार करा.
- पुढे जाण्याविषयी अनेकविध शक्यतांचा वेध घ्या.
- निवडलेल्या मार्गाशी एकनिष्ठता व बांधिलकी ठेवा, मात्र आवश्यकता भासल्यास तो बदलण्याची तयारी ठेवा.
- आध्यात्मिक साधनेची रुजवणूक करा.
- सेवावृत्तीने जगा.

आध्यात्मिक बुद्धिमत्तेच्या विकास प्रक्रियेत अहिंसा तत्त्वाचे महत्त्व

भारतीय आध्यात्मिक विचारातील अनेक उदात्त नीतितत्त्वांपैकी अहिंसा हे एक प्रमुख तत्त्व आहे. अहिंसा हे परमधर्म मानले गेले आहे. भारतीय संस्कारात अहिंसेचा आत्मसंस्कार म्हणून उल्लेख केला गेला आहे. अहिंसा ही मोक्षसाधनेचे आवश्यक अंग म्हणून फार पूर्वीपासून म्हणजे थेट उपनिषद काळापासून प्रचारात आली. योगदर्शनातील अष्टांगामध्ये पहिले अंग 'यम' असून या यमातील पाच गोष्टींमध्ये अहिंसेला प्रथम स्थान दिले आहे.

अहिंसा ही केवळ कायिकच (शारीरिक) आहे असे नाही. सर्व मानवी व्यवहाराचा शरीर, वाणी, मन या तिन्हींशी संबंध येतो. अर्थात, अहिंसेचे आचरण हे या तिनही अंगांनी करावयाचे असते. तसेच अहिंसा हे केवळ मानवाच्या बाबतीतच नव्हे तर सर्वच प्राण्यांच्यासंबंधी आजमावयाचे तत्त्व आहे. शारीरिक कृतीमुळे इतरांना प्रत्यक्ष वा अप्रत्यक्ष पीडा होणार नाही असे वागणे ही कायिक अहिंसा होय. वाणीने कठोर, मर्मभेदी भाषण न करणे, कुचेष्टा, उपहास, निंदा न करणे ही वाचिक अहिंसा होय; तर हिंसक विचार मनात येऊ द्यायचे नाहीत ही मानसिक अहिंसा होय. म्हणजेच अहिंसा ही निर्वैर (वैरभाव नसलेली) वृत्तीची साधनाच होय.

आध्यात्मिक बुद्धिमत्ता विकासासाठी डॅना झोहर यांनी सुचविलेले सहा मार्ग

डॅना झोहर यांचे मते प्रत्येक व्यक्तीने अत्यंत उत्कटपणे व खोलवर चिंतन करून आपल्या व्यक्तिमत्त्व प्रकारानुसार आध्यात्मिक बुद्धिमत्ता विकासाचा मार्ग निश्चित करायला हवा. हा मार्ग म्हणजे आपली जीवन यात्राच होय. आपले काम, आपले आंतरवैयक्तिक संबंध, आपली ध्येये, आपली स्वप्ने, आपली जीवनशैली या सर्वांमधूनच आपला जीवनमार्ग व्यक्त होत असतो. या सर्व गोष्टींमधून आपली आध्यात्मिक बुद्धिमत्ता प्रतिबिंबित व्हायला हवी. या आध्यात्मिक बुद्धिमत्तेची आपल्या व्यवसायाशी सांगड घालता यावी. आपल्या सर्व प्रेरणांना आध्यात्मिक बुद्धिमत्तेची साथ लाभावी.

झोहर यांनी आपल्या ''स्व'-कमल' या संकल्पामध्ये एकूण सहा व्यक्तिमत्त्व प्रकार मांडले आहेत आणि सहा व्यक्तिमत्त्व प्रकारांसाठी त्या प्रकारानुसार आध्यात्मिक बुद्धिमत्ता विकसनाचे सहा मार्ग सुचविले आहेत. तसेच संमिश्र स्वरूपाच्या व्यक्तिमत्त्वासाठी एका वेळी अनेक मार्गांचाही पुरस्कार केला आहे. हे सहा व्यक्तिमत्त्व प्रकार त्यांनी हॉलंड यांच्या व्यवसाय मार्गदर्शन चाचणीतून घेतले आहेत. त्याचप्रमाणे जीवनाच्या वेगवेगळ्या टप्प्यांमध्ये आध्यात्मिक विकासाचे वेगवेगळे मार्ग वापरले जाऊ शकतात असे झोहर यांनी सांगितले आहे आणि हे सांगताना त्यांनी प्राचीन भारतातील ब्रह्मचर्य, गृहस्थ, वानप्रस्थ आणि संन्यास या चार आश्रमांचा उल्लेखही केला आहे.

झोहर यांनी सुचविलेले सहा मार्ग खालीलप्रमाणे-

१) कर्तव्याचा मार्ग (The path of Duty)

२) पोषणाचा मार्ग (The path of Nurturing)

३) ज्ञानाचा मार्ग (The path of Knowledge)

४) वैयक्तिक परिवर्तनाचा मार्ग (The path of Personal Transformation)

५) बंधुत्वाचा मार्ग (The path of Brotherhood)

६) सेवाभावी नेतृत्वाचा मार्ग (The path of Servant Leadership)

या सहा मार्गांशी संबंधित असलेले व्यक्तिमत्त्व प्रकार खालीलप्रमाणे

सांगितले आहेत.

१) कर्तव्य मार्ग - पारंपरिक व्यक्तिमत्त्व (Conventional)

२) पोषण मार्ग - सामाजिक व्यक्तिमत्त्व (Social)

३) ज्ञान मार्ग - शोधक व्यक्तिमत्त्व (Investigative)

४) वैयक्तिक परिवर्तन मार्ग - कलात्मक व्यक्तिमत्त्व (Artistic)

५) बंधुत्व मार्ग - वास्तववादी व्यक्तिमत्त्व (Realistic)

६) सेवाभावी नेतृत्त्व मार्ग - उद्योगी व्यक्तिमत्त्व (Enterprising)

वरील प्रत्येक मार्ग प्रकारांची चर्चा करताना झोहर यांनी खालील ७ मुद्दे सांगून मांडणी केली आहे-

१) व्यक्तिमत्त्व प्रकार (Personality Type)

२) प्रेरणा (Motivation)

३) मूलप्रतीक (Archetype)

४) धार्मिक प्रभाव (Religious emphasis)

५) पुराण संकल्पना (Myth)

६) साधना (Practice)

७) शरीरातील चक्र (Chakra)

ही चर्चा करीत असताना झोहर यांनी अनेक संदर्भ देऊन व प्रत्यक्षातील उदाहरणे स्पष्ट करीत आपले विस्तृत विवेचन केले आहे. ते करताना त्यांनी ऐतिहासिक आणि आजच्या काळातील व्यक्तींचीही उदाहरणे दिली आहेत. विविध साहित्यकृतींमधीलदेखील अनुरूप संदर्भ दिले आहेत.

आध्यात्मिक विकासाचा प्रत्येक मार्ग हा अधिकाधिक आध्यात्मिक बुद्धिच्या प्रगल्भतेकडे घेऊन जातो असे सांगून झोहर यांनी मानवी आध्यात्मिक बुद्धिमत्तेची कक्षा (range) वर्णन करताना ती 'आध्यात्मिकदृष्ट्या निर्बुद्ध' पासून ते 'आध्यात्मिकदृष्ट्या बुद्धिमान' (from spiritually dumb to spiritually intelligent) असे म्हटले आहे.

आपापल्या व्यक्तिमत्त्व प्रकारानुसार आध्यात्मिक बुद्धिमत्तेचा विकास करताना खालील सात टप्प्यांचा अथवा सूचनांचा आवर्जून अवलंब करावा असे त्या आग्रहाने सांगतात. या सूचनांना वा टप्प्यांना त्यांनी Seven practical steps to Greater Spiritual Intelligence असे म्हटले आहे.

१) मी आत्ता जो काही आहे त्याबद्दल जागृत व्हा.

२) मला बदलायचे आहे असा भाव मनापासून आणा.

३) माझा स्वतःचा मूळ गाभा अथवा केंद्र काय आहे, तसेच माझ्या खोलवर प्रेरणा कोणत्या आहेत यावर चिंतन करणे.

४) अडथळ्यांचा शोध घ्या आणि त्यांचे परिमार्जन करा.

५) पुढे जाण्याच्या अनेकविध शक्यता शोधा.

६) योग्य मार्ग निवडून त्याच्याशी बांधील रहा.

७) अन्य मार्गही असतात याची जाणीव असू द्या.

डॅना झोहर यांचे मते सर्व आध्यात्मिक मार्ग हे आपल्या अस्तित्वाच्या केंद्रीय गाभ्याकडे घेऊन जातात आणि त्या द्वारे येणारा अंतिम अत्युच्च असा अनुभव पारंपरिक भाषेत 'साक्षात्कार' (Enlightenment) म्हणून ओळखला जातो. तसेच या अवस्थेनंतर व्यक्ती फक्त स्वतःपुरतीच आनंदी व कृतार्थ होते असे नाही तर ती इतरांनाही या अनुभवाचा लाभ व्हावा यासाठी प्रयत्नशील राहते. अशी व्यक्ती केवळ साक्षात्कारी राहात नाही तर ती एक साक्षात्कारी शिक्षक बनते.

आध्यात्मिक बुद्धिमत्ता विकासाचा सर्वोत्तम राजमार्ग– ध्यान

ध्यान साधनेची पार्श्वभूमी

'ध्यान' हा शब्द पूर्वी केवळ धर्माच्या किंवा अध्यात्म क्षेत्रातील मानला जात होता; परंतु, आजकाल एकंदरीतच आध्यात्मिक विषयाबाबतची जाणीवजागृती आणि योगसाधना प्रसारामुळे ध्यान हा शब्द सर्वसामान्यांच्या दैनंदिन दिनचर्येत सर्रास वापरला जाऊ लागला आहे ही चांगली बाब आहे. ध्यानाच्या वाढत्या प्रसारामुळे त्याविषयी बौद्धिक कुतूहल व जिज्ञासा अनेकांच्या मनात दिसून येते. 'योगा' आणि 'मेडिटेशन' ची लोकप्रियता वाढत चालली आहे. ठिकठिकाणी ध्यान केंद्रे किंवा ध्यानवर्ग सुरू झाले आहेत.

आजकाल पारंपरिक ध्यान पद्धतींमधून नव्या आधुनिक ध्यान पद्धती विकसित झाल्या आहेत. ध्यानाची विविध शिबिरे घेतली जातात. ध्यानपद्धतींवर भरपूर पुस्तके व लेख वाङ्मय उपलब्ध आहे. इंटरनेटवरदेखील प्रचंड माहिती

उपलब्ध आहे. ध्यान शिकविणाऱ्या संस्था निघाल्या आहेत. त्यांचे या विषयावर वेगवेगळे सैद्धांतिक व प्रात्यक्षिक अभ्यासक्रम उपलब्ध आहेत. तणाव समायोजनाच्या कार्यक्रमात प्रामुख्याने ध्यानाची सांगड घातली जाते. शारीरिक व मानसिक व्यायाम प्रकारांना जोडून ध्यान केले जाते. संगीत, नृत्य, नाट्य, क्रीडा, उद्योग या सर्व क्षेत्रात ध्यानावर भर दिला जाऊ लागला आहे. एक पूरक उपचार पद्धती म्हणून काही डॉक्टरही आपल्याकडील रुग्णांना ध्यान करण्याचा सल्ला देतात. मानसोपचार तज्ज्ञदेखील आपल्या रुग्णांसाठी ध्यानाची शिफारस करतात.

जगातील सर्व धर्मांमध्ये या ना त्या रूपाने ध्यान साधनेचा समावेश असल्यामुळे सर्वच व्यक्तींना ध्यानाबाबत एक आदरयुक्त भावना असते, श्रद्धा व आपुलकी असते. आध्यात्मिक महापुरुषांशी, तत्त्वज्ञांशी, ऋषिमुनींशी ध्यानाचे साहचर्य जोडलेले असते. विविध धर्मांच्या ध्यान पद्धती वेगवेगळ्या असल्या तरी स्वतःची ओळख करून घेणे, पर्यायाने आत्म्याला ओळखणे, स्वतःतील चैतन्य जाणणे त्यातून वैश्विक चैतन्य जाणणे व आत्मोन्नती साधणे आणि आध्यात्मिक प्रगती करणे हे सर्व पद्धतींचे ध्येय असते.

स्वतःमधल्या चैतन्याची किंवा परमतत्त्वाची ओळख करून घेणे या आध्यात्मिक ध्येयासाठी ध्यान करीत राहणे म्हणजे साहजिकच शरीर व मन शांत होत जाते, तणाव रहित शिथिलीकरण शक्य होते. (relaxation), तणाव दूर होतात, मन प्रसन्नता लाभते, मन संतुलित होते, सकारात्मक होते, सर्जनशील होते, शारीरिक दुःखे व व्याधी कमी होतात, सुसह्य होते किंबहुना काही वेळा तर पूर्णपणे बऱ्याही होतात. त्यामुळे ध्यानाचा मूळ हेतू जरी आध्यात्मिक असला तरी त्यापासून विविध शारीरिक व मानसिक फायदे प्राप्त होतात. रोज नियमित थोडा वेळ घालवून ध्यान करण्याने अनेक प्रकारचे शारीरिक व मानसिक बदल घडून येऊ लागतात. हे बदल आता प्रायोगिक संशोधनातून सिद्ध होऊ लागलेले आहेत. सर्व जगात अतिप्रगत, प्रगत, प्रगतिशील व अप्रगत अशा सर्वच देशांमध्ये आरोग्यासाठी ध्यान उपयुक्त ठरते हे मान्य झालेले आहे.

त्यामुळे आता कोणीही 'ध्यानात काही अर्थ नाही तो फालतुपणा आहे. ते अवैज्ञानिक आहे. त्याचे फायदे कल्पित आहेत' असे म्हणत नाही.

आस्तिक, नास्तिक, श्रद्धाळू, वैज्ञानिक, तार्किक बुद्धिप्रामाण्यवादी अशी सर्व प्रकारची मंडळी ध्यानाचे महत्त्व व त्याचे फायदे जाणतात.

'ध्यान' या विषयावरील जाणकारांची मते

१) ध्यान हे आपल्या आनंदी जगण्याचे एक दार आहे. ध्यान हे केवळ आध्यात्मिक पातळीवर न राहता, त्याच्याकडे एका वैज्ञानिक दृष्टिकोनातूनही बघितले जावे. ध्यान ही कल्पना धर्मातीत आहे.

– ओशो(रजनीश)

२) ध्यान ही प्रक्रिया नव्हे तर अवस्था आहे. शरीर आणि मन यांच्या सर्व शक्तींची एक संवादी, संतुलित अवस्था म्हणजे ध्यान होय.

– पू. विमलाजी ठकार

३) ध्यान म्हणजे सजग निर्विचारता किंवा जागृत निर्विचारता. मनाची अशी अवस्था की ज्यामध्ये मनातील सर्वच्या सर्व विचार काही काळ पूर्णपणे स्तब्ध झालेले असतात आणि मन एका निःस्तब्ध, शांत स्थितीत स्थिरावलेले असते. खऱ्या ध्यानावस्थेमध्ये मन पूर्णपणे शांत झालेले असले तरी आपण मात्र पूर्णपणे जागे असतो. किंबहुना, ध्यानावस्थेमध्ये असताना आपण नेहमीपेक्षा कितीतरी पटीने 'अधिक' जागे असतो.

–डॉ. संप्रसाद विनोद

इतक्या विविध पद्धतींनी ध्यानाचे वर्णन केले जाते

१) ध्यान ही मनाची अवस्था आहे.
२) ध्यान हा अंतर्मनातील प्रवास होय.
३) धारणा करता करता ध्यान साधू लागते. ते मुद्दाम करावे लागत नाही.
४) एक निर्विचार पण सजग शांतता चित्तामध्ये भरून राहते हीच ध्यानावस्था. हिलाच शून्यात पोचणे असे म्हणतात.
५) ध्यानामध्ये आचार–विचार नसतात, भाव–भावना नसतात, क्रिया–प्रतिक्रिया नसतात, आशा–आकांक्षा नसतात, अपेक्षा–उपेक्षा नसतात; फक्त अथांग शांतता असते.

ध्यानाचे इतके विविध फायदे सांगितले गेले आहेत

१) ध्यानामुळे अत्यानंद प्राप्त होतो.

२) मानसिक बळ वाढविण्यासाठी ध्यान जणू औषधाचेच कार्य करते.

३) ध्यानामुळे जीवनाकडे बघण्याचा दृष्टिकोनच बदलतो आणि अधिकाधिक विधायक होत जातो.

४) ध्यान मनुष्याला अंतर्बाह्य बदलविते.

५) ध्यानात आध्यात्मिक प्रगती होते आणि आपले आरोग्य टिकवायलादेखील त्याने मदत होते.

६) आरोग्य आणि यशस्विता या दोन्हींसाठी मन शांत आणि तणावरहित असणे महत्त्वाचे आहे. मन शांत होण्यासाठी आणि शांत राहण्यासाठी, तणाव कमी करण्यासाठी ध्यानाची मदत होते.

७) ध्यानामुळे स्मरणशक्ती सुधारते.

८) लक्ष केंद्रित करणे आणि ते एका ठिकाणी अधिककाळ स्थिर ठेवणे यात सुधारणा होते.

९) चिकाटी आणि चित्ताची समानता वाढते.

१०) सततची जुनाट दुखणी हाताळण्यासाठी ध्यानाची मदत होते.

११) ध्यानामुळे मन शांत होते आणि त्यामुळे मेंदूतील विद्युत तरंगांची गती बदलते.

१२) ध्यानामुळे खालील बाबींमध्ये घट होते- चिंता, ताणतणाव, निद्रानाश, डोकेदुखी, उच्च रक्तदाब, हृदयाची धडधड, मादक पदार्थांचे व्यसन, चिडचिड

१३) ध्यानामुळे खालील गोष्टींमध्ये वाढ होते- मानसिक शांतता, सकारात्मकता, आशावाद, उत्साह, सर्जनशीलता, उत्स्फूर्तपणा, आनंदी वृत्ती

१४) ध्यानामुळे अपराधी भावाची टोचणी कमी होते.

मेंदू तरंगाच्या विविध अवस्था आणि ध्यान

आपल्या मेंदूमध्ये सातत्याने विविध प्रकारचे विद्युततरंग निर्माण होत असतात आणि ते इकडून तिकडे संप्रेषित होत असतात. याच विद्युततरंगांमार्फत

मेंदूमधील संदेशांची देवाणघेवाण होत असते. हे तरंग अचूकपणे मोजण्यासाठी उत्तम प्रकारची तांत्रिक साधने निर्माण झाली आहेत. या तरंगांचे सुस्पष्ट आलेख तयार करता येतात. अशा आलेखांना (Electroencephalograph) (EEG) असे म्हणतात. या विद्युततरंगांची गती 'आवर्तने प्रति सेकंद' म्हणजेच (cycles) per second (CPS) या मापाने मोजली जाते.

मेंदूतील विद्युततरंगाच्या वेगवेगळ्या गतींवरून मेंदूच्या अवस्थेचे चार प्रकारात वर्गीकरण करता येते. विशिष्ट पातळीवरील तरंग विशिष्ट अवस्था दाखविते. त्यांना अल्फा, बीटा, थीटा, डेल्टा अशी ग्रीक आद्याक्षरे दिली आहेत.

उदा. १) १४ cps च्या वरील तरंग बीटा (जागृत अवस्था)
२) ७ ते १४ cps मधील तरंग अल्फा (निद्रा व जागृती यांची सीमा)
३) ४ ते ७ cps मधील तरंग थीटा (निद्रा)
४) ४ cps पेक्षा कमी तरंग डेल्टा (निद्रा)

यातील बीटा ही स्थिती आपण सर्वसाधारणपणे जागे असतानाची स्थिती होय. या अवस्थेत आपण पूर्ण जागे असतो, काही काम करीत असतो, एखादा खेळ खेळत असतो काही तरी करण्यात गुंतलेले असतो.

अल्फा ही स्थिती साधारणतः जागृती आणि निद्रा यांच्या सीमेरेषेवरील मानली जाते. पूर्ण जागृतीही नाही आणि निद्राही नाही अशा संधिकाळातील ही अवस्था असते. आपण झोपण्यासाठी अंथरुणावर पडतो तेव्हा झोप लागते किंवा झोपेच्या अगदी काठावर असताना, तसेच झोप संपल्यावर उठण्यापूर्वीही आपण अल्फा स्थितीत असतो; त्याचप्रमाणे आपण जेव्हा काहीही काम करीत नसतो किंवा कोणत्याही गोष्टीचा विचारही करीत नसतो. पूर्णपणे शिथिल होऊन आपण स्वस्थ बसलेले असतो, तेव्हा आपण अल्फा स्थितीत असतो.

थीटा आणि डेल्टा या स्थिती पूर्णतः झोपेच्या स्थिती असतात.

प्रायोगिक संशोधनावरून असे आढळून आले की, ध्यान करण्यामुळे जागेपणीच जाणीवपूर्वक अल्फा स्थिती निर्माण होत असते. अल्फा स्थितीत असताना मन शांत व स्वस्थ बनतं.

भावातीत स्थिती (Transcendence)

भावातीत स्थिती (Transcendence) ही आध्यात्मिक वृत्तीतील एक आवश्यक अशी वैशिष्ट्यपूर्ण बाब मानली गेली आहे. बरेचसे तत्त्वज्ञ आणि धर्माचे अभ्यासक भावातीत म्हणजे या भौतिक जगापलीकडचे असा अर्थ लावतात. परंतु, त्याचबरोबर भावातीत म्हणजे चालू क्षणाच्या पलीकडे, आपल्या सध्याच्या सुखदुःखाच्या पलीकडे आणि तसेच स्वतःच्याही पलीकडे जाता येणे, असाही महत्त्वपूर्ण अर्थ डॅना झोहर सारखे अभ्यासक घेतात. त्यांच्या मते, भावातीत अवस्था आपल्या आपल्या ज्ञानाच्या आणि अनुभवांच्या पलीकडे घेऊन जातात आणि त्यांचा अधिक व्यापक संदर्भ लावते. भावातीत होण्याची प्रक्रिया आपल्याला आपल्यामधील जे असामान्यत्व अथवा अलौकिक आहे, त्याची ओळख करून देते. भावातीत अवस्थेचा अनुभव घेणाऱ्यातील काही जणांनी त्या अवस्थेला 'गूढ अनुभव' म्हटले, काहींनी आध्यात्मिक अनुभूती म्हटले, काहींनी ईश्वरानुभूती म्हटले. काहींना असा अनुभव निसर्गातून मिळाला तर काहींना संगीतातून मिळाला.

ध्यानाचे विविध प्रकार

खरे म्हणजे ध्यान हे ध्यान असते. त्यामध्ये विविध प्रकार असण्याची तत्त्वतः गरज नाही. तो आपल्या अंतर्मनात करावयाचा प्रवास आहे. अनेकदा आपला अंतर्मनातील प्रवास हा नकळतही घडत असतो. विचार आणि भावना यांच्या माध्यामातून आपण सर्रास अंतर्मनात डोकावून पाहण्याचा ओझरता प्रयत्न करीत असतो. कधी कधी आपणच आपल्याशी संवाद करीत असतो. आपण स्वस्थ व शांत बसून स्वतःकडे तटस्थपणे पहायला हवे असे केव्हा ना केव्हा आपल्याला वाटत असतेच. असे वाटणे हीच ध्यानाच्या मार्गावरील पहिली पायरी होय.

मानवी स्वभावाची व अनुभवांची विविधता लक्षात घेता ध्यानासारख्या महत्त्वपूर्ण व मूलभूत अशा गोष्टींमध्ये ही विविधता प्रकट होणे हे साहजिकच आहे. या विविधतेतूनच तर अनेक धर्म, पंथ व विचारसंप्रदाय निर्माण होत गेले. एकाच ठिकाणाकडे जाणारे जसे अनेक रस्ते असू शकतात तसेच सत्याच्या एकाच अंतिम अनुभूतीकडे घेऊन जाणारे अनेक मार्ग आहेत आणि हे मार्ग

वरून जरी भिन्न स्वरूपाचे दिसत असले तरी त्या सर्वांचे उद्दिष्ट एकच आहे.

साधारणतः आपल्याला असे दिसून येते की, विविध धर्मांच्या उपासना पद्धतींमध्ये कोणत्या ना कोणत्या प्रकारे ध्यानाची शिफारस केली गेली आहे. त्या त्या धर्मातील अनेक अनुभवी, अभ्यासू व्यक्तींनी या ध्यानपद्धतींमध्ये वेगवेगळे बदल सुचविले. या पद्धतींमध्ये काही नवीन भर पडत गेली. तसेच वेगवेगळ्या ध्यानपद्धतींमधील विशिष्ट पैलू एकत्र करूनदेखील वेगळ्या ध्यान पद्धती निर्माण झाल्या. आधुनिक काळाला साजेशा अशा ध्यानप्रकारांचीही भर पडत चालली. या सर्व ध्यानप्रकारांबाबतीत काहींनी त्याच्या आध्यात्मिक पैलूंवर भर दिला तर काहींनी त्याच्या व्यावहारिक उपयुक्ततेवर भर दिला. परमेश्वर प्राप्तीसाठी ध्यान करणाऱ्या निष्ठावंत धार्मिक व्यक्ती मनःशांतीसाठी ध्यानाचे तंत्र शिकणाऱ्या आणि कोणताही धर्म न मानणाऱ्या नास्तिकापर्यंत 'ध्यान' हे सर्वांपर्यंत पोहोचू लागले आहे.

ब्रह्म संकल्पनेवर एकाग्रता करायला लावणारे वैदिक व उपनिषदिक ध्यान, अष्टांगयोगानुसार आठ अंगांपैकी धारणेनंतर येणारे व समाधीची पूर्वतयारी असणारे सातवे अंग म्हणून येणारे योगिक ध्यान, श्वासोच्छ्वासावर साक्षी भावाने आनापानसती साध्य करीत विचारांकडे साक्षी भावाने पहायला शिकविणारे विपशन्ना पद्धतीचे बौद्ध ध्यान, जपानकडे संक्रमित झालेल्या बौद्ध धर्मातील झेन ध्यान, चीनमधील ताओ ध्यान, ज्योतीवर एकाग्रता साधून करावयाचे जैन ध्यान हे सर्व प्राचीन परंपरेतून आलेले ध्यान प्रकार आहेत.

ख्रिश्चन, मुस्लीम आणि ज्यू हे धर्म प्रार्थनाप्रधान धर्म असल्याने अत्यंत एकाग्रतेने व उत्कटतेने प्रार्थना करणे त्यांच्या उपासनेत अपेक्षित आहे. प्रार्थनेतील अशी उत्कट अवस्था मनाला शांती आणि दिलासा देते. अशी प्रार्थनाच एक चांगले ध्यान बनून जाते.

ध्यानाच्या आधुनिक प्रकारांमध्ये ओशो (रजनीश) यांनी अनेक अभिनव प्रकारांची भर टाकली आहे; त्यामध्ये स्वर्णप्रकाश ध्यान, विसावा ध्यान, सक्रिय ध्यान, नटराज ध्यान असे कितीतरी प्रकार आहेत. त्याचबरोबर महर्षी महेश योगी यांनी अमेरिकेत भावातीत ध्यान (Transcendental Meditation) हा प्रकार लोकप्रिय केला. होजे सिल्व्हा यांनी उदयाला आणलेली आणि अमेरिकेत लोकप्रिय झालेली 'सिल्व्हा माईंड कंट्रोल' ही ध्यानपद्धती सकारात्मक

विचारांतून आणि अल्फा स्थितीतून मन शांत करायला शिकविते. कल्पनाचित्रण (Visualization) करणे हादेखील अशा काळात प्रसार पावलेला चांगला ध्यान प्रकार आहे. तसेच रेकी हीदेखील एक उपचार पद्धती असली तरी तिचा मूळ आधार विशिष्ट पद्धतीचे ध्यान हा आहे.

याचप्रमाणे पूजापाठ करताना जर ती श्रद्धेने, उत्कटतेने केली तर ती पूजाप्रक्रिया ध्यानसदृश अनुभव बनते. तसेच जप करताना जपध्यान साधते. शिथिलीकरणासाठी केलेले शवासनदेखील ध्यानाचा अनुभव देते. तल्लीनतेने संगीत ऐकणेदेखील ध्यानावस्थेत घेऊन जाते.

प्रकरण ५
भारतीय अध्यात्माची भूमिका व स्वरूप

भारतीय अध्यात्म हे भारतीय तत्त्वज्ञानाचा अविभाज्य अंग बनले आहे. भारतीय तत्त्वज्ञानात अध्यात्म हे सर्व शास्त्रांचे शास्त्र म्हणून उल्लेखले गेले असून त्यामध्ये अखिल विश्वाचा व मानवी जीवनाचा विचार साकल्याने आणि समग्र केला आहे. या अध्यात्माचे महत्त्व जसे सर्वमान्य आहे तसेच त्याचे गहनत्वदेखील सर्वपरिचित व सर्वमान्य आहे; कारण त्यामध्ये अव्यक्त विषयाचे विवेचन असून शिवाय मानवी जीवनाचे अंतिम ध्येय किंवा मूल्य विशद केलेले आहे.

आध्यात्मिक विषयाचे स्वरूप

अध्यात्म म्हणजे विवेकयुक्त जीवन असून ते भौतिक निसर्गाच्या मुळाशी असलेल्या आध्यात्मिक सिद्धान्ताचा शोध, अनित्य वस्तूंच्या मागे प्रचितीस येणाऱ्या नित्य वस्तूंचे अनुमान, भिन्न भिन्न पदार्थांना जोडणारा अव्यक्त धागा, या नश्वर विश्वाचा आधार, अंधार-प्रकाश, जन्म-मरण, सुख-दुःख, उच्च-नीच, जय-पराजय इत्यादी द्वंद्वांच्या पलीकडचे समाधान होय.

अध्यात्म सर्वथैव जीवनातील मूलभूत प्रश्नांची उत्तरे शोधण्याचा प्रयत्न करीत असते. आध्यात्मिक तत्त्वज्ञानात साधारणतः खालील प्रश्न अग्रस्थानी आढळतात.

- मानवाच्या जीवनाचे सूत्र कोणते?
- मानव कोठून आला आहे?
- तो कोठे चालला आहे?
- त्याच्या जीवनाचे उद्दिष्ट काय?
- मानवाला सृष्टीचे ज्ञान कसे होते?

- सृष्टी अस्तित्वात कशी आली?
- तिचा निर्माता कोणी आहे काय?
- सृष्टीमध्ये काही नियमबद्धता, सुसूत्रता आहे काय?
- सृष्टीच्या अस्तित्वामागे एखादी शक्ती आहे काय?
- सृष्टीतील व्यवहाराचे संचालन कोणत्या मार्गाने होते?
- सुख आणि दुःख यांच्या नेमक्या व्याख्या काय?
- चांगले-वाईट, पाप-पुण्य, योग्य-अयोग्य याविषयीच्या संकल्पना काय?
- अंतिम सत्याचे स्वरूप काय असते?
- अंतिम सत्याचा मानवी जीवनाशी संबंध असतो काय?
- या विश्वातील घडामोडींमध्ये मानवाचे स्थान काय?
- सृष्टीमधील जड व चैतन्य यांचे स्वरूप व परस्पर संबंध काय?
- मानवी अस्तित्वासंदर्भात शरीर, मन, बुद्धी, आत्मा इत्यादी गोष्टींचे नेमके स्वरूप काय ?
- मानवी जीवनातील शाश्वत मूल्ये कोणती?
- नैतिक सदाचरण म्हणजे काय?

अध्यात्मवादाची तात्त्विक भूमिका

जगाचे आद्यतत्त्व किंवा स्वरूप चिद्रूप अथवा चैतन्यरूप आहे. ते जडरूप नाही, अशी भूमिका अध्यात्मवादात मांडली जाते. हीच भूमिका पाश्चात्त्य तत्त्वज्ञानातील ग्रीक परंपरेतून उदय पावलेला 'आदर्शवाद' हा भारतीय अध्यात्मवादाशी मिळताजुळता विचार होय. अध्यात्मवादाला इंग्रजी शब्द Spiritualisn असून Spirit म्हणजे आत्मा, चैतन्य, चिद्तत्त्व होय.

ज्या श्रद्धावान माणसांना असा अनुभव आला की, या दृश्य जगाच्या पलीकडे काही अदृश्य शक्ती आहे आणि तिच्या सामर्थ्याने हे जग चालले आहे. त्यांनी या अध्यात्मवादाचा अथवा आदर्शवादाचा पुरस्कार केला. महत्त्वाची गोष्ट अशी की, माणसाला सर्वांत आधी अध्यात्मवाद कळून आला. त्यानंतर पुढील काळात निसर्गवाद, कार्यवाद वास्तववाद, प्रयोगवाद असे विविध प्रकारचे विचारप्रवाह निर्माण होत गेले. मुळामध्ये अध्यात्मवाद हा अदृश्य व अव्यक्त

शक्तीच्या अस्तित्वावर आधारलेला असून त्याची जाणीव माणसाला प्रथम झाली. निसर्गातील हितकारक व सुखकारक गोष्टींचा आधार असणारी अदृश्य शक्ती व तिची आराधना या गोष्टी माणसाच्या जीवनातील अविभाज्य घटक बनल्या, यातूनच जगातील निरनिराळ्या धर्मांचा उगम झालेला दिसतो आणि त्यातूनच अध्यात्मवादाचे तत्त्वज्ञान पुढे विचारी पुरुषांनी उभारले.

भारतीय अध्यात्मवाद

भारतीय अध्यात्मवादाचा उगम वेद व उपनिषदे या तत्त्वज्ञानातून झालेला आहे. हे जग कशातून निर्माण झाले, याचा आधार कोणता, याची उत्पत्ती कशी झाली, या जगाचे सर्व विभाग निर्माण करून स्थिर करणारे ते एकमेव तत्त्व कोणते यांसारखे प्रश्न वेदान्तील विश्वोत्पत्तीविषयक सूक्तांना चालना विश्वाच्या उत्पत्तीचे स्पष्टीकरण करण्यासाठी सर्व प्रकारच्या कल्पना उपयोजिल्या आहेत. या सर्व विचारांची परिणती उपनिषदांतील सुविस्तृत अध्यात्मविद्येत झाली आहे, त्यामध्ये समष्टिरूप ब्रह्म आणि व्यष्टिरूप आत्मा यांचा सखोल विचार केला गेला आहे. ते करीत असताना मानव व जगत यामध्ये कार्यान्वित असलेल्या वैश्विक शक्तीच्या स्वरूपाचा विचार तत्त्ववेत्यांनी केला आहे.

भारतीय अध्यात्मवादानुसार सर्वश्रेष्ठ ब्रह्म हे प्रत्येक मानवातील आणि प्राणिमात्रांतील अंतरात्म्याशी एकरूप आहे. ते एकमेव निर्लेप, केवल सत्, शुद्ध चैतन्य, सत्य, ज्ञान, अनंत, चिरंतन आनंद, सत्याचेही सत्य असे सर्वश्रेष्ठ कारण आहे. भारतीय अध्यात्मवादाने श्रेयस तत्त्वाचा इतका कसून शोध घेतला की त्यामुळे हे तत्त्वज्ञान प्रखरपणे बौद्धिक असूनही ते मूल्ये व आदर्श यांचे तत्त्वज्ञान आहे.

भारतीय अध्यात्मवादात तत्त्वमीमांसा ही केवळ औपपत्तिक किंवा सैद्धांतिक गोष्ट म्हणून कधीच नव्हती तर ती व्यवहार आणि मोक्षप्राप्तीचा धार्मिक साधन मार्ग यांच्याशी घनिष्ठपणे निगडित राहिली.

ग्रीक अध्यात्मवाद

ग्रीक अध्यात्मवाद हा आदर्शवाद (Idealism) नावाने प्रसिद्धीस आला. हा अध्यात्मवाद इ.स.पू. ४००च्या सुमारास मांडला गेला. त्याचे मुख्य प्रणेते

सॉक्रेटिस, प्लेटो व ॲरिस्टॉटल होते. या तिघांची गुरुशिष्य परंपरा ग्रीसमधील अथेन्स शहरात प्रसिद्धीस आली. दृश्य जगाच्या पलीकडे एक अदृश्य शक्ती आहे तिच्या प्रेरणेने विश्वाचा व्यापार चालला आहे. तिचे स्वरूप मनुष्याने ओळखून घ्यावे. अशा प्रकारचे सिद्धान्त सॉक्रेटीस आपल्या अनुयायांना समजावून सांगे. त्याचे ते संवाद त्याचा शिष्य प्लेटोने लिहून काढले. प्लेटोचे लिखाण फार मनोवेधक व विचारप्रवर्तक आहे. प्रत्येक मूर्त पदार्थाच्यामागे तद्अनुषंगिक अमूर्त विचार आहे; पण तो सामान्य माणसाला दिसत नाही. दृश्य वस्तूंच्या भोवती बहुतेक सारे लोक घुटमळत असतात. या मूर्त पदार्थांच्या पलीकडे काही चिरंतन जीवनमूल्यांचे विचार आहेत. त्यांना प्लेटोने सत्यं, शिवं व सुंदरम् (Truth, Goodness and Beauty) असे संबोधिले. या साऱ्या विचारांचे मूलस्थान म्हणजे आत्मा. तो सर्वव्यापी व सर्वसाक्षी असून अव्यक्त व अमर आहे, असे ग्रीक अध्यात्मवादाने उर्फ आदर्शवादाने प्रतिपादिले.

अध्यात्मवादात धार्मिक कल्पनांचे महत्त्व

अध्यात्मवादाच्या दृष्टीने धार्मिक मूल्यांना फार मोठे महत्त्व आहे. मनुष्याच्या हितासाठी व सुखासाठी धर्माची उभारणी केली जाते. जीवनात असे अनेक प्रसंग उद्भवतात की, ज्या वेळी मनुष्याला कोणत्यातरी थोर, स्थिर व समर्थ शक्तीच्या आधाराची जरुरी असते. ती शक्ती म्हणजे देव असे मानून त्याच्या भोवताली धर्माची उभारणी केली जाते. देव याचा शब्दशः अर्थ म्हणजे 'सर्वदा स्वयंप्रकाशित'. ईश्वर अथवा परमेश्वर हा शब्दसुद्धा त्याच अर्थी वापरतात. त्याचा शब्दशः अर्थ सर्व अस्तित्वाचे सार असा होतो.

अध्यात्मवादात नैतिक मूल्यांचे महत्त्व

अध्यात्मवादात व्यक्तीला बरेच महत्त्व आहे, हे खरे पण ते अमुक एकाच व्यक्तीला नसून, प्रत्येक व्यक्तीला सारखे महत्त्व आहे. म्हणजे प्रत्येक व्यक्ती दुसऱ्या कोणाचे साधन नसून साध्य आहे. प्रत्येक व्यक्तीला स्वतःचे हित साधण्याचे स्वातंत्र्य आहे. त्याचप्रमाणे प्रत्येक मनुष्याचे सदाचाराचे जन्मसिद्ध कर्तव्य आहे. त्यामुळे स्वतःचे हित साधण्याचा प्रयत्न करीत असताना कोणाही मनुष्याने दुसऱ्याच्या हिताच्या आड येता कामा नये. या तत्त्वाला अनुसरून सर्व

माणसांनी वागावे, म्हणजे समाजात सुख, शांतता, समाधान यांचे राज्य नांदेल. हा फार महत्त्वाचा नीतिनियम होय. सत्य, अहिंसा अस्तेय सद्भाषण, सदुद्योग तसेच दैवी संपत्तीचे गुण प्रत्येक मनुष्याने आपल्या अंगी आणले पाहिजेत.

अध्यात्मवादात सौंदर्यविषयक मूल्यांचे महत्त्व

अध्यात्मवादाच्या दृष्टीने 'सत्यं शिवं सुंदरम्' ही मानवी जीवनाची अंतिम मूल्ये होत. त्यामध्ये सौंदर्याभिरुची हे मूल्य जीवनात महत्त्वाचे मानले जाते. हे मूल्य जाणून घेण्याची मनुष्याची तयारी असली पाहिजे. निसर्गाच्या विविध देखाव्यात सौंदर्य दिसते. असे सौंदर्य पहात असताना मनुष्य स्वतःचे व्यक्तित्व विसरतो आणि त्याच्याशी समरस होऊन जातो. त्यामध्ये त्याला आनंदाचा अनुभव येतो.

प्लेटोने आपल्या 'सिंपोजियम्' या संवादात सौंदर्याचे निश्चित स्वरूपाचे दर्शन घडविले आहे. 'शिव' आणि 'सुंदर'ही तो एकरूप मानतो. जे सर्वश्रेष्ठ, वैश्विक आणि स्वयंपूर्ण ते सुंदर असे त्याने म्हटले.

कलाप्रवृत्ती हा सौंदर्यानुभूतीचा महत्त्वाचा आविष्कार होय. कला ही मानवी भावनांच्या प्रतीकात्मक सौंदर्यतत्त्वांची अभिव्यक्ती असते. सौंदर्यप्रतीकांचा महत्त्वाचा विशेष हा त्यांचा रोख अंतरंगाकडे असतो आणि त्यांचा संदर्भही अंतर्गतच असतो. ही अंतर्दृष्टी नेहमी आनंदमय असते.

शिक्षणात अध्यात्मवाद

जीवनाची मूल्ये साध्य करून घेण्याचे साधन शिक्षण हे होय. त्या शिक्षणाचे स्वरूप काय असावे ते तत्त्वज्ञानी ठरवून देतात. या विषयावर भारतीय आणि इतर अध्यात्मवादी लोकांनी पुष्कळ लिहून ठेवलेले आहे. शिक्षणामध्ये विद्यार्थ्याला श्रेष्ठ स्थान आहे. अध्यात्मवादी असे मानतात की, विद्यार्थी हा परमात्म्याचा अंश आहे. त्याला स्वतंत्र व्यक्तित्व आहे. त्याच्या अंगी काही उपजत शक्ती आहेत. आत्मसाक्षात्कार, आत्मबोध करून घेण्याची कुवत प्रत्येक व्यक्तीत असते. प्रत्येक मानवात परमतत्त्व प्राप्त करण्याची सुप्त क्षमता असते. प्रत्येक मानवातील या अध्यात्मभावाचे सार्थक शिक्षणातून घडवून आणता येते.

अध्यात्मवादानुसार शिक्षणाचे ध्येय

शिक्षणाचे ध्येय काय असावे, या प्रश्नाचे उत्तर अध्यात्मवादी लोक थोडक्यात असे देतात– ''विद्यार्थ्याला स्वरूपाचा साक्षात्कार करून देणे.'' आपण परमात्म्याचा अंश आहोत हे तो अविद्येमुळे विसरलेला आहे. त्याच्यावरील अविद्येचे आवरण शिक्षणाने नाहीसे झाले पाहिजे. त्याच्या सुप्त शक्ती जागृत झाल्या पाहिजेत. त्याला जगाचे खरे ज्ञान झाले पाहिजे. त्याच्या सद्‌भावनांचा योग्य परिपोष झाला पाहिजे. त्याच्या सत्प्रवृत्तींना योग्य ती चालना मिळाली पाहिजे. आपण परमात्मस्वरूप आहोत याची ओळख विद्यार्थ्याला पटली पाहिजे.

अध्यात्मवादाला कशा प्रकारचा अभ्यासक्रम अपेक्षित असतो

शिक्षणाचे मुख्य साधन म्हणजे अभ्यासक्रम. मनुष्याला अवगत असलेल्या निरनिराळ्या विषयांचा अभ्यास मुलांनी करावयाचा असतो; म्हणजे त्यांना ज्ञानप्राप्ती होते, या त्यांच्या शारीरिक व मानसिक शक्तींचा विकास होतो. म्हणून आत्मविकास हा केंद्रबिंदू समजून त्याच्या भोवती अभ्यासक्रम आखावा. प्रथमतः मुलांना भौतिक जगाची माहिती झाली पाहिजे. तसेच त्यांना मानवी समाजाचीही माहिती मिळाली पाहिजे. त्याप्रमाणे नाना प्रकारच्या कलाही मुलांना आल्या पाहिजेत.

अध्यात्मवादानुसार शिक्षक कसा असावा

शिक्षण कार्याचा कर्ता हा शिक्षकच असतो. त्याच्या हातात पुष्कळ गोष्टी असतात. तो जे करील ते होण्याची शक्यता असते. शिक्षकांवर विद्यार्थ्यांचा विश्वास असतो. त्यांचा तो नमुनेदार आदर्श पुरुष होय. त्यांचा शब्द मानण्यास, त्यांच्यापासून प्रेरणा घेण्यास व त्यांचे अनुकरण करण्यास ते उत्सुक असतात, म्हणून शिक्षक हा सर्व गुणांनी संपन्न असला पाहिजे. मुलांचे मानसशास्त्र शिक्षकाला उत्तम प्रकारे माहीत असले पाहिजे; तरच त्यांच्या उपजत प्रवृत्तींचा योग्य उपयोग करून घेणे, नवीन ज्ञान त्यांच्या मनात बिंबविणे, कार्य करण्यास त्यांना प्रवृत्त करणे शिक्षकाला साधेल, जे ज्ञान मुलांना द्यावयाचे त्याचा साठा शिक्षकाजवळ असला पाहिजे. अध्यापनाच्या साऱ्या पद्धतींची त्याला माहिती असली पाहिजे.

अध्यात्मवादी अध्ययन-अध्यापन पद्धती

प्राचीन काळापासून अध्यात्मवादी उर्फ आदर्शवादी शिक्षणाच्या अध्यापन पद्धतीमध्ये बोधकथांच्या साहाय्याने स्पष्टीकरण व विवेचन करणे महत्त्वाचे मानले जाई. त्याला जोडूनच प्रश्नोत्तर पद्धतीचा वापरही तितकाच महत्त्वाचा मानला जातो. विद्यार्थ्यांनीदेखील केवळ गुरुच्याच विवेचनावर अवलंबून न राहता स्वतः आत्मचिंतन अथवा मनन केले पाहिजे याचा कटाक्ष आहे. म्हणजेच गुरुचर्चेचेच श्रवण जरी अत्यावश्यक असले तरी त्याचसोबत चर्चा, संभाषण, संवाद, वादविवाद याही गोष्टी आवश्यक आहेत. महत्त्वाचे मुद्दे नियम, तत्त्वे व स्मरणात ठेवण्यासाठी पाठांतरावर भर दिला जातो. तसेच महत्त्वाचे म्हणजे मूल्यशिक्षणासाठी गुरुच्या व्यक्तिमत्त्वाचा व आचरणाचा आदर्श ठेवला जातो.

अध्यात्मवादाच्या दृष्टीने शिक्षक-विद्यार्थी संबंध कसे असावेत.

अध्यात्मवादात गुरुला खूप वरच्या दर्जाचे व श्रेष्ठ स्थान दिले आहे. गुरू आणि शिष्य यांचे संबंध मोठ्या प्रेमाचे असले पाहिजेत. पूर्वी एकाच आश्रमात गुरू-शिष्य राहत असून, एकत्र जेवत असत, एकत्र उद्योग करीत असत. एकत्र धर्माचरण करीत असत आणि एकत्र ज्ञानसाधना करीत असत. त्यामुळे प्राचीन भारतीय शिक्षण उत्कृष्ट दर्जाचे होऊ शकले. त्याची पुनरावृत्ती चालू युगामध्ये शक्य नाही हे खरे असले तरी गुरुच्या अंगी सर्व प्रकारचे ज्ञान, आचरणाचे पावित्र्य, शिष्यांबद्दल प्रेम, मनाची उदारता, दुसऱ्याच्या मताबद्दल सहिष्णूता व सहानुभूती इत्यादी गुण असले पाहिजेत. शिष्यांनीसुद्धा मनात श्रद्धा बाळगून गुरूकडून ज्ञान ग्रहण केले पाहिजे.

प्रकरण ६
विविध धर्म, परंपरा आणि ग्रंथ यातील आध्यात्मिकता

अध्यात्म हा विषय मानवी ज्ञानाचा, विचारांचा व जाणिवांचा परमोच्च कळस मानला जातो. अध्यात्माला सर्व ज्ञानांची अथवा विद्यांची जननी म्हटले जाते. जितका माणूस पुरातन तितकेच अध्यात्मदेखील पुरातन असते. मानवी ज्ञानात दीर्घ वाटचालीच्या इतिहासात अध्यात्मज्ञानाने अगदी प्राचीन काळापासून आपला अविस्मरणीय व अपरिहार्य असा ठसा कायम ठेवला आहे.

अध्यात्म हा केवळ एक विषय नाही, केवळ शब्दांचे जंजाळ नाही आणि नुसत्या कल्पनांच्या भराऱ्या नाहीत, तर तो सत्याचा प्रामाणिक शोध आहे, आपल्या अनुभवांचा अन्वयार्थ आहे, सृष्टीचे व्यापक व वैश्विक आकलन आहे, आपल्या विवेकशीलतेचे सर्वोत्कृष्ट फळ आहे.

हे आध्यात्मिक ज्ञान जगातील सर्वच धर्मांनी पुरस्कृत केले असून विविध पंथ, संप्रदाय, परंपरा, ग्रंथ इत्यादी सर्वांमधून मूलभूत आध्यात्मिक विचार विखुरलेले दिसतात. त्यांच्या आविष्कारातील आणि कर्मकांडातील फरक बाजूस ठेवून मूलभूत अध्यात्माचा गाभा लक्षात घेणे महत्त्वाचे आहे.

प्रस्तुत प्रकरणात अशा प्रकारच्या काही धर्म, परंपरा व ग्रंथांमधील आध्यात्मिक विचारांचा आढावा घेतला आहे.

वेदोपनिषदातील आध्यात्मिकता

जगातील प्राचीनतम साहित्यात वैदिक साहित्याचा समावेश होतो. वैदिक काळाबाबत विद्वानांत मतभेद असले तरी साधारणतः इसवी सन पूर्व २५०० वर्षांच्या आसपास तो गृहीत धरला जातो.

इतर सर्वच ज्ञान-विज्ञान शाखांप्रमाणेच भारतीय तत्त्वज्ञान विषयक विचारांचे मूळही वैदिक वाङ्मयात आढळून येते. वैदिक वाङ्मय अपार असून त्यांपैकी काही अंशच आपणास उपलब्ध झालेला आहे. स्थलदृष्ट्या व कालदृष्ट्याही या वाङ्मयाची व्यापकता मोठी आहे. वेद म्हणजे भारतीय आर्यांचे प्राचीन अतिविशाल वाङ्मय होय. इतके प्राचीन व इतके सलग वाङ्मय इतरत्र कोठेही उपलब्ध झाले नसल्यामुळे या वाङ्मयाला केवळ भारतीय इतिहासाच्याच नव्हे तर मानवी इतिहासाच्या दृष्टीने अत्यंत महत्त्व आहे.

मुख्यतः वेद चार आहेत. ते ऋग्वेद, यजुर्वेद, सामवेद व अथर्ववेद या नावांनी ओळखले जातात. या प्रत्येक वेदाच्या अनेक शाखा असून त्यांपैकी ऋग्वेदसंहिता फक्त एकाच शाखेत पूर्णतः उपलब्ध असून ती सर्वप्राचीन आहे हे प्रमाणसिद्ध व सर्वमान्य आहे.

वैदिक तत्त्वज्ञानातील आशय हा ज्ञान, कर्म आणि उपासना या तीन प्रकारात मोडतो. हे तीन प्रकार अनुक्रमे ज्ञानकांड, कर्मकांड व उपासनाकांड म्हणून ओळखले जातात. ज्ञानकांडात परमोच्च ज्ञानाविषयी व आत्मसाक्षात्काराविषयी चर्चा कर्मकांडात कृती अथवा आचरणाविषयी मार्गदर्शन आहे तर उपासनाकांडात भक्तीविषयी विवेचन आहे.

वेद वाङ्मयात प्रत्येक ज्ञानशाखेविषयी चर्चा असून भौतिक विज्ञानशास्त्रे, सामाजिक शास्त्रे, मानव्यशास्त्रे यातील मूलभूत ज्ञानावर त्यात ऊहापोह आहे. जन्म, बालपण, तारुण्य, वार्धक्य, मृत्यू आणि पुनर्जन्म अशा मानवी जीवनाच्या सर्व स्थितींवर प्रकाश टाकण्याचा त्यात प्रयत्न केला आहे. विद्वान, विद्यार्थी, सैनिक, गृहस्थ, योद्धा, प्रशासक विविध भूमिकांच्या कर्तव्यांचे त्यात उल्लेख आहेत. शांतता व सहजीवनाचा संदेश आहे आणि महत्त्वाचे म्हणजे विश्वाचे स्वरूप, रचना, उत्पत्ती याविषयी सखोल व तात्त्विक विवेचन आहे. त्याला जोडून पाप-पुण्य, स्वर्ग-नरक, कर्म सिद्धान्त, आत्म्याचे स्वरूप यावरही वैचारिक मांडणी आहे.

वैदिक विचारांचा स्थूल परिचय

वैदिक तात्त्विक विचारांमध्ये एकेश्वरवाद, अनेकेश्वरवाद, सर्वेश्वरवाद व

शेवटी अद्वैतवाद या सर्वांचे मिश्रण आढळते. सगुणसाकार दैवतकल्पना आणि निर्गुण निराकार शक्ती कल्पना यांचा एकत्रित प्रादुर्भाव आढळतो. निसर्गाच्या विविध शक्ती रूपांबाबत प्रतीक रूपाने अग्नि, सूर्य, पर्जन्य, वायू, वरुण या देवतांची प्रतिष्ठापना केलेली दिसते. त्याचबरोबर या देवतांना प्रसन्न करण्यासाठी व ऐहिक तसेच पारलौकिक जीवन समृद्ध करण्यासाठी प्रार्थना केलेल्या दिसून येतात.

वैदिक आध्यात्मिक विचारांमध्ये विश्वाच्या मागे असलेल्या मूलतत्त्वाचा शोध घेण्याचा प्रयत्न केल्याचा दिसून येतो. सत्य, ब्रह्म किंवा परमात्मा हा अनादि, अनंत, निर्गुण, निराकार, इंद्रियांच्या अनुभूतींपलीकडला व स्वयंभू आहे, तसेच हे ब्रह्म तत्त्व त्रिकालाबाधित, ज्ञानमय, आनंदमय, अविनाशी असल्याचे प्रतिपादले आहे. मानवी जीवनाचे अंतिम ध्येय हे आत्मसाक्षात्कार अथवा मोक्ष म्हणजेच मुक्ती उर्फ जन्म-मरणाच्या बंधनातून मुक्तता हे सांगितले आहे. त्याचबरोबर धर्म, अर्थ, काम व मोक्ष या चार पुरुषार्थांची प्राप्ती करून घेण्यात मानवी जीवनाचे इतिकर्तव्य असल्याचे मत मांडले आहे. वैदिक तत्त्वज्ञानामध्ये कर्मसिद्धान्त व्यापकता आणि कार्यकारणभावाचा प्रभाव याविषयीदेखील सखोल तपशीलवार विवेचन मांडले आहे.

वैदिक आध्यात्मिक विचारांचा शैक्षणिक अन्वयार्थ

वैदिक विचारांनुसार विद्येचे परा विद्या व अपरा विद्या असे दोन प्रकार पडतात. त्यांपैकी परा विद्या म्हणजे श्रेष्ठ प्रकारची अध्यात्मविद्या अथवा आत्मसाक्षात्काराची विद्या होय; तर अपरा विद्या म्हणजे ऐहिक अथवा लौकिक जीवनातील उपयुक्त विद्या होय. मानवी जीवनाच्या सार्थकतेसाठी दोन्ही विद्यांची गरज आहे. तसेच वैदिक विचारांमध्ये 'सा विद्या या विमुक्तये' म्हणजे 'जी बंधनातून मुक्त करते ती विद्या' हा विचार महत्त्वाचा ठरला. म्हणजेच मुक्ती विद्येचे, ज्ञानार्जनाचे म्हणजेच पर्यायाने शिक्षणाचे प्रमुख उद्दिष्ट झाले. याखेरीज 'विद्या विनयेन शोभते' (विद्या ही विनयामुळे अथवा नम्रतेमुळे शोभून दिसते) या विचारातून विद्यार्जनाच्या वर्तनावरील परिणाम व अपेक्षा व्यक्त होते. विद्येमुळे इंद्रिये, मन आणि बुद्धी यांच्यावर नियंत्रण प्राप्त होते ही धारणादेखील त्याचबरोबर आविष्कृत झाली.

वैदिक आध्यात्मिक विचारात व्यक्त झालेल्या विश्वशांतीच्या उद्बोधनातून शांततेसाठी शिक्षण व सहजीवन शिक्षण यांची बीजे अभिव्यक्त होतात. तत्कालीन विद्यार्जन हे गुरुकुलात किंवा आश्रमात होत असल्याने आध्यात्मिक वृत्तीच्या विकासाबरोबरच सामाजिक मूल्यांची जोपासना शक्य होत असे. तत्कालीन अध्यापन पद्धती केवळ पाठात अवलंबून नव्हती तर त्यासोबत व्याख्यान, स्मरण, चर्चा वादविवाद, चिंतन आणि विशेष महत्त्वाचे म्हणजे ध्यान; या सर्व बाबींचा त्यामध्ये समावेश असे. आध्यात्मिक वृत्तीच्या जोपासनेसाठी या सर्व गोष्टी साहाय्यक ठरतात.

उपनिषदे

भारतीय तत्त्वज्ञानाच्या विविध शाखा उपनिषदांमधील आध्यात्मिक विचारांमुळे प्रभावित झालेल्या आहेत.

जर्मन तत्त्वज्ञ शॉपेन हॉवेरने म्हटले आहे, ''संपूर्ण जगात उपनिषदांसारखे उच्च व उदात्त तत्त्वज्ञान व समग्र जीवनाचे दर्शन मिळणार नाही.''

प्रोफेसर मॅक्समुलरदेखील म्हणाले होते, ''मी माझ्या अनुभवाच्या जोरावर शॉपेनहॉवरशी पूर्णतः सहमत आहे. ''

उपनिषदे ही अत्युच्च कोटीचे तत्त्वचिंतन दाखवितात त्यांचे कर्ते साक्षात्कारी विचारवंत मानले जातात. उपनिषदांची संख्या बरीच मोठी, जवळ जवळ दोनशेच्या आसपास अशी मानली जाते. परंतु, त्यामधील सर्वसामान्यपणे एकशे आठ प्रमाणभूत अशी मानली जातात; व त्यातही बारा तेरांनाच खरेखुरे महत्त्व आहे. साधारणतः ईश, केन, प्रश्न, छान्दोग्य, मुण्डक, माण्डुक्य, तैत्तरिय, ऐतरेय, बृहदारण्यक, श्वेताश्वतर, मैत्रायणी, कोषीतकी, कठ ही उपनिषदे महत्त्वाची मानली जातात. आध्यात्मिक तत्त्वज्ञानाच्या दृष्टीने हीच उपनिषदे प्रतिनिधीस्वरूप व आधारभूत म्हणावयास हवीत.

उपनिषदांचा काळ सामान्यतः इ.स. पूर्व १२०० ते इ.स.पू. ६०० होय असे म्हणता येईल.

उपनिषद हा शब्द उप+नि+सद् या धातूपासून तयार झालेला आहे. याचा अर्थ जवळ जाऊन बसणे असा होतो. म्हणजेच शिष्याने गुरूजवळ अध्ययनार्थ व उपदेशार्थ जाऊन बसणे असा अर्थ घ्यायचा. यापासूनच या

शब्दाने जवळ जाऊन बसल्यावर मिळणारी जी विद्या, जे तत्त्वज्ञान, जो विचार दाखविला जाऊ लागला. तोच उपनिषद नावाने ओळखला जाऊ लागला. हा विचार रहस्यात्मक असल्यामुळे उपनिषद याचा अर्थ 'रहस्य' अथवा 'गूढ विचार' असा झाला व मग हा शब्द असे विचार एकत्र ग्रंथित करण्यात आलेल्या ग्रथांशी निगडित झाला.

या उपनिषदांमध्ये अनेक शतकांचा, तत्त्वचिंतकांच्या पिढ्यांचा विचार आलेला आहे. यामध्ये पुढे निर्माण झालेल्या अनेक दर्शनांना मूलभूत ठरलेले व उपयुक्त झालेले असे विचारधन आहे. भारतीय दर्शनांचा व आध्यात्मिक तत्त्वज्ञानाचा येथे पायाच घातला गेला. यातील जीवनदृष्टी, अंतिम सत्यासंबंधीची कल्पना, मानवी जीवनाचे यथार्थ स्वरूप यासंबंधीचे विचार इतके उच्च व सखोल आहेत की त्यामुळे जागतिक तत्त्वज्ञानात्मक वाङ्मयात व आध्यात्मिक विचारांत उपनिषदांत विचारांना एक अनन्यसाधारण असे महत्त्वाचे स्थान आहे.

उपनिषदांमधील तत्त्ववेत्त्यांनी आपापले विचार संवादातून मांडलेले आहेत हे खरे, तथापि ते मांडित असताना त्यांनी भिन्न भिन्न पद्धतींचा अवलंब केलेला आहे. केव्हा केव्हा त्यांचे विवेचन सूत्रबद्ध असे असते, तर केव्हा एखादा रहस्यात्मक शब्द सांगून त्याचे विवेचन केलेले असते; तर कोठे देवताविषयक कथांची पार्श्वभूमी वापरून तत्त्वज्ञान सांगितले आहे; तर काही ठिकाणी दृष्टान्त देऊन कल्पना स्पष्ट करण्याचा प्रयत्न केला आहे. काही ठिकाणी सरळ वाद पद्धतीचा अवलंब केलेला दिसून येतो. तर काही ठिकाणी भिन्न भिन्न मतांचा समन्वय करून शेवटी यथार्थ तत्त्व सांगण्याचा प्रयत्न केलेला आहे. या वेगवेगळ्या पद्धतींचा आश्रय केल्यामुळे उपनिषदांच्या मांडणीची आकर्षकता निर्माण झाली आहे. उपनिषदांतील तत्त्वज्ञाना ती प्रमाणे त्यातील काव्यही उत्कृष्ट आहे. सारे उपनिषद वाङ्मय हे संस्कृत वाङ्मयाचे व भारतीय आधत्मिक तत्त्वज्ञानाचे अनुपम लेणे मानले जाते.

उपनिषदांमधील आध्यात्मिक विचार

उपनिषदांमधील आध्यात्मिक विचारांमध्ये वेदांप्रमाणेच ब्रह्म ही संकल्पना केंद्रस्थानी आढळते. 'ब्रह्म' हे विश्वामागील सत्य असून 'आत्मा' हे माणसामधील सत्य आहे. संपूर्ण विश्व हे ब्रह्म तत्त्वापासून निर्माण झाले आहे, त्यातच

स्थिरावले आहे आणि त्यातच विलीन होणार आहे. विश्व हे ब्रह्मच आहे. सर्व काही मूलतः ब्रह्मच आहे. (सर्वं खल्विदं ब्रह्म). माणसातील आत्मा अमर, अविनाशी व आनंदस्वरूप आहे आणि आत्मा हे ब्रह्माचेच स्वरूप आहे.

मानव व विश्व यामध्ये एकच चैतन्ययुक्त, आनंदस्वरूप, अविनाशी असे तत्त्व आहे. बाकी सारे भौतिक असून विनाशकारी आहे. हे आनंदस्वरूप वा सच्चिदानंदस्वरूप ब्रह्म जाणून तद्रूप होणे आपले त्याच्याशी असलेले नैसर्गिक तादात्म्य पुन्हा ज्ञानाने, साक्षात्काराने प्रस्थापित करणे हेच मानवी जीविताचे ध्येय आहे. हाच मोक्ष होय.

मानवाचे 'कर्म' हे अतिशय महत्त्वाचे असून कर्म म्हणजेच दैव होय. कर्म हे बंध निर्माण करीत असते, तेव्हा कर्म हे अंशतः भोगाने व अंशतः ज्ञानाने नाहीसे करणे हाच श्रेष्ठ पुरुषार्थ होय. हाच मोक्षदेखील होय.

उपनिषदांतील आध्यात्मिक विचारांचा शैक्षणिक अन्वयार्थ

उपनिषदांतील आध्यात्मिक विचारांनुसार शिक्षणाच्या प्रमुख ध्येयांमध्ये आत्मसाक्षात्कार, आध्यात्मिक विकास, सर्वोच्च ज्ञानाची प्राप्ती, चारित्र्यसंवर्धन, सांस्कृतिक विकास आणि सामाजिक सद्गुणांचा विकास यांचा समावेश होतो. उपनिषद आध्यात्मिक विचारांनुसार सत्याचा शोध घेण्याची जिज्ञासा महत्त्वाची मानली जाई. त्यासाठी अखंड ज्ञानसाधना आवश्यक होती. त्याचबरोबर आध्यात्मिक ज्ञानासाठी उत्तम नीतीशिक्षण हा पाया मानला जाई.

उपनिषदकालीन शिक्षणात गुरूचा जवळून सहवास अपेक्षित होता. गुरूचे शिष्यांशी जिव्हाळापूर्ण व वात्सल्ययुक्त संबंध असत. 'उपनिषद' या शब्दातच ही आत्मियता व्यक्त होते. गुरूने शिष्यांची जिज्ञासा वृत्ती वाढीस लावली पाहिजे. तसेच त्या जिज्ञासा पूर्तीचेही प्रयत्न केले पाहिजेत अशी अपेक्षा व्यक्त केली जात असे. गुरूचे स्थान अत्यंत महत्त्वाचे होते. गुरूमध्ये सत्यप्रियता, नम्रता व प्रेम या गुणांची आवश्यकता अपेक्षित होती. त्याचबरोबर साधी राहणी, उच्च विचारसरणी, शिस्तबद्ध जीवन, मन संयमन व तपाश्चरण ही वैशिष्ट्येदेखील त्यांच्या जीवनाचा अविभाज्य भाग असत.

एकंदरीतच वैदिकोपनिषद प्राचीन भारतीय शिक्षणपद्धती मूलतः अध्यात्मवादी व आदर्शवादी होती. जीवनाची व शिक्षणाची ध्येये एकरूप

होती. त्यामध्ये आत्मसाक्षात्कार अथवा ब्रह्मज्ञान सर्वश्रेष्ठ होते. शिक्षणाच्या ध्येयांमध्ये ऐहिक व आध्यात्मिक गोष्टींचा समतोल होता. एकंदरीत दृष्टिकोन वैश्विक स्वरूपात होता.

वेदोपनिषदांनी विश्व आणि मानव यांच्यातील तत्त्वात्म ऐक्याचा बोध घडवून मानवी जीवनाचे एक महान तत्त्वज्ञान जगाला दिले आहे.

योगदर्शन किंवा योग मार्गातील आध्यात्मिकता

भारतीय तत्त्वज्ञानात योगाचे स्थान वैशिष्ट्यपूर्ण आहे. सर्वच तत्त्वज्ञानांच्या मते तत्त्वज्ञानाने जी परमश्रेष्ठ अशी मुक्ती किंवा मोक्षाची अवस्था प्राप्त होते, ती अवस्था प्रत्यक्षात आणण्यासाठी ज्या मार्गाने जावे लागते आणि जी साधना करावी लागते तिचे यथोचित वर्णन योगशास्त्रात करण्यात आले आहे. केवळ ज्ञानानेच मुक्ती मिळते, त्यासाठी कोणतेही साधन करावे लागत नाही असे मानणाऱ्यांनाही चित्तातील अशुद्धी दूर होऊन त्यात शुद्ध ज्ञानाचा आविष्कार कसा होईल याचा विचार करावाच लागतो. तसेच मुक्तीसंबंधी वैदिक कल्पना न मानणाऱ्या मतातही दुःख आणि अज्ञान यांचा संपूर्ण परिहार कसा करता येईल या संबंधीचा विचार अपरिहार्यपणे येतोच; म्हणून तत्त्वज्ञानातील अनेक समस्यांच्या बाबतीत एकमेकांशी अगदी विरोधी असणाऱ्या मतातदेखील योगाचे महत्त्व एकमुखाने मान्य करण्यात आले आहे.

योग मत हे आस्तिक म्हणजे वेदांना प्रमाण मानले आहे. त्याचा उगम श्वेताश्वेतर उपनिषद, कठोपनिषद इत्यादींमधून झाला असावा व योगमतातील कल्पना प्राचीन काळापासून भारतवर्षात प्रचलित होत्या असे दिसते. 'योग' हा शब्द अत्यंत प्राचीन अशा वेद वाङ्मयात वापरलेला आढळतो. तेथे त्याचा अर्थ 'जोडणे' असा घेतला आहे. योगाची परंपरा हिरण्यगर्भापासून (म्हणजे सृष्टीच्या आरंभापासून) मानण्याचा प्रघात असला तरी त्यातील तथ्यांत ससूत्र बांधणी करून त्यांना एकत्र ग्रथित करण्याचे कार्य त्यामानाने नंतरचे असून इ.स. पू. दुसऱ्या शतकात पतंजली मुनींनी 'योगसूत्र' या ग्रंथाच्या रचनेने केले. मोक्षप्राप्तीसाठी आचरण्याचा श्रेष्ठ मार्ग म्हणून योगमतास सर्वांची मान्यता लाभली.

या योगमार्गास पतंजली योग, राजयोग, अष्टांगयोग अशीही नावे आहेत.

अष्टांग साधनेतील विशिष्ट गोष्टींवर भर देऊन हठयोग, कुंडलिनीयोग अशीही नावे या योगाला दिली गेली. आधुनिक काळात जो योगाचा प्रसार झाला तो शारीरिक व मानसिक आरोग्याच्या दृष्टीने योगाच्या अष्टांग साधनेतील आसने व प्राणायाम या गोष्टींमुळे प्रामुख्याने झाला. त्यामध्ये अष्टांगांपैकी अन्य अंगे व आध्यात्मिक पैलू याकडे तितकेसे लक्ष दिले जात नाही. तसेच योगमार्गाच्या तात्त्विक विचारांचा अभ्यास केला जात नाही.

अविद्येचा नाश आणि विवेकाचा उदय यासाठी योगशास्त्र मुख्यतः प्रवृत्त झाले आहे. चित्तातील क्लेशरूपी मळ धुऊन काढून शुद्ध झालेल्या चित्तातील वृत्तींना शांत करून चित्तवृत्ती निरोधरूप अवस्था येणे हेच योगमताचे सार आहे. (योगश्चितवृत्ती निरोधः।)

योगाची आठ अंगे

योगदर्शनातील तत्त्वज्ञानाला शास्त्रशुद्ध, भक्कम व वैज्ञानिकदृष्ट्या तर्कशुद्ध अशा कृतिकार्यक्रमाची किंवा साधनेची जोड आहे. किंबहुना, योगातील तत्त्वदर्शनापेक्षाही या साधनेच्या पैलूला अधिक महत्त्व प्राप्त होऊन योगसाधना आधुनिक काळात जगभर लोकप्रिय होत आहे. या साधनाक्रमाबाबत सर्वत्र प्रायोगिक संशोधन होत असून योगशास्त्र आता वैद्यकशास्त्र, शारीरिक शिक्षणशास्त्र व मानसशास्त्र यांच्याशी जवळकीने जोडले जात आहे. 'इतकेच नव्हे तर योगशास्त्राला भारतीय मानसशास्त्र' म्हणूनही ओळखले जाते.

योगसाधनेत पातंजल सूत्रात जे आठ टप्पे अथवा पायऱ्या सांगितल्या आहेत त्यांना योगाची अंगे म्हणतात. ही अंगे आठ असल्यामुळे योगालाच 'अष्टांग योग' म्हटले जाते. यम, नियम, आसन, प्राणायाम, प्रत्याहार, धारणा, ध्यान व समाधी ही योगाची आठ अंगे होत. ही आठ अंगे म्हणजे जणू काही क्रमबद्ध असलेल्या योग साधनेतील पायऱ्या होत. या आठ अंगांपैकी पहिली पाच अंगे म्हणजे यम, नियम, आसन, प्राणायाम व प्रत्याहार यांना योगाची 'बाह्य अंगे' अथवा 'बहिरंग' म्हणतात तर उर्वरित धारणा, ध्यान आणि समाधी यांना 'अंतरंग' म्हणतात.

- यम - अहिंसा, सत्य, अस्तेय, ब्रह्मचर्य व अपरिग्रह या पाच गोष्टींना यम असे संबोधले जाते.

- नियम – शौच, तप, संतोष, स्वाध्याय व ईश्वरप्रणिधान या पाच गोष्टींना नियम असे संबोधतात.
  यम आणि नियम यांचे पालन करण्याने व्यक्तीचे आचरण नीतिशास्त्र आणि धर्मशास्त्र या दोहोंच्याही दृष्टीने शुद्ध होते त्यामुळे चित्तातील मल दूर होतात.
- आसन – पतंजलीच्या सूत्रात 'स्थिरसुखम् आसनम्' असे आसनाविषयक म्हटले आहे. आसनांच्या अभ्यासाने शारीरिक व मानसिक स्थिरता लाभते व रागद्वेष गोष्टींनी चित्त विचलित होत नाही.
- प्राणायाम–प्राणायाम हे मानवाच्या बौद्धिक उत्कर्षाचे एक अमोघ साधन असून शरीरशास्त्र व मानसशास्त्र यांच्या दृष्टीने ते योगाचे महत्त्वपूर्ण अंग आहे. त्यात श्वास–प्रश्वासाचे नियमन केले जाते. त्याने चित्ताच्या सात्त्विक प्रकाशास म्हणजेच वास्तविक सत्य ज्ञानास आवरण घालणारे रज व तम रूपातील मल क्षीण होतात व चित्तास स्थिरीकरणाची पात्रता लाभते.
- प्रत्याहार – प्रत्याहार म्हणजे चित्ताचा विविध विषयांशी होणारा संपर्क थांबवून त्या योगे इंद्रियांना चित्तानुगामी करणे त्यामुळे इंद्रिये पूर्णपणे स्वाधीन होतात.
- धारणा – धारणेत चित्ताला एखाद्या बाह्य अशा स्थूल अशा सूक्ष्म विषयावर बांधून ठेवले जाते.
- ध्यान – धारणेच्या विषयाच्या प्रत्ययाचा जेव्हा एकरस अखंड प्रवाह चित्तात आरूढ होऊ लागतो, तेव्हा तिला 'ध्यानावस्था' म्हणतात.
- समाधी – ध्यानावस्थेत जेव्हा केवळ ध्येय विषयाचे भान उरते व ध्यान करीत असल्याची जाणीव नष्ट होते, तेव्हा तिला 'समाधी' अवस्था म्हणतात. ही सबीज अथवा सविकल्प समाधी होय. निर्बीड अथवा निर्विकल्प समाधीत चित्त आलंबन शून्य होऊन सर्व वृत्तींचा निरोध होतो. या अवस्थेत योगी विश्वात्मक चैतन्याशी एकरूप होतो.

योग दर्शनाची सर्व सूत्रे पतंजली मुनींनी साधनपाद, समाधीपाद, विभूतीपाद आणि कैवल्यपाद अशा चार प्रकरणांमधून ग्रथित केली आहेत.

योगदर्शनाचे शैक्षणिक उपयोजन

शारीरिक आणि मानसिक आरोग्याच्या बाबतीत योग साधनेतील आसन व प्राणायाम ही अंगे अत्यंत महत्त्वाची असून त्यातून सर्वांगीण निकोप, निरोगी व निरामय जीवनाची प्राप्ती होऊ शकते. असे आरोग्य हे शिक्षणाच्या मूलभूत ध्येयांपैकी एक मानले जाते. रोगमुक्ती व निरोगी जीवनाच्या योगाभ्यासातून उत्साह, जोम, ऊर्जा, कार्यक्षमता, तणावमुक्ती इ.गोष्टीदेखील साध्य होतात. सर्व प्रकारच्या शारीरिक व मानसिक ताणतणावांचे व्यवस्थापन करण्यासाठी योग तत्त्वज्ञान व योगसाधना फलदायी ठरते.

स्मरणशक्तीचे संवर्धन व सर्जनशीलतेचे विकसन याबाबत योगसाधनेच्या व विशेषतः ध्यानसाधनेच्या सुपरिणामांचे संशोधनपर निष्कर्ष अनुकूल येत आहेत. तसे मनातील विकारांवर विजय मिळविणे, भीतीवर मात करणे, मनोविकृतींचे निराकरण करणे, दुर्बल मनस्कतेवर मात करणे, एकाग्रता साध्य करणे, आत्मविश्वास वाढविणे आदिसांठी योगतंत्रे उपयुक्त आहेत.

योगातील यम आणि नियम ही दोन अंगे आदर्श मूल्यशिक्षणाचा आधार ठरू शकतात. परा मानसशास्त्र (Para Psychology) सारख्या वरकरणी गूढ व रहस्यमय वाटणाऱ्या विषयाचा शास्त्रशुद्ध व वैज्ञानिक दृष्टिकोनातून सखोल अभ्यास योगदर्शनाने शक्य होतो. स्वामी विवेकानंद, योगी अरविंद, परमहंस योगानंद अशा योगमार्गातील अनेक महापुरुषांनी मानवी जीवनाचे ध्येय व इतिकर्तव्यता यांचा शिक्षणातून होणाऱ्या विकासाशी संबंध जोडताना योगमार्गाला सर्वोच्च महत्त्व दिले आहे.

भगवद्‌गीतेतील आध्यात्मिकता

श्रीमदभगवद्‌गीता भारतीय तत्त्वज्ञान व आध्यात्मिकतेचे परिपक्व सुमधुर फल मानले जाते. संभ्रमात सापडलेल्या माणसांना मोक्षप्राप्तीचा व कर्तव्यदक्षतेचा उपदेश करणारा महान ग्रंथ आहे. व्यावहारिक कर्मे मनुष्याला सुटत नाहीत. ती करून शिवाय ब्रह्मज्ञान व भक्ती यांच्या साहाय्याने मोक्षाची जोड कशी करावी

याचे सुगम विवेचन गीतेत आहे.

गीता महाभारतात अंगभूत असून तिचे १८ अध्याय व ७०० श्लोक आहेत. गीता हा भागवत धर्माचा प्रधान ग्रंथ आहे. आत्मविद्येची पवित्र तत्त्वे निःसंदिग्ध रीतीने सांगून मनुष्यास परम पुरुषार्थाची ओळख करून देणारा, कर्म-ज्ञान, भक्ती समुच्चय सांगणारा, विश्वाला निष्काम कर्माचा आदेश देणारा गीतेसारखा दुसरा ग्रंथ जगाच्या वाङ्मयात सापडणे दुर्मीळ आहे असे म्हणत लोकमान्य टिळकांनी गीतेस गौरविले आहे.

गीतेची पार्श्वभूमी अत्यंत नाट्यमय आहे. समरांगणात समोरासमोर सैन्ये उभी ठाकली असता, क्षात्रधर्म पालन केले तर स्वजनांची हत्या माथी बसते व 'स्व'-बांधवांचे रक्षण करू गेले तर क्षात्रधर्मास बट्टा लागतो. अशा पेचात सापडलेल्या अर्जुनाला भगवान श्रीकृष्णांनी आपल्या प्रासादिक वाणीने दिलेला, आयुष्यातील गुंतागुंतीच्या प्रसंगी उपयोगी पडणारा आणि कोणत्याही स्थळी वा कोणत्याही काळी न कोमेजणारा हा संदेश आहे.

गीतेतील आध्यात्मिक तत्त्वज्ञानाचा उगम उपनिषदांत झाला आहे. तिच्यातील निष्काम कर्माचा सिद्धान्त ईशोपनिषदात अश्वत्थाची कल्पना, कठोपनिषदात विश्वरूपाची कल्पना, मंडको पनिषदात सद्‌गुणाविषयीचे विचार छान्दोग्य उपनिषदात आणि योगाविषयीचे विचार श्वेताश्वतरोपनिषदात बीजरूपाने आढळतात. त्यामुळे गीता म्हणजे सर्व उपनिषदांचे सार आहे असे म्हटले जाते.

सर्वोपनिषदो गावो दोग्धा गोपालनंदनः।
पार्थो वत्सः सुधीर्भोक्ता दुग्धं गीतामृतम् महत्।।

या गीतामाहात्म्य सांगणाऱ्या श्लोकात असे रूपक केले आहे की जणू सर्व उपनिषदे गाई असून कृष्ण हा गवळी आहे. अर्जुन हा वासरू आहे आणि या उपनिषदरूपी गाईंचे सार उर्फ दूध हे भगवद्‌गीतारूपी अमृत आहे.

उपनिषदांमधील विविध सिद्धान्त संकलित झाले. ग्रंथ म्हणून गीतेला डॉ. रा. द. रानडे यांनी सर्वशास्त्रीय उपनिषदामृत म्हटले आहे. ज्याने गीता समजावून घेतली त्या उपनिषदांचे मर्म अवगत झाले असे म्हणायला हरकत नाही. सांख्य व योग दर्शनातील तत्त्वे आणि प्रकृती, पुरुष, त्रिगुण, कैवल्य वगैरे परिभाषाही गीतेत पहावयास मिळतात. सांख्यमार्ग व योगमार्ग दोन्ही एकच असल्याचे गीता म्हणते; कारण दोन्हीत त्याग किंवा अनासक्ती अभिप्रेत आहे; म्हणून

गीतेत तत्त्वज्ञानात सांख्य व योग या दर्शनांचा समन्वय आहे असे म्हणता येईल.

गीता ग्रंथाच्या थोरवीचे महत्त्वाचे वैशिष्ट्य म्हणजे गीतेवर अगणित भाष्ये लिहिली गेली. अनेक विचारवंतांनी, तत्त्ववेत्यांनी, संतांनी, अभ्यासकांनी गीतेवर विविध विवेचने, स्पष्टीकरणे, टीकाग्रंथ, विवरण ग्रंथ लिहीले. त्यातील केवळ संस्कृत भाषेतील भाष्यग्रंथ ५०च्या वर आहेत आणि अन्य भाषातील भाष्यग्रंथ ३००च्या वर आहेत. गीता तत्त्वज्ञानावर आधारित अन्य ग्रंथांची संख्या तर हजारोंच्या संख्येत जाईल.

संस्कृतमधील विवरणांमध्ये आद्य शंकराचार्य, मध्वाचार्य, रामानुजाचार्य, वल्लभाचार्य आणि निंबकाचार्य यांचे विवरण महत्त्वाचे मानले जाते. प्राकृत मराठीत संत ज्ञानेश्वरांनी लिहिलेली ज्ञानेश्वरी उर्फ भावार्थदीपिका हा ग्रंथ तर केवळ गीतेवरील भाष्य नसून गीता तत्त्वज्ञानावरील एक स्वतंत्र व प्रासादिक, रसाळ कवित्वशैलीने नटलेला व वाङ्मय माधुर्याने सजलेला अद्भुत ग्रंथ ठरला आहे.

लोकमान्य टिळकांचा 'गीतारहस्य' हा ग्रंथ गीतेतील सर्व विषयांचे अधिकारवाणीने केलेले सांगोपांग विवेचन आहे. त्याचबरोबर स्वामी विवेकानंद, स्वामी रामतीर्थ, महात्मा गांधी, डॉ. राधाकृष्णन, विनोबा भावे, योगी अरविंद अशा अनेक विचारवंतांनी गीतेच्या विचारदर्शनावर मूलभूत लेखन केले आहे.

भगवद्गीतेतील आध्यात्मिक विचारधन

भगवद्गीता वैदिक परंपरेत मुरलेली असली तरी अंधश्रद्धा ठेवीत नाही. आंधळेपणाने वेदांच्या मागे न लागण्यात गीतेचा बुद्धिवाद दिसतो. गीतेच्या मतानुसार सर्व प्रकारच्या यज्ञात ज्ञानयज्ञ श्रेष्ठ आहे. ज्ञानयज्ञ म्हणजे परमेश्वराचे ज्ञान करून घेऊन त्यानुसार वर्तनाने परमेश्वर प्राप्तीचा मार्ग धरणे होय. परमेश्वराच्या ज्ञानाशिवाय मोक्ष अशक्य म्हणून ज्ञानाइतके इहलोकी पवित्र काही नाही. (न हि ज्ञानेन सदृशं पवित्रमिह विद्यते)

गीतेत सगुण–निर्गुण या भेदावर भर नाही; दोन्हीला समान महत्त्व दिले आहे. परब्रह्म अविनाशी, नित्य व अकर्ता असून सर्व खेळ प्रकृतीचा आहे असे प्रतिपादले आहे. तसेच गीतेमध्ये तात्त्विक दृष्टीने जरी परब्रह्म निर्गुण व निराकार असले तरी भक्तांसाठी जवळीक असणारा, करुणामय सखा, कैवारी असा

ईश्वर उपासनेसाठी मानला आहे.

'कर्मण्येवाधिकारस्ते मा फलेषु कदाचन' हे वचन गीतोपदेशाचे सार असून त्याद्वारे असे स्पष्टपणे सांगितले आहे की माणसाला कर्म करण्याचा अधिकार आहे. त्याच्या फळाची अपेक्षा करण्याचा नाही. 'योगः कर्मसु कौशलम्' म्हणजे कर्म करण्याची उत्तम युक्ती अथवा कौशल्य म्हणजे योग होय. तसेच 'समत्वं योग उच्चते' म्हणजे समत्व बुद्धी राखणे म्हणजे योग होय असेही निक्षून सांगितले आहे.

ब्रह्मविद्या ही गीताशास्त्राची सैद्धांतिक बाजू असून योगशास्त्र ही व्यावहारिक बाजू आहे. त्याचप्रमाणे गीतेमध्ये भारतीय नीतिशास्त्र पूर्ण विकसित झालेल्या अवस्थेत दिसते. ज्याने त्याने आपला उद्धार स्वतः केला पाहिजे असे आग्रहाने सांगितले आहे. (उद्धरेदात्मनात्मानम्).

भगवद्गीतेतील आध्यात्मिक विचारांनुसार ज्ञान म्हणजे नुसते बौद्धिक आकलन नव्हे, तर आत्मज्ञान हेच ज्ञान होय. तसेच मनुष्याने सुख-दुःखाबाबत समदृष्टी राखणे, स्थितप्रज्ञता ही सर्वोच्च स्थितीतील सर्वोत्तम व्यक्ती होय. ते आदर्श मनुष्याचे चित्र होय. उच्चतम ध्येय होय. चित्तशुद्धि हे नैतिकतेचे आंतरिक लक्षण असून, सर्वभूतहित हे बाह्य लक्षण आहे. कर्म, ध्यान, ज्ञान, भक्ती हे सर्व एकत्र गुंफले आहेत. ईश्वरार्पण बुद्धिने कर्म करणे हा एक प्रकारचा यज्ञच होय. अग्निमध्ये हवि अर्पण करणे एवढाच यज्ञाचा संकुचित अर्थ नसून 'समर्पण वृत्ती' म्हणजेच यज्ञ; अशा यज्ञाबद्दलची उदात्त व व्यापक भावना गीतेत प्रकट झाली आहे.

भगवद्गीतेतील आध्यात्मिक विचारांचा शैक्षणिक संदर्भ

शिक्षणातून अपेक्षित असलेल्या सर्वांगीण विकासाची उद्दिष्टे लक्षात घेतली तरी भगवद्गीतेतून व्यक्त होणारी उद्दिष्टे ही अशाप्रकारचा सर्वांगीण विकास सर्वोच्च रीतीने घडवून आणण्यास सक्षम आहेत हे ध्यानात येईल. गीतेने प्रतिपादलेल्या आंतरिक जाणिवेचा आध्यात्मिक विकास या उच्चतम ध्येयाबरोबरच ज्ञान व सद्गुण यांचा एकत्रित विकास घडवून आणण्याचे ध्येयदेखील प्रतिपादले आहे. त्याच बरोबर वैयक्तिक व सामाजिक ध्येयातील समन्वय आवश्यक असल्याचे सांगून गीतेने जीवनातील कर्तव्याचे महत्त्व

प्रतिपादले आहे. मानवातील तार्किक आणि बौद्धिक क्षमतांच्या विकासाकडे संकेत केला आहे.

मानसिक एकाग्रतेतून ज्ञानाची साधना करून आत्मिक बलाचे संवर्धन केले पाहिजे हे गीतेने आवर्जून सांगितले आणि अत्युच्च सद्गुणांची दैवी संपदा आपल्या अंगी बाळगून आत्मसाक्षात्कारासाठी सदैव प्रयत्नशील राहण्यास सांगितले आहे. संपूर्ण गीता ही प्रश्नोत्तर संवादरूपी उपदेश व समुपदेशन या स्वरूपात असून सर्वत्र उदाहरणे व दृष्टान्तासहित सविस्तर स्पष्टीकरण आहे. तसेच तन्मयतापूर्वक श्रवण करणे, उत्तम संप्रेषणातून योग्य तऱ्हेने विचार प्रकटीकरण करणे, प्रभावी शंका समाधान करणे, गुरुशिष्यांमध्ये सख्यत्व असणे, प्रत्यक्ष वर्तनाकडे घेऊन जाणारा उपदेश करणे, विशिष्ट प्रकारची प्रत्यक्ष अनुभूती देणे अशा कितीतरी शैक्षणिक प्रक्रियांची प्रात्यक्षिक उदाहरणे गीतेत आढळतात. इतकेच नव्हे तर अग्रत संघटक, संकल्पना प्राप्ती, पृच्छा प्रशिक्षण, तणाव नियोजन इत्यादी आधुनिक अशा अध्यापन प्रतिमान पद्धतींची बीजेदेखील भगवद्गीतेत आढळतात.

सारांशरूपात सांगायचे तर योगेश्वर कृष्ण म्हणजे मानवी जीवनाचे आध्यात्मिक मूल्य तर धनुर्धर पार्थ म्हणजे त्यासाठी यथोचित साधना होय. अभ्युदयाचा आणि निःश्रेयसाचा मार्ग आहे. हेच गीतोपदेशाचे सारसर्वस्व होय.

बौद्ध धर्मातील आध्यात्मिकता

बौद्ध धर्म हा एक तत्त्वज्ञानात्मक धर्म आहे. त्यातील सत्ये आणि तत्त्वे यांचा शाश्वत उगम खुद्द मानवाच्या अंतरंगात आहे. इंद्रियानुभव आणि तर्कबुद्धी यांच्या मर्यादा ओलांडून मनुष्य जेव्हा अंतःप्रज्ञामूलक ज्ञान प्राप्त करून घेतो तेव्हा त्यांना या तत्त्वांचा साक्षात्कार होतो.

दुःख हे मानवी अनुभवांचे मूलभूत व सार्वत्रिक सत्य आहे, या जाणिवेतून बौद्ध मताचा उदय झाला आहे. बुद्धाच्या मनावर दुःखाच्या अस्तित्वाचा इतका खोल परिणाम झालेला होता की दुःख हाच त्याच्या तत्त्वज्ञानाचा आणि धर्माचा केंद्रबिंदू व प्रारंभबिंदू ठरला. बौद्ध मतानुसार दुःख म्हणजे मानवी जीवनामध्ये प्रत्ययास येणारा केवळ एक भावनानुभव किंवा मानवी जीवनातील केवळ एक आकस्मिक घटना नाही, तर ती मानवी जीवनाची एक अंगभूत

उपाधीच आहे. ते मानवाच्या कालप्रवाहातील अस्तित्वाचे लक्षण आहे. द ुःख हे मानवाच्या कालधीनतेचे आणि जन्ममरणाधीनतेचे म्हणजेच त्याच्या मर्यादितत्वाचे प्रतीक आहे. जीवनातील तथाकथित सुखेही अल्पावधीतच दुःखपर्यवसायीच ठरत असतात. तेव्हा बौद्ध तत्त्वज्ञानामध्ये 'दुःख' हे लौकिक अर्थाने अथवा मानसशास्त्रीय अर्थाने जसे स्वीकारले आहे तसेच ते अलौकिक अथवा आध्यात्मिक अर्थानेही स्वीकारले आहे. या दुःखाचा सत्य या अर्थाने साक्षात्कार आर्यांना म्हणजेच अज्ञान व भ्रम यापासून मुक्त झालेल्यांना आणि चिंतनाची उच्च पातळी गाठलेल्यांना होतो; म्हणून त्यांना आर्यसत्ये म्हटले आहे. दुःख, दुःखसमुदय, दुःखनिरोधमार्ग आणि दुःखनिरोधक अशा शब्दांत या चार आर्यसत्यांचा सूत्रबद्ध उल्लेख केला जातो. बौद्धमताचे समग्र धार्मिक तत्त्वज्ञान म्हणजे खरोखर दुःखाविषयीच्या या चार महान आर्यसत्यांची मीमांसा व विवरण होय, असे म्हणता येईल.

जीवनाचा अर्थ लावत असताना भगवान बुद्धांना ही चार आर्यसत्ये प्रतीत झाली. या आर्यसत्यांच्या सम्यक ज्ञानाने गौतमाला संबोधी प्राप्त होऊन तो 'बुद्ध' झाला. या चार सर्वाधिक महत्त्वाच्या सत्यांना 'आर्यसत्ये' म्हणावयाचे कारण ही सत्ये श्रेष्ठ व उदात्त स्वरूपाची असून ती उच्च साधकच खऱ्या अर्थाने जाणू शकतात. ही केवळ शाब्दिक सत्ये नसून अनुभव सत्ये आहेत.

१) दुःख - बुद्ध म्हणतात, ''भिक्षूंनो, दुःख हे एक आर्यसत्य. या लोकातील जन्म, जरा, व्याधी, मृत्यू, अनिष्ट संयोग, इष्टवियोग व इच्छाहानि या गोष्टी दुःखमय आहेत.
संसार दुःखमय असल्याचे सर्वांनाच जाणवते, परंतु, मनुष्य अज्ञानाने संसाराचे दुःखमयत्व लक्षात न घेता भोगाचे पाठी लागतो. ''

२) दुःख समुदय- या सूत्राचा अर्थ आहे 'दुःखाला कारण आहे. दुःखाची उत्पत्ती विशिष्ट कारणाने घडते. दुःखाचे मूळ कारण 'तृष्णा'. ही तृष्णा तीन प्रकारची आहे.

- कामतृष्णा (इंद्रिय सुखाची लालसा)
- भवतृष्णा (संसाराची आसक्ती)
- विभवतृष्णा (ऐहिक व पारलौकिक वैभवाची तृष्णा) तृष्णेचेही मूळ अविद्या आहे.

३) दुःख निरोध - दुःखमुक्ती शक्य आहे. तृष्णेचा संपूर्ण त्याग किंवा सम्यक वैराग्य. याने दुःखनिरोध होऊ शकतो. तृष्णेचा त्याग करून, सर्व दुःखांवर मात करून निर्वाण प्राप्त करून घेणे शक्य आहे.

४) दुःख निरोध मार्ग- दुःख निरोधाप्रत पोहचविणारा मार्ग हे चौथे आर्यसत्य होय. या मार्गास दुःखनिरोध गामिनी प्रतिपद म्हणतात.

बुद्धाने केवळ संसार दुःखमय आहे एवढेच सांगितले नाही तर निःशेषपणे दूर करण्याचा निश्चित मार्गही सांगितला आहे. निर्वाण प्रत्येकाचे प्राप्तव्य आहे. त्याप्रत पोहोचविणाऱ्या मार्गास 'आर्य अष्टांगिक मार्ग' असे म्हणतात.

ही आठ अंगे म्हणजे,

१) सम्यक दृष्टी २) सम्यक संकल्प ३) सम्यक वाचा ४) सम्यक कर्मान्त ५) सम्यक आजीव ६) सम्यक व्यायाम ७) सम्यक स्मृती ८) सम्यक समाधी

बौद्धतत्त्वज्ञानातील महत्त्वाचे तात्त्विक सिद्धान्त

धम्मपद या बौद्ध धर्मग्रंथाला जागतिक आध्यात्मिक वाङ्मयात महत्त्वाचे स्थान मिळाले आहे; कारण त्यातील कित्येक गाथांमधून सर्व देशात सर्व काळी मान्य होतील अशी शाश्वत सत्ये ग्रथित केलेली आहेत, व ही शाश्वत सत्ये अत्यंत सुंदर व अनुरूप अशा उपमांतून दिग्दर्शित केली असल्यामुळे ती सर्वांस पटून वाचकांच्या हृदयाचा ठाव घेतात.

अनित्यतावाद, कर्मसिद्धान्त, प्रतित्यसमुत्पाद आणि निर्वाण या बौद्ध धर्मातील महत्त्वाच्या अशा आध्यात्मिक संकल्पना आहेत.

- **अनित्यतावाद**

जगातील वस्तू अनित्य म्हणजे न टिकणाऱ्या आहेत. याचा सामान्य मनुष्यालाही अनुभव येतो. बुद्धाने प्रतिपादलेला सिद्धान्त याहून व्यापक आहे. कोणतीही वस्तू नित्य, अपरिवर्तनीय किंवा स्थिर स्वरूपाची नाही. वस्तूचे अनित्यत्व हे तिच्या दुःखमयतेचे एक अंग वस्तूमध्ये सतत स्थित्यंतर होत असते आणि या प्रक्रियेत कोणतीही स्थिती केवळ क्षणमात्र अस्तित्वात असते. या भूमिकेला 'क्षणभंगवाद' असेही म्हटले जाते. स्थित्यंतराच्या या

प्रक्रियेला नदीच्या प्रवाहाचा किंवा दिव्याच्या ज्योतीचा दृष्टान्त दिला जातो. नदीचे रूप बाह्यतः एकरूपच भासते तरी तिचे पाणी सतत वाहत असते. तसेच दिव्याची ज्योत जरी बाह्यतः स्थिर व एकरूप भासली तरी ज्योतीमध्ये क्रमशः वेगवेगळ्या तैलबिंदूंचे आणि वातीच्या कणांचे ज्वलन होत असते, याप्रमाणेच सर्व वस्तू जरी बाह्यतः स्थिर नित्यरूप दिसत असल्या तरी त्यांच्यात सतत स्थित्यंतरे होत असतात, ज्यांना आपण वस्तू म्हणतो त्या खरे तर 'वस्तू मालिका' असतात.

● प्रतित्यसमुत्पाद

बुद्धाने प्रतित्यसमुत्पाद (अवलंब उत्पत्ती) या विश्वव्यापक सिद्धान्ताच्या आधारे दुःखाच्या कारणाची आणि उत्पत्तीची उपपत्ती दिली आहे. या सिद्धान्ताला विश्वव्यापी कारण नियम मानले जाते. हा बौद्धमताचा केंद्रीभूत सिद्धान्त आहे. तो मानवाच्या तसेच विश्वाच्याही अस्तित्वाला लागू असून, त्यावरून सर्व घटनांच्या अनित्यत्वाची आणि परतंत्रतेची स्पष्ट कल्पना येते. जन्म, जरा, मरण इत्यादी ऐहिक जीवनातील दुःखे त्यांच्या कारणापासून कशी उद्भवतात आणि ती कारणे नाहीशी झाली म्हणजे कशी नाहीशी होतात, हेदेखील या सिद्धान्ताने स्पष्ट केले. प्रतित्यसमुत्पाद या शब्दाचा अर्थ 'वस्तूची पराधीन उत्पत्ती असा आहे. या सिद्धान्तानचे स्वरूप व कार्य यांचे यथार्थ आकलन झाले म्हणजे त्या योगे मानवाला आपल्या जीवनाच्या स्वरूपाचे व विश्व प्रक्रियेचे स्पष्ट आकलन होते आणि जीवनातील दुःखापासून संपूर्णपणे मुक्त होण्याचा मार्ग त्याला मोकळा होतो.

● कर्मसिद्धान्त

मनुष्याला येणारे अनुभव हा त्याच्याच पूर्वकृत्यांचा परिणाम असतो हा सिद्धान्त बौद्ध मताने स्वीकारला आहे. या सिद्धान्ताच्या अनुषंगाने पुनर्जन्माची कल्पनाही बौद्ध मताने स्वीकारली आहे. मनुष्य वर्तमान जन्म हा त्याच्या पूर्वजन्माचा परिणाम म्हणजे पूर्व जन्मींच्या कर्माचा परिणाम आहे. बौद्धांचा प्रतित्यसमुत्पाद सिद्धान्त हा विश्वव्यापी कारण सिद्धान्त आहे. त्यानुसार विश्वातील प्रत्येक घटना नियतपणेच घडून येते. हा सिद्धान्त विश्वातील प्रत्येक घटनेला

पर्याप्त हेतू दाखवितो. यावरून नियततत्त्ववादाचा निष्कर्ष काढता येतो जर विश्वातील सर्वच घटना नियतपणे घडून येतात तर मानवी जीवनाचाही अपवाद करता येत नाही. तेव्हा प्रत्येक मानवी व्यक्तीच्या जीवनातील प्रत्येक घटना नियत आहे, म्हणजे पूर्वनियत आहे असे मानले पाहिजे.

परंतु नियततत्त्ववाद म्हणजे नियतिवाद किंवा दैववाद नव्हे. व्यक्तीचे जीवन तिच्याच कर्मामुळे घडत असते. यामुळे नीतिविधाने विधाने सार्थ ठरतात आणि नीतिजीवन शक्य होते.

• निर्वाण

आत्यंतिक दुःखनिवृत्ती या अवस्थेला बुद्धाने 'निर्वाण' असे म्हटले आहे. बौद्धमतानुसार निर्वाण हे मानवी जीवनाचे ध्येय असून अष्टांगमार्ग हा निर्वाणप्राप्तीचा मार्ग होय. 'निर्वाण' या शब्दाचा मूळ अर्थ विझणे अथवा शांत होणे असा आहे. तथापि, निर्वाण म्हणजे मृत्यू नव्हे. इतर भारतीय दर्शनांप्रमाणे, बौद्ध दर्शनानेही पुनर्जन्म मान्य केला आहे. जन्म आणि मरण या घटना म्हणजे जीवाचा आदि आणि अंत नव्हेत. जोपर्यंत जीवाला प्रबोधनाने मुक्ती मिळत नाही तोपर्यंत जीवाला जन्म-मरण परंपरेचा अनुभव येत राहतो. बौद्धदर्शनातील निर्वाण ही कल्पना इतर दर्शनातील मोक्ष या कल्पनेस समांतर आहे असे म्हणता येईल.

आध्यात्मिकदृष्ट्या बौद्ध मूल्यमीमांसा व वर्तनमीमांसा

मानवी वर्तनाचा सारासार विवेक बौद्ध दर्शनात कुशल आणि अकुशल कर्मे अशा शब्दांत केले आहे. अकुशल कर्मे ही पापकारक कर्मे असून कुशल कर्मे ही पुण्यकारक व कल्याणकारी होत असे सांगितले आहे, कुशल कर्मांचे आचरण केल्याने म्हणजे सदाचरणाने वागल्याने माणसाची तृष्णा कमी होऊन समाजातील व्यक्तींचे परस्परसंबंध सलोख्याने राहतात व आपापसातील विरोध कमी झाल्याने मानव जातीच्या दुःखाचा लय होऊन समाजाला शांती लाभते.

या विचारांचा सारांश खालील गाथेत आढळतो-

सव्वपापस्य अकरणं कुसलस्स उपसंपदा।
सचित्तपरियोदपनं एतं बुद्धान सासनं।।

(सर्व पापकर्मांचा त्याग करणे, कुशल कर्मांचे आचरण करणे व स्वतःच्या चित्ताचे संशोधन करणे हे बुद्धाचे शासन होय.)

माणसाने नेहमी आपल्या चित्ताचे संशोधन करीत असावे त्यावर सतत देखरेख ठेवावी याबद्दल बुद्धाचा विशेष कटाक्ष असे. अकुशलकर्मे हातून घडू नयेत यासाठी स्वचित्तावर सतत देखरेख हवी; एवढेच नव्हे तर कुशल कर्म करीत असतानाही तशी देखरेख ठेवणे अत्यावश्यक आहे कारण कुशल कर्म हातून घडत असतानाही त्यामुळे स्वतःच्या मनात आसक्ती, अहंकार आदि मनोविकार निर्माण होऊन अकुशल कर्माकडे मनुष्य झुकण्याची भीती असते; आणि म्हणून वरील गाथेत पापकर्मांचा त्याग व पुण्यकर्माचे संचय या दोहोंबरोबरच बुद्धाने चित्तसंशोधनाला बरोबरीने महत्त्व दिले.

- दहा पापकर्मे (अकुशल कर्मे- अकुशल कर्म पथ)

शारीरिक	वाचिक	मानसिक
• प्राणघात	• असत्य भाषण	• परद्रव्य अभिलाषा
• चोरी	• चहाडी	• दुसऱ्याच्या नाशाची इच्छा
• व्यभिचार	• कठोर भाषण	• मिथ्या दृष्टी
	• व्यर्थ बडबड	

विशेष म्हणजे जशी ही अकुशल कर्मांची यादी दिली आहे तशी कुशल कर्मांची स्वतंत्र यादी न देता अकुशल कर्माचा त्याग करणे हीच कुशल अथवा चांगली कर्मे असे सांगितले आहे.

याखेरीज बौद्ध धर्मात पंचशीलाचा पुरस्कार केला ती पंचशीले (बौद्ध तत्त्वानुसार) अशी,

१) अहिंसा - हिंसा करू नये.

२) सत्य - खोटे बोलू नये.

३) अस्तेय - चोरी करू नये.

४) अव्यभिचार - व्यभिचार करू नये.

५) अपेयपान - व्यसन करू नये.

यावरून असे दिसते की पंचशीलेदेखील मुख्यतः काय करू नये' स्वरूपात सांगितली आहेत.

एकंदरीत बौद्ध धर्म हा 'बहुजनहिताय, बहुजनसुखाय लोकानुकंपाय' असा ठरला, म्हणून तो धर्म मानवतेचा, समानतेचा व करुणाप्रेरित मानला जाऊ लागला. भगवान बुद्धाचा विश्व आणि मानव यांच्याकडे पाहण्याचा दृष्टिकोन बौद्धिक व नैतिक स्वरूपाचा आहे आणि त्याच्या उपदेशाचे सार प्रज्ञा व करूणा या दोन अर्थ गर्भ शब्दांत सामावले आहे.

जैन–धर्मातील आध्यात्मिकता

भारतीय तत्त्वज्ञान, इतिहास आणि संस्कृती विषयक परंपरा यांचा अविभाज्य भाग असलेले जैन तत्त्वज्ञान ही जैन धर्माची देणगी होय. अत्यंत प्राचीन अस्तित्व असलेल्या जैन धर्माचे संस्थापक म्हणून वर्धमान महावीरांचा जरी लौकिकार्थनि उल्लेख होत असला तरी वर्धमान महावीर हे जैन धर्माचे चोविसावे तीर्थंकर आहेत. त्यांच्या आधी तेवीस तीर्थंकर होऊन गेले आहेत. त्यातील ऋषभदेव हे पहिले तीर्थंकर होत.

जैन हा शब्द 'जिन' या शब्दापासून आला असून त्याचा अर्थ जेता वा विजेता, विजयी असा होतो. ज्याने स्वतःला जिंकले आहे; स्वतःच्या वासना, भावना व दोषांवर विजय मिळविला आहे, तो 'जिन' होय. रागक्रोधादि शत्रुंवर विजय मिळवून तो अंतिम सत्याचे ज्ञान प्राप्त करतो. जैन धर्मात अशा ज्ञानाला केवलज्ञान म्हटले आहे.

जैन तत्त्वज्ञान जीवन आणि अनुभव यावर आधारलेले आहे. जीवनाचे अंतिम ध्येय 'मोक्ष' हे आहे. सम्यक अंतर्ज्ञान, सम्यक ज्ञान आणि सम्यक आचरण या तीन मार्गांनी तो प्राप्त होतो.

जैन तत्त्वज्ञानात कर्मसिद्धान्त हे एक महत्त्वाचे वैशिष्ट्य आहे. 'करावे तसे भरावे' ही म्हण जैन कर्मसिद्धान्तास शब्दशः लागू आहे. या तत्त्वज्ञानात आपले कर्मच सर्व गोष्टींना जबाबदार आहे असे मानले जाते. येथे कर्ता करविता अशा ईश्वराला स्थान नाही.

प्रत्येक व्यक्ती आपल्या मन–वचन–कर्मरूपी कृतीमुळे निरनिराळी कर्मे बांधून घेते. सदाचरणाने त्या कर्माची शक्ती व स्थिती यात कमी जास्त फरक

पडतो. धार्मिक आचरण, सदाचार व तपश्चरणामुळे कर्म नष्ट होऊ शकते; म्हणूनच प्रत्येक व्यक्ती उत्तम प्रवृत्ती व कृती ठेवणे आवश्यक आहे.

या कर्मसिद्धान्तामध्ये व्यक्ती आपले भाग्य बनविण्यास स्वतंत्र आहे व आपण केलेल्या कर्माचे फळ भोगल्यावाचून तिला गत्यंतर नाही.

जैन धर्माचा भर माणसाच्या स्वतःच्या ऐच्छिक प्रयत्नांवर आहे. मोक्ष मिळविण्याची जबाबदारी प्रत्येकाची ज्याची त्याच्यावर आहे. कोणीही देव अथवा देवदूत आपणास मदत करणार नाही, अगर मोक्षाकडे नेणार नाही. जैन धर्मात ईश्वरी कृपेला वा अनुग्रहाला स्थान नाही.

जैनाची मूलभूत व्रते

जैनांची मूलभूत व्रते पाच आहेत. ती आहेत- अहिंसा, सत्य, अस्तेय, ब्रह्मचर्य, अपरिग्रह.

वरील पाच व्रतांपैकी जैनांनी अहिंसा या व्रताला जास्त महत्त्व दिले आहे. त्यांनी अहिंसेला एक मूलभूत नीतितत्त्व मानले आहे. जैन मुनींनी याचे पालन अत्यंत कसोशीने केले पाहिजे. संसारात राहणाऱ्या सामान्य माणसांनी अहिंसेचे शक्य तितके पालन करावे, अशी जैन धर्माची धारणा आहे. हिंसेच्या बाबतीतले असे अपवाद सामान्य माणसांकरिता सांगितले आहेत. याच संदर्भात'आरंभ हिंसा' आणि 'विरोध हिंसा' यांचा उल्लेख केला पाहिजे. गृहस्थाश्रमी मनुष्याच्या हातून आपले कर्तव्य कर्म आचरित असता सजीव प्राण्यांना नकळत इजा होत असते. शेतकऱ्याला आपली जमीन नांगरलीच पाहिजे आणि असे करत त्याच्या हातून किडा-मुंगी आणि इतर जीवांना इजा होणे शक्य आहे. अशा हिंसेला 'आरंभ हिंसा' असे म्हणतात. त्याचप्रमाणे योद्धा या नात्याने वेळप्रसंगी शस्त्रानेसुद्धा दुर्बलांचे संरक्षण करण्यासाठी क्षत्रियांचे सर्वमान्य कर्तव्य आहे. ज्या वेळी आपणावर शत्रूंचा हल्ला होतो व ज्या वेळी आपली बाजू न्याय्य असते, त्या वेळी आपणास हत्यारे घेऊन लढण्याचे कर्तव्य करण्यास परवानगी असते. असे लढणे पाप समजले जात नाही. हिला 'विरोध हिंसा' म्हणतात मात्र अशी 'विरोध हिंसा' आचरताना कोणाविषयीही दूषित ग्रह न बाळगता सर्वांविषयी सहानुभूती बाळगून हिंसा शक्य तितक्या कमी करण्याचा प्रयत्न केला पाहिजे.

जैनांचा सुप्रसिद्ध नवकार मंत्र

नवकार मंत्र हा जैनांचा अर्धमागधी भाषेतील सुप्रसिद्ध मंत्र मानला जातो. परंपरेने आलेला हा मंत्र जैन बांधव श्रद्धापूर्वक पठन करतात. या मंत्राकडे उच्च व उदात्त स्वरूपाची वैश्विक प्रार्थना म्हणून पाहता येते; कारण त्यामध्ये सर्वधर्मीयांच्या साधकांना लागू पडेल असा आशय आहे. शालेय परिपाठात सर्वधर्म प्रार्थना म्हणून घेण्यासाठी या नवकार मंत्राचा समावेश करता येऊ शकतो.

यातील नवकार हा शब्द नमोक्कार उर्फ नमस्कार या शब्दाचा अपभ्रंश आहे. या मंत्रात एकूण पाच प्रकारच्या महापुरुषांना नमस्कार अभिप्रेत आहे.

णमो अरिहंताणं।

णमो सिद्धाणं।

णमो आयरीयाणं।

णमो उवज्झायाणं।

णमो लोए सव्व साहुणं।

अर्थ - णमो म्हणजे 'नमो', म्हणजेच नमस्कार असो.

१) अरिहंतांना नमस्कार असो- अरि म्हणजे शत्रू, हंत म्हणजे हरविणाऱ्या. शत्रूला हरविणारा म्हणजेच कामक्रोधादि शत्रूंवर विजय मिळविलेल्या महंतांना नमस्कार.

२) सिद्ध म्हणजे ज्यांची साधना अथवा तपस्या पूर्णत्वाला पोहोचली आहे ते श्रेष्ठ मानव.

३) 'आयरी' म्हणजे आचार्य - म्हणजेच ज्ञानदान करणारे गुरू

४) 'उवज्झाय' म्हणजे उपाध्याय. हे उपाध्याय पवित्र धर्मग्रंथाचे वाचन अथवा पाठांतर करवून घेत. पर्यायाने एक प्रकारचे गुरू ५) 'लोए सव्व साहुणं' म्हणजे विश्वातील सर्व साधू अथवा साक्षात्कारी महात्मे होत.

प्रस्तुत मंत्राच्या उत्तरार्धात मंत्राची फलश्रुती खालीलप्रमाणे सांगितली आहे.

एसो पंच नमुक्कारो सव्व पाव पणासणो।
मंगलाणांच सव्वेसि पढमं हवई मंगलम्।।

सदर पाच प्रकारच्या नमस्कारातून व त्याच्या पठनातून सर्व मंगल होते असा त्याचा आशय आहे.

जैन धर्मातील एक सुंदर आध्यात्मिक प्रथा 'क्षमापना'

दरवर्षी येणाऱ्या पयुबण पर्वामध्ये क्षमापना अथवा क्षमायाचना (अर्धमागधी शब्द-खमापणा) दिन पाळला जातो. यादिवशी सर्व स्त्री, पुरुष, बाल, वृद्ध जैन बांधव एकमेकांकडे जाऊन मनःपूर्वक क्षमा मागतात. हेतुतः अथवा अनवधानाने आपण इतरांना सतत दुखवित असतो, आपल्याकडून काही चुका होत असतात. इतरांचा अपमान होत असतो. या सर्वांची प्रांजळपणे कबुली देऊन मोकळ्या मनाने इतरांची क्षमा मागणे ही प्रथा मूल्यसंस्कारांच्या व सामाजिक नैतिकतेच्या दृष्टीने खरोखरच स्तुत्य आहे. मात्र, ती प्रथा केवळ औपचारिकपणा व यांत्रिकतेने न पाळता तिच्यातील हेतू व आशयार्थ लक्षात घेऊन आचरणात आणली पाहिजे.

ख्रिश्चन धर्मातील आध्यात्मिकता

ख्रिश्चन धर्म हा सध्या जगातील सर्वाधिक लोकसंख्या असलेला धर्म मानला जातो. ईश्वराचा पुत्र मानला जाणारा येशू ख्रिस्त हा धर्मसंस्थापक आणि बायबल (जुना करार- नवा करार) हा धर्मग्रंथ या दोन गोष्टी ख्रिश्चन धर्माची महत्त्वाची ओळख आहे. येशू ख्रिस्त हा सुमारे दोन हजार वर्षांपूर्वी होऊन गेला. वस्तुतः कालगणनेतील सध्या सर्वत्र प्रचलित असलेला इसवी सन हा येशूच्या जन्मापासून मोजला जात आहे.

येशूचे जीवन व कार्य - पॅलेस्टाईन किंवा ज्याला इस्राएल म्हणतात त्या देशातील बेथलेहॅम गावी येशूचा जन्म झाला. त्याच्या आईचे नाव मरिया व वडिलांचे नाव जोसेफ होते. त्या वेळी तेथे यहुदी धर्म प्रचारात होता. बायबल मधील जुना करार या नावाचा भाग यहुदींसाठी धर्मग्रंथ होता. येशूच्या शिकवणुकीनंतर नवा करार बायबलमध्ये समाविष्ट झाला. येशू अर्थातच जन्माने यहुदी उर्फ ज्यू होता. येशूचे वडील जोसेफ सुतारकाम करीत असत.

येशूच्या आयुष्यातील पहिल्या तीस वर्षासंबंधी फारशी माहिती मिळत नाही. परंतु, आपले ईश्वराशी काही विशिष्ट नाते असून काही खास कार्य पार

पाडण्याकरिता आपला जन्म झाला असल्याची जाणीव येशूला बालवयातच होती असे दिसते.

येशूचे यहुदी बांधव त्या काळी रोमन साम्राज्यशाहीच्या गुलामगिरीत जखडले होते. आज ना उद्या ईश्वर आपल्याला सुखाचे दिवस दाखवील अशी त्यांना मनोमन आशा असे. एक दिवस ईश्वर आपली आणि या जगाची शोचनीय अवस्था पाहील, मग 'मसीहा' उर्फ 'Christ' या रूपात तो कोणीतरी रक्षणकर्ता वा त्राता पाठवील अशी त्या लोकांची मनोभावना असे. या संभाव्य घटनेला ते ईश्वरी राज्य (Kingdom of God) असे म्हणत. या पार्श्वभूमीवर येशूने 'मी ईश्वराचा पुत्र असून तुम्हाला ईश्वरी राज्य देण्यासाठी आलो आहे' असे जाहीर केले. ईश्वर हाच एकमेव सत्ताधीश आणि राजा असून त्याच्यावर प्रेम करणाऱ्यांना व त्याच्या आज्ञा पाळणाऱ्यांना सात्त्विकता, समाधान व शांती लाभेल अशी येशूने शिकवण दिली.

गरिबी, उपासमार, रोगराई, दुःख, नैसर्गिक आपत्ती आणि मानवाची निर्दयता यांना तत्कालीन जनता तोंड देत असून येशूने त्यांचे रोगनिवारण केले. त्यांच्या ठायी आशावाद निर्माण केला. त्यांना जीवनाचे ध्येय दाखविले. त्यांच्या मनाला शांतता दिली. येशूने त्यांना दाखवून दिले ईश्वर निश्चल व प्रेमळ आहे ; जे आपल्या कर्मांचा पश्चाताप करून व श्रद्धा बाळगून त्याच्याकडे येतात, त्यांना पावन करून नवजीवन देण्यास ईश्वर सदैव सिद्ध असतो.

त्या काळच्या रोमन राज्यकर्त्यांचे व येशूचा द्वेष करणाऱ्या यहुद्यांचे जे धार्मिक व राजकीय पुढारी होते त्यांना येशू म्हणजे एक भयंकर क्रांतिकारक वाटला होता. धूर्तपणाने सारी सत्ता बळकावून ते स्वतःच्या तुंबड्या भरीत होते. आपले बसलेले बस्तान येशू डळमळीत करणार अशी त्यांना भीती वाटू लागली होती. तेव्हा आपले आसन शाबूत राखण्याचा त्यांनी निश्चय केला. सगळ्यांनी एकत्र जमून कारस्थाने रचली. येशूला कैद करविले. त्याच्यावर खटला चालवून त्याला देहान्ताची शिक्षा फर्मावली. त्यांनी येशूला वधस्तंभावर खिळून मारले. गुन्हेगारांना आणि बंडखोरांना देहान्त शिक्षा देण्याचा हा रोमन प्रकार होता. वधस्तंभावर खिळले जात असताना येशू म्हणाला, ''ईश्वरा, यांना क्षमा कर. आपण काय करीत आहोत हे यांना कळत नाही.''

ख्रिस्ती धर्मीयांच्या श्रद्धेनुसार पाप, दुःख आणि मृत्यू यावर मात करण्यास

ईश्वर समर्थ असल्याने मृत्यू नंतर तीन दिवसांनी पुन्हा येशूने आपल्या शिष्यांना देहरूप दर्शन दिले आणि आध्यात्मिक कार्याची प्रेरणा दिली. आजही येशू मानवी डोळ्यांना अदृश्य असला तरी या जगात वावरत असून पाप व दुःख यांच्याशी झुंज देत असून श्रद्धाळू भक्तांना दिलासा देत आहे असे ख्रिश्चन बांधव मानतात.

येशूची कथा असलेले अनेक ग्रंथ Gospel म्हणजेच शुभ संदेश किंवा शुभ वर्तमान या नावाने ओळखले जातात. यामध्ये येशूचे जीवनचरित्र आणि उपदेश संग्रहित आहेत. यांपैकी सेंट मॅथ्यु, सेंट मार्क, सेंट ल्यूक आणि सेंट जॉन या चार महत्त्वाच्या शिष्यांनी तयार केलेले संग्रह अधिक प्रसिद्ध आहेत. तसेच या चौघांना संतपद लाभले आहे. या श्रद्धेतून या चार उपदेश संहितांचा समावेश बायबलमध्ये केला आहे. यातून येशूच्या जीवनाचे आणि कार्याचे चित्र आपल्या डोळ्यांसमोर उभे राहते.

मुळात हिब्रू भाषेत लिहिले गेलेले बायबल नंतर प्रथम लॅटिन, ग्रीक यामध्ये भाषांतरित झाले. मध्ययुगीन काळात ते इंग्रजीत झाले आणि आता तर अर्थातच जगातील सर्व भाषांमध्ये ते भाषांतरित झाले आहे. येशूचा उपदेश अत्यंत सोप्या भाषेत असून अनेकदा त्यामध्ये चपखल उदाहरणे आणि बोधकथांचा समावेश दिसून येतो.

येशू ख्रिस्ताची काही महत्त्वाची उपदेश विधाने

- तुम्ही सर्व ईश्वराचे पुत्र आहात, अमर चैतन्य आहात. ईश्वराचे राज्य तुमच्या अंतर्यामी आहे.
- ज्यांची हृदये पवित्र आहेत ते धन्य होत, कारण त्यांना ईश्वराचे दर्शन होईल.
- जे दयाळू आहेत ते धन्य होत, कारण त्यांच्यावरही दया केली जाईल.
- जे शांतता प्रस्थापित करतात ते धन्य होत कारण ते ईश्वराची संतान म्हणून ओळखली जातील.
- ज्यांचा चांगुलपणासाठी छळ होत आहे ते धन्य होत कारण स्वर्गाचे राज्य त्यांचे आहे.
- मी माझे स्वतःचे काही सांगत नसून स्वर्गस्थ पित्याचे (Heavenly

Father) म्हणजेच ईश्वराचे म्हणणे सांगत आहे.

- प्रार्थना करताना नुसती शब्दांची बाष्कळ पुनरुक्ती नसून ती अंतःकरणपूर्वक करा.
- प्रार्थना–

हे स्वर्गस्थ पित्या (ईश्वरा)
तुझे नाव धन्य असो
तुझे स्वर्गातील राज्य पृथ्वीवर येवो
आजच्या दिवसाची आम्हाला भाकरी दे
आमची ऋणे आम्हाला माफ कर
जशी आम्ही इतरांची ऋणे माफ करतो
आम्हाला कसल्याही मोहात पडू देऊ नकोस.
आमचे वाईटापासून रक्षण कर
तुझ्या स्वर्गीय राज्याच्या आणि शक्तीचा गौरव असो.

- तुम्ही इतरांना क्षमा करा, म्हणजे ईश्वर तुम्हाला क्षमा करेल.
- मनापासून प्रार्थना केल्यास तुमच्या इच्छा पूर्ण होतील.
- मी आणि माझा स्वर्गस्थ पिता एकच आहोत.
- आपल्या शत्रूंवरही प्रेम करा.

इस्लाम धर्मातील आध्यात्मिकता

जगातील प्रमुख धर्मांपैकी इस्लाम धर्म हा एक महत्त्वाचा धर्म मानला जातो. इस्लाम धर्माचे एक विशिष्ट तत्त्वज्ञान आहे. इसवी सनाच्या सहाव्या शतकात इस्लाम धर्माचा उदय झाला. मूर्तिपूजा न मानणारा व प्रार्थनेला महत्त्व देणारा तसेच श्रद्धेचे अधिष्ठान असणारा असा हा धर्म आहे. या धर्माचा उदय अरबस्तानात झाला. तत्कालीन रानटी कर्मकांडांवर आधारित धर्माविरुद्ध (Paganism) प्रतिक्रिया म्हणून इस्लामचा उदय झाला. प्रेषित मुहंमद पैगंबर हे इस्लामचे संस्थापक होते.

इस्लाम हा धर्म ख्रिश्चन धर्माच्या स्थापनेच्या ६०० वर्षे नंतर निर्माण झाला. इस्लाममधील बरीचशी तत्त्वे ख्रिश्चन व यहुदी (ज्यू) धर्माशी मिळतीजुळती आहेत.

इस्लामचा धर्मग्रंथ 'कुराण'

इस्लामचा धर्मग्रंथ 'पवित्र कुराण' (Holy Koran अथवा Quron) या नावाने संबोधला जातो. यामध्ये मुहंमद पैगंबराचा शब्दरूप संदेश ग्रथित करण्यात आला असून हा संदेश प्रत्यक्ष परमेश्वराचा (अल्ला) असून मुहंमद या प्रेषिताच्या माध्यमातून तो आपल्यापर्यंत पोहोचला आहे अशी श्रद्धा आहे. अल्लाचा दूत गॅब्रियल मार्फत मुहंमदांना दिव्य संदेश प्राप्त झाला. मानवजातीचे कल्याण ही परमेश्वरी इच्छा असून कुराणमधील संदेशात ही इच्छा व्यक्त झाली आहे. कुराणातील सूत्रे अरबी भाषेत आहेत. कुराणात एकूण ३० विभाग असून त्यातील सूत्रबद्ध रचनांना 'आयत' म्हणतात.

इस्लामचे पंच स्तंभ

इस्लाम शब्दाचा अर्थ शांती व परमेश्वराला पूर्णतः शरणागती असा आहे. इस्लाममध्ये प्रत्येक व्यक्तीची पाच महत्त्वाची व पवित्र अशी धार्मिक कर्तव्ये सांगितली आहेत, त्यांना 'इस्लामचे पंच स्तंभ' असे म्हटले जाते. ही पाच कर्तव्ये खालीलप्रमाणे होत-

१) अशहदु (कलमा)- परमेश्वर (अल्ला) एकच असून मुहंमद हे त्याचे प्रेषित आहेत, अशी श्रद्धा बाळगणे.

२) सलाम - दिवसातून पाच वेळा शक्यतो मशिदीत अथवा एकांतात प्रार्थना (नमाज) करणे, शुक्रवारी सार्वजनिक नमाज पढावा.

३) जकात - गरिबांना दानधर्म करणे.

४) सोयम् - रमजान महिन्यात उपवास करणे.

५) हज - आयुष्यभरात एकदा तरी मक्केची यात्रा करणे.

इस्लामची तत्त्वमीमांसा

ईश्वर एकच आहे. (ईश्वराचा उल्लेख 'अल्ला' या नावाने केला जातो.) मुहंमद पैगंबर हे ईश्वराचे प्रेषित आहेत. सर्व सृष्टी ईश्वराचीच असून तोच जन्म व मृत्यूचा नियंता आहे. ईश्वर सर्व स्तुतीस पात्र आहे. तो संपूर्ण सृष्टीचा पालनकर्ता आहे, तो अत्यंत दयाळू आहे. प्रत्येकास त्याच्या जीवनातील कर्मानुसार कयामतच्या दिवशी ईश्वराच्या न्यायनिवाड्यानुसार जन्नत (स्वर्ग) अथवा जहन्नुम (नरक) मध्ये जावे लागते. इस्लाममध्ये मूर्तिपूजा मान्य नाही.

इस्लामची ज्ञानमीमांसा

इस्लामच्या तत्त्वज्ञानात ज्ञानाचे महत्त्व प्रतिपादन करणारी खालीलप्रमाणे विधाने आहेत–

१) ज्ञान हा मनाला उजळून टाकणारा सद्गुण आहे.

२) ज्ञानाच्या माध्यमाने ईश्वराशी जवळीक साधता येते.

३) जो ज्ञानसाधनेला जीवन वाहून घेतो तो अमर बनतो.

४) ज्ञानीजनांना सन्मान दिल्यावर ईश्वराला आवडते.

५) ज्ञानप्राप्तीसाठी अगदी चीनपर्यंतदेखील (पृथ्वीच्या टोकापर्यंत) जावे.

६) पाळण्यापासून (जन्मापासून) ते कबरीपर्यंत (मृत्यूपर्यंत) ज्ञानसाधना करावी.

७) रात्रभर प्रार्थना करण्यापेक्षा रात्री एक तास केलेले ज्ञानदान होय.

८) जो स्वतःला जाणतो तो ईश्वराला जाणतो.

९) ज्ञानी जनांचे शब्द ऐकणे धार्मिक कर्मकांडापेक्षा श्रेष्ठ आहे.

१०) विद्वानाची शाई हुतात्म्याच्या रक्तापेक्षा पवित्र होय.

११) जो ज्ञानसाधनेसाठी घर सोडतो तो ईश्वराच्या पंथावर चालू लागतो.

१२) ईश्वरी खजिन्यांच्या चाव्या कविजनांच्या मुखात असतात.

१३) ज्ञानसाधना करणे हे प्रत्येक मुस्लीम स्त्री–पुरुषाचे कर्तव्य.

१४) ज्ञानामुळे माणूस उच्चपदास पोहोचतो, चांगल्या लोकांच्या सहवासात राहतो आणि सर्वोच्च सुखास प्राप्त होतो.

१५) ज्ञानसंपादन करा..... कारण ज्ञान हे....

- चांगल्या वाईटातील भेद शिकविते.
- स्वर्गप्राप्तीचा मार्ग सुकर करते.
- वाळवंटात आपला मित्र बनते.
- एकांतात बरोबरी करते.
- सुखासाठी मार्गदर्शन करते.
- दुःखात आसरा देते.
- मित्रांच्या सहवासात आपला दागिना बनते.
- शत्रूंसमोर आपले शस्त्र बनते.

इस्लामची मूल्य मीमांसा

जीवनविषयक श्रेष्ठ मूल्यांबाबत इस्लामी तत्त्वज्ञानामध्ये खालील विधाने आढळतात.

१) प्रत्येक मुस्लीम हा प्रेम व वात्सल्याचे प्रतीक असावा.

२) सर्वश्रेष्ठ जिहाद (पवित्र युद्ध) म्हणजे स्वतःवर विजय मिळविणे होय.

३) कृतीपेक्षा कृतिमागची प्रेरणा अधिक महत्त्वाची असते.

४) दानधर्म हे सर्वश्रेष्ठ पुण्य होय.

५) गर्विष्ठ व हिंसक माणसाला स्वर्गात प्रवेश नाही.

६) ईश्वराची निर्मिती हे ईश्वराचे कुटुंब होय. जो या कुटुंबात सर्वांच्या भल्यासाठी काही करतो तो ईश्वरी संतोषास पात्र होतो.

७) आजाऱ्यांची सेवा करणाऱ्यांसाठी स्वर्गाची द्वारे सहज उघडतात.

८) तुम्हाला प्रेम करावयाचे आहे काय? मग आपल्या सहकाऱ्यावर प्रथम प्रेम करा.

९) कोणीतरी प्रेषितांना म्हटले, ''मूर्तिपूजकांविरुद्ध तुम्ही प्रार्थना करा आणि त्यांना शाप द्या.''

प्रेषित उत्तरे, ''मी शाप देण्यासाठी आलो नाही मी प्रेम व क्षमेसाठी आलो आहे.''

१०) जो मानवजतीबाबत दयाळूपणा दाखवित नाही, त्याच्या बाबतीत ईश्वरदेखील दयाळूपणा दाखवित नाही.

११) भुकेल्यांना अन्न द्या, आजाऱ्यांची सेवा करा आणि गुलाम मुक्त करा.

१२) परनिंदेमुळे स्नान व उपवास व्यर्थ जातो.

१३) क्रोधावर विजय हा सर्वश्रेष्ठ सद्‌गुण होय.

१४) जो भ्रष्टाचार करतो, व्यभिचार करतो, चोरी करतो व दारू पितो तो खरा मुस्लीम नव्हे.

इस्लामने विशेष पुरस्कारलेली तत्त्वे म्हणजे दिलदार वृत्ती दया, औदार्य, क्षमा, सहिष्णूता, समता ही होत. मानवता आणि विश्वबंधुत्व यांचा प्रसार होण्यासाठी आवश्यक अशा सर्व तत्त्वांचा पुरस्कार इस्लामने केलेला आहे.

प्रकरण ७

भारतीय तत्त्वज्ञान व भारतीय मानसशास्त्र यानुसार व्यक्तिमत्त्व विकास संकल्पना व त्यातील आध्यात्मिकता

भारतीय तत्त्वज्ञान हे मूल्यमापनात्मक आहे. वाटेल त्या प्रकारचे सत्यान्वेषण ते करीत नाही, तर ज्या योगे मानवाला परिपूर्णता प्राप्त होऊन त्याचा उद्धार होईल असे सत्यान्वेषण करते. नीरक्षीरविवेक करू शकणाऱ्या हंसाप्रमाणे भारतीय तत्त्वज्ञान हे 'प्रेम' पेक्षा 'श्रेय' अधिक पसंत करते; आणि अपरा नव्हे तर परा विद्येला ध्येय मानते. नित्यानित्यवस्तू विवेक साधण्याचा प्रयत्न करते. त्याच्या जडवादी विचारसरणीमध्येदेखील ते केवळ तात्त्विक ऊहापोहापेक्षा जीवनविषयक प्रज्ञा आत्मसाद करण्याचा अधिक प्रयत्न करते.

वेद, उपनिषदे, आरण्यके, षड्दर्शने, बौद्ध दर्शन व जैन दर्शन इत्यादींमधून विखुरलेल्या भारतीय तत्त्वज्ञानात अंतर्भूत होऊन राहिलेल्या भारतीय मानसशास्त्रात मनोव्यापारांची विस्तृत चर्चा आलेली आहे. त्यामध्ये आत्मतत्त्व व मन यातील संबंध, तसेच शरीर व मन यातील संबंध यावर प्रकर्षाने विचार केलेला आढळतो. मनुष्यात वास करणाऱ्या आत्मतत्त्वाचा विचार हा तर समग्र भारतीय तत्त्वज्ञानाचा मूलभूत पाया होय.

भारतीय मानसशास्त्र हा भारतीय तत्त्वज्ञानाचाच अविभाज्य भाग

प्राचीन भारतीय धर्म व तत्त्वज्ञानाच्या वैचारिक विकासाबरोबर मानसशास्त्रीय विचारांचाही अभ्यास केला जातो, त्यामुळे मानसशास्त्र हे 'शास्त्र' स्वरूपात स्वतंत्रपणे अस्तित्वात नव्हते. भारतीय षड्दर्शनांपैकी विशेषतः योगदर्शनामध्ये मानसशास्त्रीय विचारांचे अधिक प्रमाणात विवेचन आढळते, परंतु सर्वसाधारणपणे भारतीय मानसशास्त्राचा विचार धर्माच्या व तत्त्वज्ञानाच्या अनुषंगानेच केला जात असे, त्यामुळे मानसशास्त्र हे तत्त्वज्ञानाच्या छायेतच जोपासले गेले.

भारतीय मानसशास्त्रात 'मन' किंवा 'मानस' ही मध्यवर्ती कल्पना असून मनाचे कार्य, वस्तुनिष्ठ जगाशी होणारे मनोव्यापार आणि त्याद्वारे मिळविलेले ज्ञान यांवर भर दिला आहे. मात्र, भारतीय मानसशास्त्र प्रायोगिक स्वरूपाचे नाही. त्यामध्ये व्यक्तिनिष्ठ पद्धतीचा वापर केला जातो. तसेच त्यामध्ये विशिष्ट मनोव्यापार गृहीत न धरता संपूर्ण मनोव्यापार गृहीत धरून अभ्यास केला गेला आहे.

व्यक्तिमत्त्व विकासासाठी भारतीय मानसशास्त्रातील मनाची संकल्पना समजावून घेणे महत्त्वाचे

उपनिषदांमध्ये मन ही संकल्पना अतिसूक्ष्म बाब मानली असून ती आत्म्यापेक्षा गौण अथवा दुय्यम धरली जाते. न्याय वैशेषिक तत्त्वज्ञानात मन हे नऊ मूलभूत द्रव्यांचे एक द्रव्य (Substance) असून ते ज्ञानार्जनासाठी एक साधन म्हणून आपल्याला उपयोगी ठरते असे मानले जाते. भारतीय तत्त्वज्ञानातील अन्य षड्दर्शनेदेखील मानसशास्त्रात विविध विचार प्रणालींची चर्चा करतात. चार्वाक, जैन, मधून या दर्शनांमधूनही मानसशास्त्राचा सखोल अभ्यास केलेला दिसून येतो.

मानवी व्यक्तिमत्त्वाच्या मुळाशी असलेले मूलभूत आत्मतत्त्व अथवा ब्रह्मतत्त्व

वैदिक तत्त्वज्ञानातील धारणेनुसार चारही वेदांची महावाक्ये म्हणून प्रसिद्ध असलेल्या सूत्रांनुसार मानवाच्या मूलभूत स्वरूपाला 'ब्रह्म' या अत्युच्च तत्त्वाने संबोधले आहे. माणसाची आत्मगत जाणीव ही या ब्रह्म स्वरूपाशी एकरूप असल्याचे प्रतिपादले आहे.

ऋग्वेद - प्राजनान्म ब्रह्म (जाणीव अवस्था हेच ब्रह्म)
यजुर्वेद - अहं ब्रह्मास्मि (मी ब्रह्म आहे.)
सामवेद - तत् त्वम् असि (तू तेच आहेस.)
अथर्ववेद - अयमात्मा ब्रह्म ('स्व'-आत्मा हेच ब्रह्म.)

'स्व'-जाणिवेचे पंचीकरण

वर उल्लेखल्याप्रमाणे व्यक्तिमत्त्वाचे अंतिम तत्त्व ब्रह्मतत्त्व जरी अथवा

आत्मतत्त्व असले तरी 'स्व'-जाणिवेच्या त्या अलीकडील पातळ्या पंचीकरण तत्त्वानुसार खालीलप्रमाणे मांडल्या गेल्या. या पातळ्यांना अंतःकरणे म्हटले गेले.

या देहात पाच अंतःकरणे कर्ती व भोक्ती आहेत. पाच प्राण या कर्त्यांची वाहने आहेत. पाच विषय त्यांचे भोग आहेत. पाच कर्मेंद्रिये त्यांचे सेवक आहेत आणि स्वतः व्यक्ती या सर्वांस जाणणारा अकर्ता, अभोक्ता असंग असा आत्मा असते.

यातील पाच अंत:करणे हा उल्लेख वस्तुत: अंतर्सृष्टीतील पाच घटक या नात्याने आला असून या सर्व घटकांचे विषय उर्फ कार्ये विशद केली असून त्या प्रत्येक घटकाशी स्वतंत्र अशी प्रतीकात्मक देवता निगडित केली आहे.

अंतर्सृष्टीतील घटक	**विषय/कार्य**	**देवता**
अंतःकरण	स्फुरण	विष्णू
मन	संकल्प	चंद्रमा
बुद्धी	निश्चय	ब्रह्मा
चित्त	चिंतन	नारायण
अहंकार	अभिमान	रूद्र

व्यक्तिमत्त्वातील रथरूपक

व्यक्तिमत्त्व संकल्पनेची गुंफण बांधताना भारतीय तत्त्वज्ञानामध्ये शरीर, मन व आत्मा या त्रिवेणीला रथरूपक या प्रतीकामध्ये गुंफले आहे. आत्म्याच्या स्वरूप व शरीरातील त्याच्या स्थितीचा विचार करताना कठ उपनिषदामध्ये सुप्रसिद्ध 'रथरूपक' आलेले आहे.

आत्मानं रथिनं विद्धि शरीरं रथमेव तु।
बुद्धिं तुं सारथीं विद्धि मनः प्रग्रहमेव च।
इंद्रियाणी हयानार्हु विषयान्तेषु गोचरान्।
आत्मेन्द्रिय मनोयुक्तं भोक्तेत्याहुर्मनीषीणाम्।।

आत्मा हा रथी असून बुद्धी ही त्याच्या शरीररूपी रथाची सारथी आहे. या शरीररूपी रथास 'इंद्रिये' हे जोडलेले अश्व होत. हे अश्व चांगले असल्यास

रथी सुखरूप अंतिम विश्रांतीस्थानापर्यंत, परमेश्वरापर्यंत जाईल. अश्व वाईट असल्यास या रथाचे भवितव्य धोक्यात आहे. नेमकी हीच कल्पना याच तपशिलासह प्लेटोच्या 'फेड्रस' या कथेमध्ये आली आहे. कठोपनिषद हे प्लेटोच्या आधीचे आहे यात शंका नाही. तथापि, या रूपकाचे हे परिभ्रमण विस्मयजनक आहे, हे मात्र खरे! दोहोंतही मन, इंद्रियविजय आणि पर्यायाने नैतिक प्रतिष्ठेचे महत्त्व सांगावयाचे आहे, हे स्पष्ट आहे. सद्गुणाशिवाय आत्मज्ञान शक्य नाही आणि आत्मज्ञान हे व्यक्तिमत्त्व विकासाचे सर्वोच्च शिखर होय हेच येथे प्रतिपाद्य आहे.

वैशेषिक तत्त्वज्ञानानुसार मन आणि व्यक्तिमत्त्व

भारतीय तत्त्वज्ञानातील सुप्रसिद्ध षड्दर्शनांमध्ये न्याय, वैशेषिक, सांख्य, योग, पूर्वमीमांसा आणि उत्तरमीमांसा उर्फ वेदान्त यांचा समावेश होतो. यातील वैशेषिक दर्शनाचे कर्ते कणाद महर्षी असून प्रस्तुत तत्त्वज्ञानातील द्रव्य गुणादि सिद्धान्तात 'मन' हे अणूरूप व नित्य स्वरूपाचे द्रव्य मानले असून, सुख-दुःख यांचा अनुभव मनामुळे होतो असे म्हटले आहे. द्रव्यामध्ये 'गुण' हा घटक असतो. हे गुण चोवीस असून त्यात भौतिक व मानसिक अशा दोन्ही प्रकारांचा समावेश होतो. या चोवीस गुणांमधून जणू मानवी व्यक्तिमत्त्वाचे विविध स्वरूपाचे व्यापक पैलूच व्यक्त होतात असे दिसते. हे चोवीस गुण पुढीलप्रमाणे सांगितले आहेत- शब्द, स्पर्श, रूप, रस, गंध, परिमाण, पृथकत्व, संयोग, विभाग, परत्व, अपरत्व, द्रवत्व, स्नेह बुद्धी, सुख, दुःख, इच्छा, प्रयत्न, द्वेष, गुरुत्व, संस्कार, धर्म आणि अधर्म. हे सर्व चोवीस गुण व्यक्तीच्या व्यक्तिमत्त्वामध्ये एकत्रपणे वसत असतात.

सांख्यदर्शनानुसार व्यक्तिमत्त्व

कपिल मुनी प्रणीत सांख्य दर्शनात मनस्, बुद्धी, अहंकार या तिन्हींचे मिळून अंतःकरण बनते असे मानले जाते. प्रत्येक ज्ञानेंद्रिय आपल्या विषयाला जाऊन भिडते व विशिष्ट संवेदने घेऊन त्यांना अंतःकरणात आणून पोहोचविते. त्या संवेदनांवर प्रथम मनाची संकल्प- विकल्पात्मक क्रिया घडते व विकल्प बुद्धिपुढे मांडले जातात. बुद्धिचा निश्चय अहंकाराकडे येऊन त्यावर 'हे माझे

ज्ञान' असा -शिक्का पडल्यावर बाह्य विषयाच्या ज्ञानाची प्रक्रिया पुरी होते.

अद्वैत वेदान्ताचा सांख्यांपासून फरक

अद्वैत वेदान्त दर्शनानुसार अंतःकरण हे बुद्धी व मन या दोहोंचेच बनले आहे. ज्ञानप्रक्रियेच्या संदर्भात चित्त आणि अहंकार अशा आणखी संकल्पनाही वापरल्या जातात; पण चित्ताचा समावेश बुद्धित व अहंकाराचा मनामध्ये केला जातो. काही ठिकाणी अहंकार ही अंतःकरणातील एक विशेष अवस्था होय असेही म्हटले आहे.

पतंजली योग दर्शनात मन व व्यक्तिमत्त्व

पतंजली योगदर्शन तत्त्वचिंतकाच्या आदरास प्राप्त झाले असून प्रस्तुत दर्शनात प्राचीन काळापासून चालत आलेल्या योगविषयक कल्पना एकत्र करून त्यांची सूत्रबद्ध रूपात सांगोपांग उभारणी केलेली आहे. या योगदर्शनास आलेले महत्त्व केवळ तात्त्विक मीमांसेमुळे नसून त्यात केवळ मानसशास्त्रीय आणि नीतिशास्त्रीय विवेचनामुळे प्राप्त झालेल्या. मानवी मनाचे व्यवहार आणि त्यांचा त्याच्या व्यक्तिमत्त्वाचा पडणारा परिणाम यांचा सूक्ष्म विचार पतंजलीच्या योग दर्शनात समर्पक व मुद्देसूद रीतीने करण्यात आला आहे.

योगातील अष्टांगांतून व्यक्तिमत्त्व विकास

यम, नियम, आसन, प्राणायाम, प्रत्याहार, धारणा आणि समाधी ही पतंजली योगाची आठ अंगे असल्यामुळे यास 'अष्टांगयोग' म्हटले जाते. यातील 'यम' या पहिल्या अंगात अहिंसा, सत्य, अस्तेय, ब्रह्मचर्य व अपरिग्रह यांचा समावेश होतो; तर 'नियम' या अंगामध्ये शौच, संतोष, तप, स्वाध्याय आणि ईश्वरप्रणिधान यांचा समावेश होतो. यम आणि नियम यांच्या पालनाने व्यक्तीचे आचरण नीतिशास्त्र आणि धर्मशास्त्र या दोहोंच्याही दृष्टीने शुद्ध होते. त्यामुळे चित्तातील मल दूर होतात. आसनांच्या अभ्यासाने शारीरिक व मानसिक स्थिरता लाभते व रागद्वेषादी द्वंद्वांनी चित्त विचलित होत नाही. प्राणायाम हे मानवाच्या बौद्धिक उत्कर्षाचे एक अमोघ साधन असून शरीरशास्त्र व मानसशास्त्र यांच्या दृष्टीने योगाचे महत्त्वपूर्ण अंग आहे. त्यात श्वसनाचे नियमन केले जाऊन

चित्ताच्या सात्त्विक प्रकाशास (म्हणजे वास्तविक ज्ञानास) आवरण घालणारे रज व तम दोष क्षीण होतात. त्यामुळे चित्तास स्थिरीकरणाची पात्रता लाभते.

योगातून होणारा आत्मविकास अथवा व्यक्तिमत्त्व विकास नीतिशास्त्रानुकूल

योगशास्त्रात मैत्री आदि भावना सांगितल्या आहेत. त्यांच्यायोगे चित्तातील विक्षेप दूर होतात. जीवनात सुखाविषयी मैत्रीची भावना, दुःखाविषयी करुणा, पुण्याविषयी मुदिता आणि अपुण्याविषयी उपेक्षा अशा भावना केल्याने चित्त प्रसादयुक्त होते. ही चित्ताची प्रसादयुक्त अवस्था नीतिशास्त्रात अत्यंत आवश्यक मानली आहे. योगाने 'स्व'-जाणीव किंवा आत्मभान अत्युच्च संभाव्य पातळीपर्यंत दर्शविले आहे. तसेच बुद्धिव्यापार व त्यांचे सुयोग्य नियमन यांचा आदर्श वस्तुपाठ घालून दिला असून सर्वोच्च व्यक्तिमत्त्व विकासाचा राजमार्ग दाखवून दिला आहे.

व्यक्तिमत्त्व विकास संदर्भात यौगिक मानसशास्त्राचा मुख्य उद्देश

क्लेश, वासना आणि कर्मसंस्कार यांना आश्रयभूत असणारे चित्त त्रिगुणात्मक असते. त्यास योगात नदीची उपमा दिली आहे. ही चित्तनदी सत्त्व, रज आणि तम या तीन गुणांच्या कमीअधिक उत्कर्षाने 'पापवहा' किंवा 'कल्याणवहा' अशी 'उभयतोवाहिनी' असते. चित्तात तमोगुणाचे अधिक्य झाल्यास आलस्य, मंदपणा, अज्ञान, जडता यांचा उद्‌भव होतो. रजोगुणाच्या उत्कर्षाने चित्तात चांचल्य कलह, द्वेष, हिंसात्मक प्रवृत्ती इत्यादी निर्माण होतात. या दोन गुणांचे परिमार्जन होऊन चित्तामध्ये सत्त्वगुणांचा प्रादुर्भाव व्हावा व त्यात विवेकज्ञानाच्या उदयाची पात्रता निर्माण व्हावी हाच यौगिक मानसशास्त्राचा मुख्य उद्देश आहे.

व्यक्तिमत्त्वाच्या परमोच्च अवस्थेत ऋतंभरा प्रज्ञेचा उदय

चित्तवृत्तींचे प्रकार, भूमिका आणि योगमार्गातील उत्तरोत्तर साधना याबाबत खूपच तपशीलवार चर्चा योगामध्ये आलेली आहे. 'योग श्चितवृत्ती निरोध', या सूत्रावर देत क्षिप्त, विक्षिप्त, मूढ, एकाग्र आणि निरुद्ध या चित्त भूमिकांचे वर्णन

करीत योगशास्त्र 'ऋतंभरा प्रज्ञा' ही संकल्प मांडते. पुढे धारणा, ध्यान आणि समाधी यांच्या अभ्यासाने चित्तात ऋतंभरा प्रज्ञेचा उदय होतो. या प्रज्ञेच्या साहाय्याने स्थूल वा सूक्ष्म विषयावर चित्ताची एकाग्रता झाल्याने त्या विषयासंबंधी पूर्ण ज्ञान प्राप्त होऊ लागते. समाधी स्थितीत चित्त जेव्हा पूर्णपणे वृत्तिशून्य होते त्या अवस्थेला निर्विकल्प निर्बीज किंवा असंप्रज्ञात समाधी असे नाव आहे. यौगिक मानसशास्त्रातील ही सर्वोच्च अवस्था प्राप्त झालेल्या व्यक्तीच्या चित्तातून क्लेशरूपी मल, अज्ञान, अविवेक इत्यादी गोष्टी पूर्णपणे व कायमच्या नष्ट होतात. स्वरूपस्थिती किंवा सहजावस्था ती हीच. ती एकदा प्राप्त झाल्यावर चित्तातून सुख, दुःख, प्राप्ती, अप्राप्ती इत्यादी द्वंद्वे आणि मोह नष्ट होतात. अशा उन्मनी अवस्थेत जीवनावश्यक व्यवहार प्रकृतीच्या प्रवाहाशी सुसंगत अशा रीतीने चालू राहतात.

भगवद्गीतेतील स्थितप्रज्ञ–व्यक्तिमत्त्व विकासाचा चरम बिंदू

स्थितप्रज्ञ हा भगवद्गीतेने वर्णिलेला आदर्श पुरुष आहे. तो शब्दही गीतेचा स्वतःचा असा आहे, कारण गीतेच्या पूर्वीच्या ग्रंथात तो आढळत नाही. स्थितप्रज्ञ म्हणजे ज्याची प्रज्ञा स्थिर झाली तो. यातील 'स्थित' आणि 'प्रज्ञ' हे दोन्ही शब्द महत्त्वाचे आहेत. स्थितप्रज्ञता ही नुसती वृत्ती नसून अवस्था आहे. स्थिती आहे. योगसूत्रातही 'तदा द्रष्टुः स्वरूपे अवस्थानम्' असे म्हटले आहे. प्रज्ञास्थिरावणे म्हणजे तिचे चांचल्य नाहीसे होणे, कंप नाहीसा होणे. यासाठी तिच्यातील वक्रता व कुटिलता नाहीशी व्हावयास पाहिजे. येथे प्रज्ञा म्हणजे केवळ बुद्धी नव्हे, तर सत्–असत्, सार–असार यांचा विवेक करणारी बुद्धी होय. योगशास्त्रात वर्णिलेली ऋतंभरा प्रज्ञा हीच होय.

भगवद्गीतेच्या दुसऱ्या अध्यायात अर्जुनाने श्रीकृष्णाला विचारलेल्या प्रश्नातून स्थितप्रज्ञतेची चर्चा सुरू होते.

स्थितप्रज्ञस्य का भाषा समाधिस्थस्य केशव।
स्थितधीः किं प्रभाषेत किमासीत व्रजेत किम्।।

यावर श्रीकृष्णाने दिलेले उत्तर त्यानंतरच्या १८ श्लोकांमधून दिले असून त्यातून स्थितप्रज्ञ व्यक्तीची लक्षणे मांडली जातात व मानवी जीवनाचे तसेच मानवी व्यक्तिमत्त्व विकासाचे एक अत्युच्च ध्येय मूर्त स्वरूपात साकारले जाते.

'स्व'ची जाणीव, 'स्व'चे नियमन, आदर्श कर्म प्रेरणा, परहिताची कळकळ मनःशांती या सर्वांचा उत्कट आविष्कार त्यात दिसून येतो.

गीतेत वर्णिलेली स्थितप्रज्ञाची काही लक्षणे सांगावयाची तर निष्काम, आत्म्यातच संतुष्ट असलेला, राग-भय-क्रोध-स्पृहा इत्यादिकांपासून मुक्त, संयमी, निर्ममी निरहंकार इत्यादी सांगता येतील. या सर्वांचा समावेश एकाच लक्षणात करावयाचा तर साम्य किंवा समत्व अंगी बाणलेला असा करता येईल. प्रज्ञा स्थिर होणे म्हणजे समत्व अंगी मुरणे व ते वर्तनात प्रकट होणे होय.

भारतीय तत्त्वज्ञान हे श्रेष्ठतम आनंद प्राप्तीच्या मूलभूत मानवी गरजेतून निर्माण झाले असल्याने त्याचा जीवनाशी घनिष्ठ संबंध आहे. अशा तऱ्हेचे आनंदमय मुक्त जीवन जगणारा आदर्श पुरुषोत्तम या स्वरूपात स्थितप्रज्ञाचे दर्शन घडविले आहे. पुढे भगवद्गीतेवर जेवढ्या टीका आणि भाष्ये लिहिली गेली त्या सर्वांमध्ये स्थितप्रज्ञ लक्षणांवर भर दिला जाऊन त्यावर अधिकाधिक सरस विवेचन होत गेले.

बौद्ध तत्त्वज्ञानातून व्यक्तिमत्त्व विकास मीमांसा

बौद्ध धर्मातील तत्त्वज्ञानाचा विचार करता, त्यातील दुःखविषयक सिद्धान्त मानसशास्त्राशी जवळीक साधतो. दुःख हे मानवी अनुभवाचे मूलभूत आणि सार्वत्रिक सत्य आहे, ही जाणीव बौद्धमताचा एक अद्वितीय विशणेष आहे. बौद्धमतानुसार दुःख म्हणजे केवळ एक आकस्मिक घटना अथवा भावनानुभव नारही तर ती मानवी जीवनाची एक अंगभूत उपाधीच आहे. त्यामुळे दुःखाला प्रथम आर्यसत्य म्हणून नामानिधान प्राप्त झाले व त्यापुढे दुःखसमुदय, दुःखनिरोध आणि दुःखनिरोध मार्ग अशी आर्यसत्ये मांडीली गेली. दुःखनिरोध मार्ग हे शेवटचे आर्यसत्य अष्टांग मार्ग रूपात स्पष्ट केले गेले. सम्यक दृष्टी, सम्यक संकल्प, सम्यक वाचा, सम्यक कर्मान्त, सम्यक आजीव, सम्यक व्यायाम, सम्यक स्मृती आणि सम्यक समाधी अशा अष्टांग मार्गातून नैतिक मूल्याचा विकास, चारित्र्याचा आणि व्यक्तिमत्त्वाचा विकास साध्य करीत निर्वाणपद प्राप्त करण्यासठी आवश्यक ती पात्रता निर्माण करणे हे मानवी जीवनाचे ध्येय मानले गेले.

बौद्ध तत्त्वज्ञानातील तात्त्विक मीमांसेत जाण्याऐवजी प्रत्यक्ष बुद्धाच्या

चरित्रातील एका उद्‌बोधक प्रसंगातून व्यक्तिमत्त्व विकासाचे तात्पर्य घेणे अधिक श्रेयस्कर होईल.

एकदा गौतम बुद्ध भ्रमण करीत असता भारद्वाज नावाच्या ब्राह्मणाच्या शेतावर गेले. भारद्वाज शेतावर काम करणाऱ्या मजुरांना जेवण देत होता. गौतम भिक्षेसाठी उभा असलेला पाहून भारद्वाज म्हणाला, ''असा स्वस्थ का? शेती कर, हातात नांगर धर, परिश्रम कर, भिक्षा का मागतोस?''

त्यावर गौतम बुद्ध म्हणाले,

''मीदेखील शेतकरी आहे. मी श्रद्धेने बी पेरतो. त्यावर तपश्चर्येची मेहनत करतो. प्रज्ञा हा माझा नांगर आहे. पापलज्जा हा आसूड आहे. चित्त दोऱ्या आहेत. स्मृती अथवा जागृती नांगराचा फाळ आहे. मी कायेने व वाचेने संयमी आहे. सत्याच्या साहाय्याने मी मनाची खुरपणी करतो. संतोष ही माझी सुट्टी आहे. उत्साह हे माझे बैल असून माझे वाहन अशा दिशेने धाव घेते की जेथे शोकाची पाळीच येत नाही.

बुद्धाचे हे भाषण भारद्वाजाने ऐकले. त्याने सर्व अर्थ जाणला. ऐहिक व लौकिक शेतीबरोबरच बुद्धाने मनाच्या मशागतीचे महत्त्व उत्तम रीतीने वर्णन केले आहे. लोकांच्या व्यक्तिमत्त्वाचा सम्यक विकास व्हावा आणि त्यांना शाश्वत सुख प्राप्त व्हावे म्हणून गौतम बुद्ध अशा प्रकारचा उपदेश करीत.

बौद्ध तत्त्वज्ञानातील 'थेरवाद' या शाखेत तर चित्त आणि भावना या विषयी अत्यंत सांगोपांग असे मानसशास्त्रच विकसित केले असून त्यामध्ये चित्ताच्या निरनिराळ्या अवस्था सांगून त्याच्याशी संलग्न असणाऱ्या भावना दिलेल्या आहेत.

जैन तत्त्वज्ञानातून व्यक्तिमत्त्व विकास मीमांसा

जैन तत्त्वज्ञानातही अंतिम ध्येय मोक्ष (केवलज्ञान) मानले असून तो मोक्ष सम्यक अंतर्ज्ञान, सम्यक ज्ञान आणि सम्यक आचरण या तीन मार्गांनी प्राप्त होतो असे प्रतिपादले आहे. जीवनातील प्रश्नांना योग्य रीतीने तोंड दिल्यानेच हे ध्येय साध्य होते. जैनांची अशी श्रद्धा आहे की अनेकांना (बहुविध मार्गांनी) सम्यक दृष्टी प्राप्त होते. राग व द्वेष यापासून मुक्तता हे सम्यक आचरण आहे. सद्‌गुणांचा मार्ग हाच आत्मसाक्षात्काराकडे नेतो. जैनांनीदेखील अहिंसा, सत्य,

अस्तेय, ब्रह्मचर्य, अपरिग्रह अशी पाच व्रते सांगितली. राग (लोभ) आणि विराग (तिरस्कार) या दोन्ही अतिंकडे न जाता त्यांचा सुवर्णमध्य साधून 'वीतराग' अवस्था साधणे अभिप्रेत आहे. अशा वीतरागी पुरुषाची लक्षणे गीतेतील स्थितप्रज्ञतेच्या लक्षणांशी मिळतीजुळती आहेत.

व्यक्तिमत्त्व विकासाच्या भारतीय संकल्पनेतील परिपूर्णता आणि आध्यात्मिकता

भारतीय संकल्पनेनुसार स्वतःच्या अतंरात्म्याचा शोध घेऊन त्याचे अंतिम सत्य ब्रह्म स्वरूपाशी तादात्म्य ओळखणे म्हणजेच आत्मसाक्षात्कार अथवा ब्रह्मज्ञान हे मानवी जीवनाचे सर्वोच्च ध्येय असून पर्यायाने शिक्षणाचेही ते सर्वोच्च उद्दिष्ट बनते, तसेच व्यक्तिमत्त्व विकासाचेही अंतिम गंतव्यतेच ठरते.

ज्ञानोपासना म्हणजेच बोधात्मक विकास (Cognitive development), प्रेम अथवा भक्तीची उपासना उर्फ भावनेचा उत्कट विकास (Emotional or Affective development) आणि निरअहंकारी वृत्तीने निष्काम कर्माचे आचरण (Conative or psychomotor or action oriented development) अशा त्रिविध उपासनेतून सर्वांगीण व्यक्तिमत्त्व विकास साधावा अशी या तत्त्वज्ञानाची धारणा आहे.

नैतिकता ही आध्यात्मिक विकासाची द्योतक आहे असे भारतीय तत्त्वज्ञान म्हणते. नीतीचा कर्माशी अविभाज्य संबंध असल्यामुळे नैतिक मूल्यांचे पर्यवसान अध्यात्म प्राप्तीत होते. यातूनच नीतिशिक्षणाचे अथवा मूल्याचे महत्त्व अधोरेखित होते.

आदर्श व्यक्तिमत्त्वात कर्म, ज्ञान, ध्यान, भक्ती सर्व एकत्र गुंफलेले असतात. अशा व्यक्तीमध्ये ज्ञान म्हणजे नुसते बौद्धिक आकलन नसून तो विवेक दृष्टीचा विकास असतो त्याचबरोबर त्या व्यक्तीमध्ये 'योगः कर्मसु कौशलम्' या सूत्रानुसार कर्म करण्याचे उत्तम कौशल्य असते. 'समत्वं योग उच्चते' यानुसार समत्व बुद्धी असते. ज्ञान व सद्गुण यांचा एकत्रित विकास असतो. वैयक्तिक आणि सामाजिक ध्येयात समन्वय असतो. आंतरिक जाणिवेचा आध्यात्मिक विकास असतो.

प्रकरण ८
आध्यात्मिक बुद्धिमत्ता, नीतिशास्त्र आणि मूल्यशिक्षण

भारतीयांना मूल्याधिष्ठित शिक्षणाची संकल्पना नवीन नाही. अगदी वेदोपनिषद काळापासून शिक्षणातून मूल्ये रुजविली गेली पाहिजेत हा विचार मांडण्यात आला आहे. गुरुकुल पद्धतीत तत्कालीन गुरुजन आपल्या आचारविचारांनी मूल्यांचेच संस्कार आपल्या शिष्यांवर करण्याचे कार्य करीत होते. पुढे काळाच्या प्रवाहात व शैक्षणिक विचारांच्या इतिहासात अनेक शिक्षणतज्ज्ञांनी व विचारवंतांनी नैतिक मूल्यांच्या शिक्षणाचा आग्रह धरला होता.

मूल्यशिक्षण हा शब्द जरी आधुनिक काळात पुढे आलेला असला तरी तात्त्विकदृष्ट्या त्याचा उगम नीतिशास्त्रातून झालेला दिसतो. सदाचारांचे शास्त्र म्हणजे नीतिशास्त्र (Ethics.). मानवी जीवन सामान्यतः आचार प्रधानच असते; पण आचार नेहमी चांगलाच असतो असे नाही. तो चांगला असावा असे वाटणे मात्र बुद्धिमान विवेकी पुरुषाचे लक्षण होय आणि या करिताच चांगले-वाईट, श्रेष्ठ-कनिष्ठ, योग्य-अयोग्य हे भेद समजणे आवश्यक ठरते. कोणत्या लक्षणांच्या आधारे मानवी आचरणाचे असे मूल्यांकन करता येईल हे शुद्ध रीतीने करणे हेच नीतिशास्त्राचे प्रधान कार्य होय.

'मानवी जीवनाचे अंतिम साध्य कोणते?' हा विचार नीतिशास्त्रात अत्यंत महत्त्वाचा ठरतो. परंतु ते नक्की कोणते यासंबंधी मतभिन्नता असू शकते. उदा. सुख-समाधान, परिपूर्णता, निःस्वार्थता, स्वातंत्र्य, पावित्र्य इत्यादी अंतिम साध्य मानता येण्यासारखे आहे. या साध्यांची निवड करण्यासाठी तत्त्वज्ञानाची कास धरावी लागेल. तत्त्वज्ञानातील आध्यात्मिक विचारप्रवाह याबाबत मार्गदर्शक ठरतात. त्यात आध्यात्मिकता, तत्त्वज्ञान, नीतिशास्त्र आणि मूल्यशिक्षण सर्वांची एक एकसंघ सुसंगती आणि सांगड असल्याचे दिसून येते.

नीतिशास्त्राचे स्वरूप

मानवी जीवनात उद्‌भवणाऱ्या नीतिविषयक प्रश्नांचे तात्त्विक विवेचन करणारे शास्त्र म्हणजेच नीतिशास्त्र. नीतिचा संबंध एकीकडे व्यक्तीच्या चारित्र्याशी येतो, तर दुसरीकडे तिच्या सामाजिक वातावरणाशी व पारंपरिक रीतिरिवाजांशी येत असतो. व्यक्तीचे व्यक्तिमत्त्व सामाजिक पार्श्वभूमीवरच घडत असते. रितिरिवाज जेव्हा व्यक्तींना अवजड व निरर्थक वाटतात तेव्हा समस्या निर्माण होतात. व्यवहारातील सामान्य नियमांचे नव्या-जुन्या मतांच्या संघर्षात रूपांतर होते आणि मग अशा समस्यांच्या विवेचनातून नैतिक जीवनाची व्यापक व मूलभूत मीमांसा जन्माला येते. नीतिशास्त्र म्हणजे अशा विभिन्न व प्रगतिशील विचारधारांना समजून घेण्याचा सुसंगत प्रयत्न होय.

नैतिकतेची सुरुवात

सत्य-शिव-सुंदर ही मानवी जीवनाची उच्चतम मूल्ये मानली जातात. त्यांच्या अभिव्यक्तीला माणसात असलेल्या तीन प्रकारच्या वृत्तींची अपेक्षा असते. सत्याला ज्ञानाची, शिवाला कर्माची व सुंदराला भावनेची. येथे साहजिकच आधुनिक मानसशास्त्रातील बोधात्मक (ज्ञानात्मक), क्रियात्मक आणि भावात्मक या क्षेत्रांची आठवण होणे अपरिहार्य आहे. कर्माचा येथे व्यापक अर्थ अभिप्रेत आहे. कर्म म्हणजे माणसे दैनंदिन व्यवहारातील आचरण व आचरणाच्या बाबतीत श्रेष्ठ-कनिष्ठ, योग्य-अयोग्य, चांगले-वाईट इत्यादी भेदांची जाणीव होणे हीच नैतिकतेची सुरुवात होय.

नीतिशास्त्राची मूलभूत समस्या

मनुष्याची बुद्धी प्रगल्भ झाली की त्याला नैतिक भेद मान्य करावेच लागतात आणि म्हणून नैतिकता ही मानवी जीवनाचे एक अविभाज्य अंग ठरते. मानवी बुद्धिचा जसजसा विकास होत गेला तसतसा नीतिशास्त्र विचारही विकसित होत गेला. खरे म्हणजे विकसित बुद्धिला नैतिक मूल्यमापनाचे स्वरूप व आधारांचे आकलन झाल्याशिवाय चैन पडत नाही व त्यातूनच नीतिशास्त्र विचार जन्माला येतो. नैतिक मूल्यमापनाचे स्वरूप व त्याच्या प्रामाण्याचा आधार यांचा शक्य तितक्या शुद्ध व समाधानकारक रीतीने शोध घेणे ही

नीतिशास्त्राची एक मूलभूत समस्या म्हणता येईल.

नीतिशास्त्र–एक आचारसंहिता

विभिन्न दृष्टिकोणानुसार शास्त्र या नात्याने नीतिशास्त्राकडून निरनिराळ्या अपेक्षा केलेल्या आढळून येतात. सामाजिक व ऐतिहासिक दृष्टिकोणातून विचार करणाऱ्यांना वाटते, की कोणत्याही व्यक्तीला कोणत्याही परिस्थितीत काय करावे अथवा काय करू नये हे ठरविण्याकरिता उपयोगी पडेल अशी एक आचारसंहिता नीतिशास्त्राने निर्माण करावी. जे लोक नीतिशास्त्राकडे मूल्यशास्त्राचा एक विभाग म्हणून पाहतात त्यांच्या मताने इतर मूल्यांहून नैतिक मूल्य कसे भिन्न असते हे नीतिशास्त्राच्या विवेचनात स्पष्ट होणे आवश्यक आहे. नीतिशास्त्र हे केवळ तात्त्विक शास्त्र नसून व्यावहारिक शास्त्रही आहे. त्याचा व्यक्तीच्या सामाजिक जीवनाशी अत्यंत निकटचा संबंध येतो. माणसाच्या वैयक्तिक आणि सामाजिक जीवनाचा पट अधिकार व कर्तव्ये यांच्या उभ्या–आडव्या धाग्यांनी विणला जातो. नीतिशास्त्रात या सर्वांचा साधकबाधक विचार केला जातो.

भारतीय तत्त्वज्ञानानुसार नीतिशास्त्र

भारतीय तत्त्वज्ञानाच्या इतिहासात नीतिशास्त्राला स्वतंत्र स्थान नाही. अर्थशास्त्राप्रमाणे किंवा कामशास्त्राप्रमाणे नीतिशास्त्राची स्वतंत्र निष्पत्ती झालेली दिसत नाही; कारण नीतिला धर्माचेच एक अविभाज्य अंग मानण्यात आले आहे. भारतीयांच्या मूलभूत आध्यात्मिक दृष्टिकोणानुसार ते योग्यच म्हणावे लागेल. लोकमान्य टिळकांनी तर तत्त्वज्ञान व नीती यांना धर्माचीच दोन अपरिहार्य अंगे ठरविली आहेत.

नीती ही कर्मप्रधान असून अंतिम सत्यासंबंधीच्या धारणेनुसारच ती ठरविली जाते. अंतिम ध्येय जे मोक्ष (किंवा निर्वाण) त्याचे स्वरूप तत्त्वज्ञानात जसे मान्य केले असेल त्यानुसार ते प्राप्त करून घेण्याचा जो मार्ग त्यालाच 'नीती' म्हणतात.

भारतीय नीतिशास्त्र म्हणजे खऱ्या अर्थाने कर्तव्य मीमांसाच होय. कर्तव्याची भावना ही नैतिक जीवनाचे केंद्र आहे; म्हणूनच त्यासंबंधी जे विविध प्रश्न

संभवतात उत्तरादाखल विविध मतप्रणालीही दिसून येतात. कर्तव्याचा अभ्यास, कर्तव्याची सापेक्ष निरपेक्षता, अधिकार भेदानुसार कर्तव्याची त्यांच्या भिन्नता या गोष्टींना तत्त्वज्ञानात योग्य ते महत्त्व दिलेले आहेच; पण कर्तव्याच्या स्पष्टीकरणाबाबत जे आणखी सूक्ष्म व तांत्रिक प्रश्न उद्‌भवतात, त्यांचीही दखल भारतीय नीतिशास्त्रज्ञांनी घेतलेली आहे.

पाश्चात्त्य तत्त्वज्ञानानुसार नीतिशास्त्र

पाश्चात्त्य संस्कृती आणि तत्त्वज्ञानाच्या इतिहासात ग्रीक तत्त्वज्ञानाचे स्थान खूप उच्च आहे. त्यामध्ये सॉक्रेटिस, प्लेटो आणि ॲरिस्टॉटल हे तत्त्वज्ञ अविस्मरणीय ठरले आहेत. पाश्चात्त्य नीतिशास्त्र हे सॉक्रेटिसपासून सुरू होते असे म्हटले जाते. ज्या सद्‌गुणांच्या द्वारा नैतिकता प्रामुख्याने अभिव्यक्त होते ते सद्‌गुण सॉक्रेटिसने आपल्या जीवनात प्रत्यक्ष उतरविले होते. ज्ञान, धैर्य, संयम व न्याय हे ते मौलिक सद्‌गुण होत. सत्याचे ज्ञान त्यातून निर्माण होणारी सत्यनिष्ठा व त्या निष्ठेनुसार घडविलेले ऐहिक जीवन हेच सॉक्रेटिसच्या नीतिविषयक तत्त्वज्ञानाचे सार म्हणून सांगता येईल.

सॉक्रेटिसच्या बुद्धिवादी नीतिशास्त्राची खरी सुस्पष्टता व वाढ त्याचा पट्टशिष्य प्लेटो यानेच केली. मानवी आत्म्याची कल्पना प्लेटोने पाशवी आणि दैवी सत्तांच्या मधील दुवा' या नात्याने विशद केली आहे. मनुष्यात असलेली बुद्धी शक्ती त्याच्या दैवी वारशाची द्योतक असून त्याच्या निसर्गसुलभ शारीरिक प्रवृत्ती पशुत्वालाच पोषक असतात. प्लेटोचा शिष्य ॲरिस्टॉटल याला प्लेटोची बुद्धिवादी भूमिका मान्य तर होतीच पण त्याचबरोबर त्याने नीतिच्या व्यावहारिक बाजूलाच आपल्या शास्त्रीय विवेचनात जास्त महत्त्व दिले.

युरोपमधील मध्ययुगीन नीतिविषयक विचारधारा या ना त्या नात्याने प्लेटो किंवा ॲरिस्टॉटल यांच्या तत्त्वचिंतनाची पार्श्वभूमी असलेली दिसून येते. परंतु, पुढे मात्र धार्मिक विचारधारणेच्या पगड्याखाली पाप-पुण्य, स्वर्ग-नरक या कल्पनांशी जुळणाऱ्या अशा पश्चाताप, दया, प्रेम, श्रद्धा व कर्तव्य या कल्पना नैतिक जीवनात प्राधान्याने समाविष्ट होऊ लागल्या. या पुढील अर्वचीन काळात मात्र नीतिमीमांसा जास्त सखोल, शास्त्रीय व धर्मनिरपेक्ष रीतीने करण्याची प्रवृत्ती दिसून येते. त्यामुळे नीतिशास्त्राला राज्यशास्त्र, मानसशास्त्र, तत्त्वज्ञान

यांपैकी कोणाचा तरी आधार देऊन विभिन्न विचारधारा पुढे येऊ लागल्या. उदा. मॅकि आव्हेलीने राज्यशास्त्रीय दृष्टिकोणातून नैतिक व्यक्तिवाद स्वीकारला. तर हॉलानेही राज्यशास्त्रीय दृष्टिकोनातून स्वार्थवाद स्वीकारला. बिशप बटलरने मानसशास्त्राचा आधार घेऊन आदर्श चारित्र्य विश्लेषण केले. ह्यूमनेदेखील आपल्या मूलभूत अनुभववादातून नैतिक मूल्यमापनाची मीमांसा मानसशास्त्राच्याच आधाराने केलेली दिसून येते. इमॅनुअल कान्ट या जर्मन तत्त्व ज्ञानाने अत्यंत शास्त्रशुद्ध व तत्त्वविश्लेषणात्मक नीतिमीमांसा केली. त्याने आपल्या Critique of Practical Reason या ग्रंथात आपले नीतिविषयक मौलिक विचार व्यक्त केले आहेत. तात्त्विक मीमांसा करताना कान्ट नीतिमध्ये 'कर्तव्य' या संकल्पनेला महत्त्व देतो. कर्म जेव्हा कर्तव्य बुद्धिनेच केले जाते तेव्हा त्याला नैतिक मूल्य प्राप्त होते. नैतिक कर्माच्या मागे असलेल्या या शुद्ध कर्तव्य बुद्धिलाच कान्ट शुभ संकल्प (Good will) म्हणतो. कान्टच्या मते, नैतिकता केवळ मानवी जीवनापुरतीच मर्यादित नसून तिला विश्वव्यापी मानणे तत्त्वदृष्टीने आवश्यक आहे.

मूल्यमीमांसेची गरज व महत्त्व

नीतिशास्त्र, सामाजिक व राजकीय तत्त्वज्ञान, शैक्षणिक तत्त्वज्ञान, धर्माचे तत्त्वज्ञान, सौंदर्यशास्त्र इत्यादी शास्त्रे मूल्यात्मक असून ती कमीअधिक प्रमाणात मूल्यमीमांसेवर अवलंबून आहेत. मानवाच्या जीवनाचा आदर्श मानवाच्या पूर्णतेची कल्पना, त्याच्या कर्मांचा विवेक मूल्य मीमांसेवर अधिष्ठित आहे. आदर्श समाजरचना, आदर्श राज्यसंस्था, सामाजिक आणि राजकीय उद्दिष्टे मूल्यविचारधिष्ठित असतात. व्यक्ती आणि व्यक्ती, व्यक्ती आणि समाज, व्यक्ती आणि राज्यसंस्था यांच्या मधील व्यवहार आणि आंतरराष्ट्रीय व्यवहार हा मूल्याधिष्ठित असतो, शिक्षणाची ध्येये आणि उद्दिष्टे मूल्यमीमांसेला धरून असतात. ज्या मूल्यांचा आविष्कार जीवनात घडवावयाचा त्या मूल्यांचे यथोचित ज्ञान शिक्षणक्रमामध्ये असणे एवढेच आवश्यक नसून त्या मूल्यांचा संस्कार विद्यार्थ्यांच्या मनामध्ये दृढमूल करणे अगत्याचे आहे.

सत्य हे बौद्धिक मूल्य असून त्याच्या स्वरूपा विषयीचा विचार तर्कशास्त्रात होतो. शिव हे कर्माचे मूल्य असून त्याचा विचार नीतिशास्त्रात होतो. त्याचप्रमाणे

सौंदर्य हे भावनिक मूल्य असून त्याचा विचार सौंदर्यशास्त्रात होतो. व्यापकपणे सर्व मूल्यांचा विचार ज्यामध्ये होतो, त्यास 'मूल्यमीमांसा' हे नाव आहे.

भारतीय तत्त्वज्ञानातील मूल्यमीमांसेचे आध्यात्मिक अधिष्ठान

भारतीय तत्त्वज्ञानात मूल्यमीमांसेचा स्वतंत्रपणे विचार केलेला नाही, मात्र सर्वत्र मूल्यमीमांसेवरील सखोल विचार विखुरलेले आढळतात. खरे तर भारतातील समग्र तत्त्वज्ञानाचा मध्यवर्ती दृष्टिकोणच मुळी मूल्यात्मक आहे. सर्वच तत्त्वज्ञानाचा गाभा पूर्णतेच्या किंवा मोक्षाच्या कल्पनेत असून त्या आदर्शाप्रत जाण्याचा हेतूच सर्व तात्त्विक जिज्ञासेच्या मुळाशी असतो.

दुसरे असे की मोक्षाच्या स्वरूपाविषयी जरी दार्शनिकांत मतभेद असले तरी त्याच्या प्राप्तीसाठी सर्वांच्या मते ज्ञान हे एकच महत्त्वपूर्ण साधन आहे. भारतीय तत्त्वज्ञानाचा ज्ञानाकडे पाहण्याचा एक विशिष्ट दृष्टिकोण आहे. त्यामध्ये ज्ञानाला सर्वांत पवित्र मानले आहे. मोक्ष मानले आहे. कैवारी मानले आहे. निर्वाण मानले आहे. तत्त्वज्ञान हे केवळ शुष्क जिज्ञासेतून उगम पावत नसून, त्याच्या बुडाशी उदात्त प्रयोजनशीलता आहे. ज्ञानाने दुःखाचा निरास होतो, आनंद मिळतो, शांतिलाभ होतो, जीवनाला पूर्णता येते, अमृतत्त्व किंवा अनंतत्त्व लाभते.

मूल्यांच्या अनुभूतीचे रहस्य आत्म्याच्या स्वरूपात आहे. मूल्यांच्या साक्षात्काराचे गमक आनंद होण्यात आहे. भारतीयांची मूल्यांची कल्पना आदर्शवादी किंवा अध्यात्मवादी असल्याचे दिसून येते. भारतीय मूल्यमीमांसेचा आणखी एक महत्त्वाचा सिद्धान्त असा आहे, की मूल्यांमध्ये जरी प्रकार असले तरी सर्व मूल्ये व्यापक अर्थाने 'आध्यात्मिक' मूल्ये आहेत; म्हणजेच भारतीय मूल्यमीमांसेचे अधिष्ठान पूर्णतः आध्यात्मिक आहे.

शिक्षण प्रक्रियेमध्ये मूल्यशिक्षणाचे महत्त्व

शिक्षण प्रक्रियेमध्ये मूल्यशिक्षणाला अनन्यसाधारण महत्त्व आहे. किंबहुना, शिक्षणाच्या माध्यमातून आवश्यक ती मूल्ये जोपासली जाऊन ती विकसित होणे हाच शिक्षणाचा मूलभूत हेतू आहे.

शिक्षण हे समाजपरिवर्तनाचे प्रभावी साधन आहे. विद्यार्थी हा या समाजाचा

घटक आहे. विद्यार्थ्यांचे शिक्षण सुरू असतानाच समाजाच्या संवर्धनाच्या दृष्टीने आणि व्यक्ती विकासासाठी आवश्यक ती मूल्ये विकसित करण्यासाठी शिक्षण हे एक प्रमुख साधन आहे.

शिक्षण आणि मूल्ये यांचा अन्योन्य संबंध आहे. मूल्यांविषयी कार्यात्मक स्पष्टीकरण म्हणजे समाज आणि व्यक्ती यांचा यथायोग्य रित्या अन्योन्यसंबंध प्रस्थापित करणे आणि निकोप व्यक्तिमत्त्व आणि निकोप समाज निर्माण करणे होय.

समाजातील सर्वच क्षेत्रातील विचारवंत मूल्यांचा वाढता ऱ्हास व त्यांचा परिणाम म्हणून समाजजीवन पाहून चिंताग्रस्त झाले आहेत. त्यामुळे मूल्यांचे जाणीवपूर्वक संक्रमण करणे आवश्यक नव्हे तर अनिवार्यदेखील आहे.

सुप्रसिद्ध शिक्षणतज्ज्ञ डॉ. जे. पी. नाईक यांनी म्हटले आहे, ''खरे तर कोणतीही शिक्षण पद्धती मूल्यांबाबत उदासीन असूच शकत नाही. इतकेच नाही तर शिक्षणाच्या द्वारे योग्य मूल्यांचे संवर्धन केले नाही तर अंतिमतः चुकीची किंवा अयोग्य मूल्ये त्यांची जागा घेतील.''

एकात्म, अखंड आणि बलशाली भारताचे स्वप्नदेखील मूल्यांच्या संवर्धनातूनच साकार होणार आहे. भारतीय म्हणून आपली अस्मिता टिकवून धरावयाची असेल तर आज त्या मूल्यांची रुजवणूक आणि जोपासना करणे आवश्यक आहे. भारतासारख्या भिन्न धर्म, पंथ, भाषा, संस्कृती असलेल्या देशात विविधतेतील एकात्मता साध्य करण्यासाठी मूल्यशिक्षण हवे आहे. भारतीय राज्यघटनेमध्ये अनुस्यूत असलेल्या लोकशाही समाजवादी समाजरचनेचे स्वप्न साकार करण्यासाठी संबंधित मूल्यांचे शिक्षणदेखील आवश्यक आहे.

मूल्याधिष्ठित शिक्षणाच्या विकासातील टप्पे

भारतीयांना मूल्याधिष्ठित शिक्षणाची संकल्पना नवी नाही. अगदी वेदोपनिषद काळापासून शिक्षणातून मूल्ये रुजविली गेली पाहिजेत, हा विचार मांडण्यात आला आहे. गुरुकुल पद्धतीत तत्कालीन गुरुजन आपल्या आचारविचारांनी मूल्यांचे संस्कार आपल्या शिष्यांवर करण्याचे कार्य करीत होते. पुढे काळाच्या प्रवाहात व शैक्षणिक विचारांच्या इतिहासात अनेक शिक्षणतज्ज्ञांनी व विचारवंतांनी नैतिक मूल्यांच्या शिक्षणाचा आग्रह धरला होता.

आधुनिक काळातील भारतातील मूल्यशिक्षणाची पार्श्वभूमी खालीलप्रमाणे संक्षिप्तपणे सांगता येईल.

१) भारतीय राज्यघटनेत कलम २८ व कलम ३०मध्ये नैतिक व धार्मिक शिक्षणाचा खुलासा करण्यात आला आहे.

२) १९४८-४९ मधील राधाकृष्णन् आयोगाने शिक्षणाच्या विविध स्तरांवर सद्गुणांची जोपासना करणारे, भावनिक विकास साधणारे, मनोबल वाढविणारे, नैतिक व आध्यात्मिक शिक्षण कोणत्या विविध पद्धतींनी व उपक्रमांच्या साहाय्याने द्यावे याबाबत तपशीलवार शिफारशी केल्या.

३) १९५२-५३ मधील मुदलीयार आयोगाने कुटुंब, शाळा व समाज हीच नैतिक शिक्षणाची प्रभावी माध्यमे आहेत असा विचार मांडला.

४) १९५९ मधील श्री प्रकाश समिती तर धार्मिक व नैतिक शिक्षणाबाबत खास शिफारशी करण्याच्या हेतूने नियुक्त करण्यात आली होती.

५) १९६१ साली भावनिक एकात्मतेचा विकास होण्यासाठी संपूर्णानंद समिती नेमण्यात आली. या समितीच्या मते, शिक्षणातून धार्मिक शिक्षण देणे शक्य नाही. परंतु, आध्यात्मिक मूल्यांची शिकवण दिलीच पाहिजे.

६) १९६४-६६ मधील कोठारी आयोगाने राधाकृष्णन् आयोगातील शिफारशींचा पुन्हा उल्लेख केला होता. थोर धर्मनेत्यांच्या जीवन कथांचा अभ्यास, थोरांची चरित्रे, धार्मिक सण व उत्सव, धार्मिक शिकवणुकीचे सार, प्रार्थना व ध्यानधारणा यांचा आधार घेऊन या शिक्षणाचे उद्देश साध्य करता येतील असे आयोगाने म्हटले आहे.

७) १९६८चे राष्ट्रीय शैक्षणिक धोरण जाहीर होण्यापूर्वी १९६७ साली संसद सदस्यांच्या एका गटाने शालेय व सहशालेय अभ्यासक्रमातून नैतिक, सामाजिक आणि आध्यात्मिक मूल्ये रुजविण्याच्या कार्यक्रमावर पुन्हा एकदा भर दिला.

८) १९८१मध्ये सिमला येथे नैतिक शिक्षणविषयक एक चर्चासत्र घेण्यात आले. या चर्चासत्रात नैतिक शिक्षणातून सामान्य माणसाचे आध्यात्मिक मानवात रूपांतर करावयाचे झाल्यास प्रत्येकामध्ये

सत्य, न्याय, प्रेम, सहकार्य व अहिंसा ही मानवी मूल्ये रुजवायला हवीत, असे प्रतिपादन करण्यात आले.

९) १९८६चे राष्ट्रीय शैक्षणिक धोरण ठरविताना शिक्षण पद्धती सामाजिक व नैतिक मूल्ये निर्माण करणारी असावी असा विचार मांडला गेला; म्हणून या धोरणाच्या आठव्या प्रकरणाच्या मूल्यांच्या शिक्षणाचा आग्रह धरण्यात आला असून असे म्हटले आहे की, ''आपल्या सांस्कृतिकदृष्ट्या बहुविध असणाऱ्या समाजात ऐक्य व पूर्णत्व येण्यासाठी शिक्षणाने वैश्विक शाश्वत मूल्यांना उत्तेजन दिले पाहिजे. अशा मूल्यशिक्षणाने सूडवाद, धर्मवेड, हिंसा यांचे उच्चाटन करण्यास मदत केली पाहिजे.''

१०) २००५च्या राष्ट्रीय अभ्यासक्रम आराखड्यामध्ये 'शांततेसाठी शिक्षण' या नावाने मूल्यशिक्षणाचे महत्त्व प्रतिपादले आहे. शांततेसाठीच्या शिक्षणामध्ये नैतिक विकासाची पायाभरणी करण्यावर भर दिला असून मानवाधिकारांबद्दल आदर, न्याय, सहिष्णूता, सहकार, सामाजिक जबाबदारी, सांस्कृतिक विविधतेबद्दल आदर, लोकशाहीवर ठाम निष्ठा आणि विवादांची अहिंसक सोडवणूक आदी घटकांचा अंतर्भाव अपेक्षित आहे.

मूल्यशिक्षणासाठी महाराष्ट्र शासनाने केलेले प्रयत्न

मूल्यशिक्षणाचे महत्त्व लक्षात घेऊन महाराष्ट्र शासनाने १९९७-९८ सालापासून शालेय स्तरावर इ. १ली ते १०वी साठी 'मूल्यशिक्षण' हा विषय अनिवार्य केला आहे व शालेय स्तरावरील विद्यार्थ्यांचे वय लक्षात घेऊन शासनाने खालील १० मूल्ये निश्चित केली आहेत-

१) राष्ट्रभक्ती २) राष्ट्रीय एकात्मता ३) सर्वधर्मसहिष्णूता ४) स्त्री-पुरुष समानता ५) श्रमप्रतिष्ठा ६) वैज्ञानिक दृष्टिकोण ७) सौजन्यशीलता ८) संवेदनशीलता ९) वक्तशीरपणा १०) नीटनेटकेपणा

वरील १० मूल्यांमधून व्यक्तिविकास ते राष्ट्रविकास मोठ्या प्रमाणात विद्यार्थ्यांमध्ये रुजवणूक व्हावी हा उद्देश आहे. व्यक्तीविकासातून समाजविकास आणि त्यातून पुढे राष्ट्रविकास असे गृहीत धरून त्यासाठी राष्ट्रभक्ती, राष्ट्राविषयी

प्रेम आणि आस्था निर्माण करण्याची गरज शालेय शिक्षणात दृढ करता येते. राष्ट्रभक्तीची जोपासना करतानाच श्रमप्रतिष्ठा वृद्धिंगत करणे आवश्यक आहे. श्रमप्रतिष्ठेबरोबर समाजामध्ये आवश्यक असणारा एकोपा साधणारी स्त्री-पुरुष समानता, सर्वधर्म सहिष्णूता, संवेदनशीलता, सौजन्यशीलता आणि वैज्ञानिक दृष्टिकोण साधणे आवश्यक आहे. त्या दृष्टीने शालेय शिक्षणामध्ये या मूल्यांबाबतचे शिक्षण दररोज देण्याचे निर्णय महाराष्ट्र शासनाने अनिवार्यपणे घेतला आहे.

मूल्यशिक्षणाची कार्यवाही

मूल्य शिक्षणाच्या कार्यक्रमात वर उल्लेखलेली १० मूल्ये निश्चित केली आहेत. शालेय विषयांच्या माध्यमातून या मूल्यांचा संस्कार करावयाचा आहे. मूल्यशिक्षण हा प्रत्येक विषय शिक्षकांचा विषय आहे. शिक्षकांचा विषय कोणताही असला तरी त्यातून ही मूल्ये कशी संक्रमित करावयाची याचा अभ्यास आणि त्या मूल्याविषयी चिंतन करणे आवश्यक आहे. त्या त्या विषयाशी अनुरूप असा मूल्य शिक्षणाचा व्यासंग करावा लागेल.

मूल्यांचा संस्कार ही केवळ शाब्दिक, कथनात्मक अशी बाब न ठरता ती कृतियुक्त ठरली पाहिजे. मूल्य शिक्षण ही केवळ तांत्रिक बाब बनता कामा नये. त्यातून मिळणाऱ्या संस्कारातील चैतन्य, जिवंतपणा, प्रसन्नता कायम राहिली पाहिजे, संस्कारांचे संक्रमण करण्यासाठी विविध उपक्रम शोधले पाहिजेत, योजले पाहिजेत. फलकलेखन, निबंध लेखन, वक्तृत्व, व्यक्तीगत व समूहगीत गायन, हस्तलिखितांची निर्मिती, भित्तीपत्रके, निर्मिती, सुभाषित व सुविचार कथन, चरित्र कथन, कथाकथन इत्यादी उपक्रमांच्या माध्यमातून मूल्यांचे शिक्षण देता येईल. आपले राष्ट्रीय सण (स्वातंत्र्य दिन, प्रजासत्ताक दिन इ.) सांस्कृतिक कार्यक्रम, सांस्कृतिक सण व उत्सव, अन्य शालेय कार्यक्रम यातून मूल्यांचे शिक्षण देता येईल.

मूल्यशिक्षण यशस्वी रीतीने देण्यामध्ये शिक्षकाची भूमिका खूप महत्त्वाची आहे; कारण मूल्यांची रुजवणूक करण्याचे प्रत्यक्ष कार्य शिक्षकांनाच करावयाचे आहे. याबाबत शिक्षकांना मूल्यशिक्षणाबाबत आस्था, समज आणि बांधिलकी अत्यंत महत्त्वाची आहे. शिक्षकांची व्यवसायनिष्ठा, ज्ञाननिष्ठा व त्यांचे विद्यार्थ्यांवरील प्रेम यांचे चांगले परिणाम विद्यार्थ्यांवर होतात. शिक्षकांचा

व्यासंग, त्यांचा स्वभाव यातूनही विद्यार्थी घडत असतात. तसेच मूल्यशिक्षण प्रभावी रीतीने देण्यासाठी स्वत: शिक्षकाचे व्यक्तिमत्त्व सद्गुणसंपन्न असले पाहिजे. त्याचे स्वतःचे आचरण मूल्याधिष्ठित असले पाहिजे. विद्यार्थ्यांना शिक्षकांकडे आदर्श म्हणून पाहता आले पाहिजे.

राष्ट्रीय अभ्यासक्रम आराखडा (२००५)मध्ये प्रतिपादलेले नवीन मूल्य –'शांततेसाठी शिक्षण' (Education for Peace)

राष्ट्रीय अभ्यासक्रम आराखडा (२००५)मध्ये शांततेसाठी शिक्षण हे एक महत्त्वाचे नवीन मूल्य प्रतिपादले आहे. शालांत शिक्षणाच्या संपूर्ण कालावधीत शांततेशी संबंधित मूल्ये योग्य त्या उपक्रमांद्वारे सर्व विषयांमधून दृग्गोचर करण्यात यावे, आणि शांतता शिक्षण हा शिक्षकांच्या शिक्षणाचा एक भाग बनावा अशी स्पष्ट अपेक्षा या आराखड्यामध्ये केली आहे.

असहिष्णूता, धर्मांधता, झगडे आणि वैमनस्याने ग्रस्त अशा हिंसक काळात आपण जगत असल्यामुळे नैतिकता, शांतता आणि कल्याण या मूल्यांसमोर मोठी आव्हाने उभी राहिली आहेत. त्यामुळे शांततेच्या शिक्षणासाठीची कधी नव्हे इतकी गरज निर्माण झाली आहे.

परस्पर मतभेदांचे प्रश्न अहिंसक मार्गांनी सोडवता आले पाहिजेत. शांततेचे शिक्षण ही बाब अभ्यासक्रम, अभ्यास पूरक उपक्रम, वर्गातील वातावरण, शाळेचे व्यवस्थापन, शिक्षक-विद्यार्थी संबंध, अध्ययन-अध्यापन प्रक्रिया अशा प्रकारे संपूर्ण शालेय जीवनाला व्यापून उरणारी प्रक्रिया बनली पाहिजे. आजूबाजूच्या वाढत्या हिंसाचाराचा, त्याच्या प्रसारमाध्यमातील दृश्यांचा मुलांच्या मनावर नकारात्मक परिणाम होणार नाही यासाठी जाणीवपूर्वक प्रयत्न करायला हवेत. एक नैतिक व शांततापूर्ण आयुष्य जगण्यासाठीची सखोल चिंतनशीलता तयार व्हावी यासाठी पाठपुरावा केला पाहिजे. हिंसेऐवजी शांततेच्या मार्गाची निवड करणे व इतरांच्या मताचा आदर करण्याचे शिक्षणाने शिकविले पाहिजे.

प्रकरण ९
राष्ट्रीय शिक्षणाच्या संकल्पनेत आध्यात्मिक बुद्धिमत्तेचा विचार

जगामध्ये आपल्या भारत देशाची ओळख उदारमतवाद व राष्ट्रवाद जोपासणारे राष्ट्र अशी आहे. उदारमतवादी राष्ट्रवाद सहिष्णू स्वरूपाचा असतो आणि इतर राष्ट्रांकडे मित्रत्वाने व आदराने पाहतो. अशा राष्ट्रवादाला स्वतःच्या प्रगतीसाठी इतरांचे शोषण करावेसे वाटत नाही. आपला उदारमतवादी राष्ट्रवाद आंतरराष्ट्रीय सामंजस्यावर भर देऊन शांतता आणि सुरक्षेची आशा बाळगतो. राष्ट्राराष्ट्रांत मैत्रीचे संबंध निर्माण करू इच्छितो. राष्ट्राराष्ट्रांमधील आर्थिक, सामाजिक, राजकीय, सांस्कृतिक, शैक्षणिक सहकार्य वाढवू इच्छितो. मानवी हक्कांचे संरक्षण करू इच्छितो.

भारतीय राष्ट्रवादाचे वेगळेपण

उदारमतवादी राष्ट्रवादासोबतच समृद्ध अशी प्राचीन परंपरा व वारसा लाभलेले राष्ट्र म्हणूनदेखील आपली ओळख आहे. आपल्या जमेस वैभवशाली इतिहास तर आहेच पण त्याचबरोबरच आधुनिकतेची कास धरून भविष्याकडे वाटचाल असा विशाल भूप्रदेश असून विविधतेत एकता आहे. बहुधार्मिकता, बहुसांस्कृतिकता, बहुभाषिकता अशी बहुविविधता लाभलेली आहे. आपल्याकडे सार्वभौमत्व आहे पण साम्राज्यवाद नाही. आपण संरक्षणसज्ज आहोत पण आक्रमक नाही. शत्रूला तोंड द्यायला समर्थ आहोत पण स्वतःहून शत्रूत्व करीत नाही. खरेखुरे अहिंसक आहोत पण अहिंसकाचाच घास घेणाऱ्या हिंसेची अपरिहार्य हिंसा करण्यास कचरत नाही. अनेक समस्यांनी जर्जर असलो तरी राष्ट्र म्हणून भक्कम उभे आहोत. अनेक आव्हाने असली तरी त्यांना सामोरे जाण्यास सक्षम आहोत.

आपले राष्ट्रीय शिक्षण ठरविताना हे लक्षात घ्यावे लागेल

कोणत्याही देशातील शिक्षण विचार आणि शिक्षण पद्धती ही त्या देशाच्या संस्कृतीपासून अलग करता येत नाही. संस्कृतीमध्येच शिक्षणाचे बीज जोपासले जाते व फुलत राहते आणि शिक्षणही त्या संस्कृतीवर पोषक अथवा विनाशक प्रभाव पाडीत राहते. समाजाचे अस्तित्व, स्थैर्य व परंपरा टिकविण्याचे कार्य शिक्षणातूनच साधले जात असते; पण परंपरा सांभाळताना नव्या परिवर्तनालाही काही वाव असावाच लागतो. परंपरा आणि परिवर्तन यांचा मेळ सतत घालावाच लागतो. 'पुराणमित्येव न साधु सर्वम्' (जुन्या काळचे सर्वच काही चांगले नसते.) हे पुराणमतवाद्यांना अधूनमधून सांगावेच लागते. तेव्हा भारतीय शिक्षण विचाराचा शोध घेताना भारतीय जीवनदृष्टीचा व संस्कृतीचा डोळस परिचय करून घेणे आवश्यक असते. आपल्या राष्ट्रीय शिक्षणाची दिशा ठरविताना गतकालीन शिक्षणाच्या गौरवाची गाथा गाताना, वर्तमानकालीन त्रुटींकडे आणि वैगुण्यांकडे लक्ष द्यावे लागेल. तसेच भविष्यकालीन आव्हानांना लक्षात घ्यावे लागेल.

भारतीय राष्ट्रीय शिक्षणामध्ये खऱ्या अर्थाने भारतीयत्व जपले जावे हे उघड आहे. मध्ययुगीन काळात भारतीय जीवनावर जे मालिन्य आले, समाजात जी निष्क्रियता पसरली, जो दैववादाचा पगडा बसला त्यातून नव्या विचारांच्या सर्जनशील प्रक्रियेत खंड पडला, इतकेच नव्हे तर आपल्याला भौतिकदृष्ट्या प्रगत अशा परकीय संस्कृतींना तोंड देण्यातअपयश आले आणि यातूनच टीकाकारांना भारतीय जीवननिष्ठांसंबंधी आणि भारतीय संस्कृतीवरही उलटसुलट आक्षेप घेण्यास संधी मिळाली. भारतीय संस्कृती ही केवळ धर्मनिष्ठ असून ती जीवनविन्मुख आहे. तिच्यात गूढता असून बुद्धिनिष्ठेचा अभाव आहे. कर्मवादामुळे तिचा दृष्टिकोण निराशावादी झाला असून मानवी पुरुषार्थाला तिच्यात वाव नाही. ती 'जैसे तथे' स्थितीवादाचा आग्रह धरणारी असून तिच्यात जातीभेदमूलक विषमतेची श्रेणीरचना आहे आणि एकंदरीत आजच्या गतिमान, परिवर्तनशील जीवनाशी तिची मूल्ये विसंवादी आहेत, असे नानाविध आक्षेप घेतले जातात.

वरील आक्षेपांचे खंडन करीत राष्ट्रीय शिक्षणात भारतीयत्व फुलायला हवे

प्राचीन भारतीय विचारांना वरील आक्षेप लागू नाहीत हे स्पष्ट लक्षात येण्यासाठी भारतीयांची जीवनदृष्टी यथार्थपणे समजून घेतली पाहिजे. त्यांची जीवनविषयक ध्येये जीवनाचे चरमलक्ष्य समजले की त्यांचे शिक्षणविषयक ध्येय काय होते हे लक्षात येईल. भारतीयांची अध्यात्म विषयक सर्वसमावेशक कल्पना समजून घेतली की त्यांची जीवनदृष्टी व जीवनध्येये लक्षात येतात. अभ्युदय आणि निःश्रेयस दोन शब्दांनी ती व्यक्त होतात. मानवी जीवनाच्या भौतिक आणि आध्यात्मिक अशा दोन्ही बाजू आहेत आणि त्या दोन्हींचा विकास करून घेणे हेच जीवनाचे उद्दिष्ट आहे. परिपूर्णतेच्या ध्येयाचा आविष्कार चतुर्विध पुरुषार्थाच्या कल्पनेत सुव्यवस्थितपणे मांडला आहे. पुरुषार्थी जीवन जग सामर्थ्य व्यक्तीला प्राप्त करून द्यावयाचे जे जीवनाचे ध्येय तेच शिक्षणाचे ध्येय भारतीयांनी मानले. जीवनात मिळत जाणाऱ्या आणि केल्या जाणाऱ्या संस्कारांनाच भारतीयांनी शिक्षण असे नाव दिले.

राष्ट्रीय शिक्षणाला स्वातंत्र्य हवे

शिक्षणाला राजाश्रय मिळावा पण शिक्षण राजांचे मात्र बनू नये. प्राचीन काळी त्यागी, तपस्वी व संयमी अशा आचार्यांच्या स्वाधीन शिक्षणाची सूत्रे होती. त्यांच्या निरीह व निःस्पृह वृत्तीमुळेच शिक्षण स्वतंत्र राहू शकले आणि स्वतंत्र विचारांची वाढ होऊ शकली. मठ, आश्रम आणि संघगृहे यांना राजे साहाय्य करीत ते कर्तव्य बुद्धिने करीत, उपकार म्हणून भारतात वैदिक, बौद्ध, जैन इत्यादी आध्यात्मिक–दर्शने निर्माण झाली; पण त्या सर्वांनाच राजे महाराजे स्वतःचा धर्म आणि पंथ बाजूला ठेवून साहाय्य करीत. शिक्षणाचे कार्य शासन संस्थेकडे जाण्याची घटना यूरोपमध्ये पंधराव्या शतकात घडली; पण शिक्षण हे शासन संस्थेकडे गेल्याने 'विचार स्वातंत्र्य' अथवा 'बौद्धिक स्वातंत्र्य' यांसारखे प्रश्न निर्माण झाले आहेत. वेगवेगळ्या राजकीय तत्त्वज्ञानावर आधारित शासनसंस्था निर्माण झाल्याने विचारस्वातंत्र्याची समस्या बिकट झाली आहे.

सद्यःस्थितीत आपल्या राष्ट्रीय शिक्षणाचा विचार करताना आपल्या निकोप लोकशाहीला स्मरून व लोककल्याणकारी राज्याची उद्दिष्टे समोर ठेवून तसेच

अत्यंत समतोल व दर्जेदार अशा आपल्या राज्य घटनेची मार्गदर्शक तत्त्वे अंमलात आणून शिक्षणातील विचार स्वातंत्र्य जपावे लागेल.

राष्ट्रीय शिक्षणाच्या दिशेने आपण काहीतरी नक्की केले आहे

अत्यंत गौरवशाली आणि प्रदीर्घ परंपरा लाभलेला इतिहास असूनही परकीय सत्तेची गुलामी करीत पारतंत्र्यात राहिल्याचा खोल अपराधी भाव पचवित का होईना जेव्हा स्वातंत्र्य मिळाले तेव्हा नव्या उमेदीने एक स्वतंत्र, सार्वभौम गणराज्य या नात्याने राष्ट्र म्हणून आपण श्वास घेतला आणि आपले राष्ट्र, आपले राज्य, आपली घटना, आपले नियोजन व आपले शिक्षण असा सुंदर प्रपंच आपणच मांडला. आपली ध्येये व उद्दिष्टे आपण ठरविली आणि अंमलबजाणीही आपण सुरू केली. समृद्ध अभ्यासक्रम तयार केले. आधुनिक अध्यापन पद्धती अंगीकारल्या. त्यासाठी शिक्षक प्रशिक्षित केले. शैक्षणिक तंत्रज्ञानास मदतीस घेतले. दहा गाभा घटक आणले. दहा मूल्ये आणली. दहा जीवनकौशल्ये आणली. गाभा घटकांचा राष्ट्रीय अस्मिता आणि वारसा आणला. मूल्यांमध्ये राष्ट्रभक्ती आणि सर्वधर्मसमभाव आणला. राष्ट्रगीत आणि प्रतिज्ञा यांची सस्वर पठणे वर्गावर्गांत घुमू लागली.

कृषि, उद्योगधंदे, दळणवळण, विज्ञान, माहिती तंत्रज्ञान, संरक्षण सज्जता अशा सर्व क्षेत्रात स्वयंपूर्णता आली व प्रगत राष्ट्र व महासत्ता बनण्याच्या महत्त्वाकांक्षा झेपावत एक प्रगतीशील राष्ट्र म्हणून नावारूपाला आले. या सगळ्याबरोबरच अनेक तात्त्विक, सामाजिक व तांत्रिक विचार प्रवाहांना सामावून घेत. जागतिकीकरणाचा मंत्र घोकीत आणि माहिती तंत्रज्ञानाच्या क्रांतीशी मैत्रीचा हात पुढे करीत आपली एक संपन्न व भक्कम अशी शिक्षण व्यवस्था उभी राहिली.

पण हे करताना काहीतरी करायचे राहून गेले आहे

आपल्या या भक्कम शिक्षण व्यवस्थेत खऱ्या अर्थाने राष्ट्रीय शिक्षण म्हणावे की नाही असा प्रश्न पडला आहे. राष्ट्रहिताचा विचार करणारे सुबुद्ध नागरिक घडविण्यामध्ये शिक्षण कमी पडते आहे असे वाटू लागले आहे. आपल्या अभ्यासक्रमामध्ये, उद्दिष्टांमध्ये, अध्यापन पद्धतींमध्ये भारतीयत्वाची

जोपासना अभावानेच होताना दिसते आहे. इतिहास मांडताना आणि त्याचा अन्वयार्थ लावताना अक्षम्य चुका होताना दिसत आहेत. भारतीय तत्त्वज्ञान, भारतीय मानसशास्त्र, भारतीय विज्ञान आणि भारतीय भाषा यांच्याकडे कमालीचे दुर्लक्ष झाल्याचे दिसत आहे. भारतीयत्व आणि राष्ट्रीयत्व यांचा सखोल अभ्यास न होता केवळ गाजावाजा आणि अभिनिवेष वाढतो आहे.

राष्ट्रीय शिक्षणाचा विकास करताना आध्यात्मिक बुद्धिमत्ता विकासाकडे लक्ष देण्याची गरज

भारतात अध्ययन अनुभव आणि साक्षात्काराचा धार्मिक अनुभव यामध्ये अत्यंत निकटचे नाते असते ही गोष्ट मान्य झालेली आहे. जेव्हा आपण धर्माचा अथवा आध्यात्मिकतेचा शिक्षणातील स्थानाचा विचार करतो तेव्हा आपण त्यातील श्रद्धा, कर्मकांड, व्रतवैकल्ये व संस्था हे बाह्य आविष्कार आणि तत्त्वे, मर्म यांच्यामधील सुसंबद्धता यांच्या बाबतीत जी सर्वत्र असते ती 'आंतरिक भावना' यांच्यात फरक करावयास हवा धर्माची आंतरिक आध्यात्मिक वृत्ती हीच राष्ट्रीय शिक्षणाच्या प्रक्रियेला समृद्ध बनवू शकते. धर्मावर व आध्यात्मिकतेवर पांडित्यपूर्ण व्याख्याने देऊन त्यातील मूळ आध्यात्मिक भावना व वृत्ती इतरांपर्यंत नेऊन पोचविता येत नाहीत. जेव्हा अध्यात्म 'जगले' जाते तेव्हाच ते शिकविता येते, हे पक्के लक्षात ठेवून आध्यात्मिक बुद्धिमत्तेच्या विकासाकडे लक्ष द्यावे लागेल.

प्रकरण १०
शिक्षणातील नवविचार प्रवाहात आध्यात्मिक बुद्धिमत्तेचे स्वागत

मानवी जीवनातील सर्वांगीण विकास शिक्षणामुळे साध्य होतो हे सर्वतोपरी मान्य असलेले सत्य आहे. औपचारिक आणि अनौपचारिक, सहज अशा तीनही पातळ्यांवर कार्यरत असणारी 'शिक्षण' ही प्रक्रिया मानवी जीवनाचा अपरिहार्य भाग बनली आहे. शिक्षणाची व्याप्ती मानवी जीवनाइतकीच विशाल आहे. जीवनाचा असा एकही हिस्सा अथवा पैलू नाही जो शिक्षणाच्या कक्षेत येत नाही. खरे तर सर्व शिक्षण हे जीवन असते आणि सर्व जीवनावश्यक हे शिक्षण असते. शिक्षण हे व्यक्ती, भूत, भविष्य व वर्तमानाला व्यापून राहते. मानवाच्या प्रतिभेची उत्तुंग भरारी, नवनवीन शोध आणि गहन संशोधन हे सारे काही शिक्षणाच्या माध्यमातूनच सर्वत्र पोहोचते. जुन्या पिढीचे संग्रहीत ज्ञान नव्या पिढ्यांकडे शिक्षणामुळेच संक्रमित होते. जुन्याचा आधार घेणारे आणि नव्याची स्वप्ने पाहणारे शिक्षण हे मानवी जीवनचि स्पंदन बनले आहे.

शिक्षणातील नवविचार प्रवाह

मानवी जीवनाचे स्पंदन बनलेल्या शिक्षणाच्या प्रक्रियेत जुन्याच्या आढावा घेताना आणि नव्याची स्वप्ने पाहताना जे नवे विचारतरंग निर्माण होतात ते नवप्रवाहांचे रूप धारण करतात. समाजात अनेक नवे बदल होत असतात. या सर्वांचा साकल्याने परामर्श घेऊन त्यानुसार संबंधित गरजा भागविण्याचे सामर्थ्य शिक्षणात आहे. तसेच शिक्षणाद्वारे समाजनियंत्रण व समाज परिवर्तन घडवून आणण्यासाठी शिक्षणाला आवश्यक असणारा सामाजिक दृष्टिकोण तत्संबंधित निर्माण होणाऱ्या नवविचार प्रवाहांपासून उपलब्ध होत जातो; म्हणून हे कार्य करताना शिक्षणाला नव विचार प्रवाहांची दखल घेण्याखेरीज गत्यंतर नाही.

मानवाची जीवनशैली बदलली. धावपळीचे जीवन, स्पर्धांना तोंड देणे इत्यादींमुळेच जुन्या गोष्टींना चिकटून राहणे शक्य नाही; नव्या परंपरा, नवी मूल्ये, नवे आदर्श यांचा स्वीकार करणे ही काळाची गरज झाली आहे. लोकशाही समाजव्यवस्थेप्रमाणे नव्या जीवन प्रणालींसाठी नव्या विज्ञान निष्ठ व समाजनिष्ठ पद्धतींचा स्वीकार हा अपरिहार्य ठरला आहे. नव्या गोष्टींचा स्वीकार, नवी मूल्ये, नवे आदर्श यांचे संस्कार करणे हे महत्त्वाचे कार्य करण्यासाठी शिक्षणाला नवविचारप्रवाहांशी हस्तांदोलन करणे भाग आहे.

शिक्षण क्षेत्रातील अखंड चालणाऱ्या व्यापक प्रक्रियेत सतत काहीतरी नव्याने भर पडत असते. नवीन काहीतरी घडत असते, शोधले जात असते. उपयोगात आणले जात असते. त्यातून नवे शब्द व नवी परिभाषा जन्म घेते. शिक्षणशास्त्रीय परिभाषेत हे शब्द व संकल्पना रुजू होऊ लागतात, रुळू लागतात, अभ्यासले जातात व अंततः ते शिक्षणप्रक्रियेचा अविभाज्य घटक बनतात. अशा तऱ्हेचे शेकडो शब्द उर्फ संकल्पना आपण शिक्षणाविषयी विचार करताना वापरत असतो, त्यावर बोलत असतो, लिहित असतो, संशोधने करीत असतो. या सर्व संकल्पना नवविचार प्रवाहांचा हिस्सा बनलेल्या असतात.

शिक्षणातील काही नवविचार प्रवाह हे तत्त्वचिंतनाचा उगम पावलेले आहेत, काही प्रयोगशीलतेतून उगम पावत आहेत. काही काळाच्या गरजेतून निर्माण झालेले आहेत. काही संशोधनातून जन्माला आलेले विचारप्रवाह आहेत तर विचारप्रवाहांची अन्य ज्ञानशाखांमधून उसनवारी झालेली आहे. शिक्षणातील सर्व नव विचारप्रवाहांच्या द्वारे शिक्षण संकल्पांचे नवे अन्वयार्थ मांडले जातात, शिक्षणाच्या उद्दिष्टांचा नव्याने विचार केला जातो. अध्ययन प्रक्रियेतील मानसशास्त्राबाबत नवा दृष्टिकोण दिला जातो. अध्यापन पद्धतीतील नवीन तंत्रे सुचविली जातात. मूल्यमापन प्रक्रियेला वेगळी दिशा दिली जाते. हे सर्व नव विचारप्रवाह म्हणजे शिक्षणाविषयी सातत्याने चिंतन करणाऱ्या विचारवंतांच्या प्रतिभेतून विकसित झालेले नवीन विचार दर्शन होय. प्रदीर्घ अनुभवातून विकसित झालेले नवचिंतन होय, नवीन काहीतरी करून पाहिलेल्या प्रयत्नांची यशोगाथा होय.

शिक्षणातील अशा नव विचारप्रवाहांची उदाहरणे द्यायची झाल्यास त्यांची

भली मोठी यादी होऊ शकेल. हे सर्व विचारप्रवाह आपल्या विद्यमान शिक्षण पद्धतीचा अविभाज्य भाग बनले आहेत. उदाहरणार्थ, पुढील यादीवरून नजर टाकल्यास हे सहज लक्षात येईल.

मुक्त शिक्षण, शालाबाह्य शिक्षण, अनौपचारिक शिक्षण, निरंतर शिक्षण, निःशालाकरण, पर्यावरण शिक्षण, आरोग्य शिक्षण, किशोरावस्था शिक्षण, लैंगिक शिक्षण, ई-अध्ययन, क्रमन्वित अध्ययन, सांघिक अध्ययन, आपत्ती व्यवस्थापन, सर्वंकष गुणवत्ता व्यवस्थापन, जीवन कौशल्ये, ज्ञानरचनावाद, दूरशिक्षण, आभासी वर्ग, तणाव व्यवस्थापन, सहकारात्मक अध्ययन, शांततेसाठी शिक्षण, शत्रुसंधो विश्लेषण, सूक्ष्माध्यापन, बहुवर्ग अध्ययन सातत्यपूर्ण सर्वंकष मूल्यमापन, अध्यापनाची प्रतिमाने, आंतरविद्यााखीय दृष्टिकोण, भावनिक बुद्धिमत्ता, सामाजिक बुद्धिमत्ता, बहुविध बुद्धिमत्ता इत्यादी. हे सर्व नवविचार प्रवाह अनेकदा परस्परांशी संबंधित असतात. यातील बहुतेक विचारप्रवाह तपशीलवार प्रायोगिक संशोधनाची पार्श्वभूमी असल्याचे लक्षात येईल.

उदयास आलेला शैक्षणिक नवविचार प्रवाह टिकून त्याचा प्रसार होण्यासाठी व तो रुजविण्यासाठी त्याचे उपयोग सिद्ध व्हावे लागतात व हे उपयोजन प्रत्यक्षात कृती केल्याशिवाय पाहता येत नाही. म्हणजेच कोणताही नवा विचार केवळ वैचारिक पातळीवर अथवा चर्चेच्या पातळीवर न राहता प्रत्यक्ष आचरणात आणला गेला पाहिजे तरच तो पुढे विकसित होऊ शकतो.

आध्यात्मिक बुद्धिमत्ता हा एक नवविचार प्रवाह म्हणून स्वागतार्ह

विद्यमान शिक्षण प्रणालीमध्ये अर्थातच आध्यात्मिक बुद्धिमत्ता हा एक अत्यावश्यक नवे विचारप्रवाह म्हणून स्वीकारला जाणे गरजेचे आहे. असे केल्याने ते पूर्वीच्याच योग्य व महत्त्वाच्या अशा विचारांचे पुनरुज्जीवन ठरेल. तत्त्वचिंतनातून उगम पावलेला विचारप्रवाह ठरेल, प्रयोगशील संशोधनातून उगम पावलेला नवविचार प्रवाहदेखील ठरेल, इतकेच नव्हे तर काळाच्या गरजेतून उगम पावलेला नव विचारप्रवाहही ठरेल. मात्र, या नव विचारप्रवाहाचा योग्य दिशेने विकास व्हायला हवा हेही तितकेच महत्त्वाचे आहे. कोणताही नव विचारप्रवाहाचा योग्य विकास होण्यासाठी त्याबाबतचे योग्य ते उद्‌बोधन व प्रशिक्षण होणे आवश्यक असते. चर्चासत्रे, कार्यशाळा, दिग्दर्शन सत्रे यांच्या

माध्यमातून हे प्रशिक्षण उद्बोधन घडून आले पाहिजे. अभ्यासू तज्ज्ञांचे मार्गदर्शन हे नवविचार प्रवाहांच्या विकासास अत्यंत पोषक ठरते. त्यावर भरपूर बोलले गेले पाहिजे, लिहिले गेले पाहिजे. तसेच त्यासाठी प्रसार माध्यमे व आधुनिक तंत्रज्ञान यांचा मुबलक वापर झाला पाहिजे.

प्रकरण ११
आध्यात्मिक बुद्धिमत्ता आणि अस्तित्वासाठी शिक्षण

२१ व्या शतकातील शिक्षण या विषयावर युनेस्कोने १९९९मध्ये जॅक्विस डेलोर यांच्या अध्यक्षतेखाली एक आंतरराष्ट्रीय आयोग नेमला होता. या आयोगात शिक्षणाचे चार आधारस्तंभ (Four Pillars of Education) ही संकल्पना मांडण्यात आली. मानवी जीवनात शिक्षण अथवा अध्ययन हे मूलतः चार स्तंभांवर आधारित असते असे म्हणणे या आयोगाने मांडले.

हे चार स्तंभ खालीलप्रमाणे होत–

१) ज्ञानप्राप्तीसाठी अध्ययन (Learning to know)

२) कृतीसाठी अध्ययन (Learning to Do)

३) सहजीवनासाठी अध्ययन (Learning to live together)

४) अस्तित्वासाठी अध्ययन (Learning to Be)

वरील चारही स्तंभ एकमेकांपासून स्वतंत्र राहू शकत नाहीत. ते परस्परांशी निगडित असतात. संपूर्ण जीवन आपले अध्ययन या ना त्या स्वरूपात अखंडपणे चालू राहते. या चारही प्रकारच्या अध्ययनातून आपले जीवन परिपूर्ण होत असते.

अस्तित्वासाठी शिक्षण

यांपैकी चौथा स्तंभ म्हणजे 'अस्तित्वासाठी अध्ययन' हा प्रकार आध्यात्मिक बुद्धिमत्तेशी संबंधित असलेला दिसून येतो. अस्तित्वासाठी अध्ययन या स्तंभाचा अर्थ व्यक्तीने आपल्या स्वतःच्या अस्तित्वाचा शोध व बोध घेणे, त्याचा सर्वांगीण विकास करणे व आपले अर्थपूर्ण अस्तित्व टिकविणे असा घ्यावयाचा आहे. मन, शरीर, बुद्धिमत्ता, संवेदनक्षमता, सौंदर्यग्रहणाची जाण, वैयक्तिक आंतरिक क्षमता आणि आध्यात्मिक मूल्ये यांचा विकास होण्यासाठी करावे लागणारे अध्ययन म्हणजे अस्तित्वासाठी अध्ययन होय.

अस्तित्वासाठी अध्ययनाचा आध्यात्मिक अन्वयार्थ

स्वतःच्या अस्तित्वाच्या स्वरूपाचा शोध घेणे असा तार्किक अर्थदेखील या आधारस्तंभामध्ये अभिप्रेत आहे. चिंतन, मनन व ध्यानधारणा करून एकाग्रतापूर्वक आपल्या जाणिवेचा व अंतरंगाचा खोलवर जाऊन शोध घेणे ही आध्यात्मिक साधनाच होय. अस्तित्वासाठी अध्ययन म्हणजे अस्तित्व जाणण्यासाठी अथवा अस्तित्व ओळखण्यासाठी अध्ययन हे आपल्याला मानवी जीवनाच्या मूळ हेतूकडे घेऊन जाते.

मनन चिंतनाच्या द्वारे आपण आपले मन एकाग्र करू शकलो पाहिजे. आपल्या सुप्त मनातील विवेक जागृत करता आला पाहिजे. आपली विचारशक्ती आपले गुण-दोष या सर्वांचे साक्षी व तटस्थ भावनेने निरीक्षण करता आले पाहिजे. या तऱ्हेचा सराव प्राप्त केला म्हणजे मनःशांती प्राप्त होऊ शकते. समस्या निराकरणाचे उपाय सुचू शकतात. आत्मोन्नतीचा मार्ग सापडतो.

काय करणे अपेक्षित

विचारांचे स्वातंत्र्य, भावना व कल्पनांचे स्वातंत्र्य व सर्जनशीलतेचे स्वातंत्र्य विद्यार्थ्यांना शिक्षण घेत असताना मिळाले पाहिजे. अध्ययन म्हणजे केवळ माहिती साठा करून ठेवणे नव्हे, नुसत्या स्मरणावर आधारलेल्या ज्ञानामुळे व्यक्तीचा सर्वांगीण विकास होऊ शकणार नाही, कोणतेही ज्ञान कृतीत उतरले पाहिजे. तसेच त्या ज्ञानाचा अन्वयार्थ लावता यायला हवा. ज्ञानाचा हितकारी उपयोग लक्षात घेऊन सर्वांनी हितासाठी व कल्याणासाठी आवश्यक काय आहे हे समजले पाहिजे. जगातील शुभ, कल्याणप्रद व मंगलमय काय आहे हे ओळखता यावे. सत्य, शिव आणि सुंदर यांची जोपासना करता यायला हवी. त्यासाठी अत्युच्च आध्यात्मिक मूल्ये, नैतिक मूल्ये व सौंदर्य मूल्ये यांची जाण निर्माण होणे आवश्यक असते. ही जाण निर्माण करणे म्हणजे 'अस्तित्ववादी अध्ययन' होय.

प्रत्येक व्यक्तीचे अस्तित्व हे शरीर, मन, बुद्धी, संस्कार मूल्ये इत्यादी अनेक पैलूंनी बनलेले असते. या सर्व पैलूंचा आत्मपरीक्षणातून शोध घेणे, त्यांच्यातील दोष दूर करून त्यांचा विकास करणे ही सुखी व यशस्वी जीवनासाठी सर्वांत महत्त्वाची बाब होय. त्याचबरोबर योग्य अभिरुची जोपासणे आणि

योग्य अभिवृत्ती घडविणे या गोष्टी त्या बरोबरच येतात. आपल्यामध्ये खूप वेगवेगळ्या क्षमता सुप्तरूपाने अस्तित्वात असतात. या क्षमतांचा शोध घेऊन त्या जागृत करणे आणि त्यांच्या पूर्व आविष्काराला प्रयत्नशील राहणेदेखील अस्तित्वाच्या विकासासाठी होणाऱ्या या अध्ययनात अंतर्भूत असते.

प्रकरण १२
मानसिक आरोग्य, तणाव व्यवस्थापन आणि आध्यात्मिक बुद्धिमत्ता

'आरोग्यम धन संपदा' किंवा 'धर्मार्थ काम मोक्षाणां आरोग्यं मूलमुत्तमम्' तसेच 'Health is wealth' प्रकारची वचने आरोग्याचा महिमा गातात. आरोग्य ही सार्थक अशा मानवी जीवनाची महत्त्वपूर्ण संपत्ती असून आरोग्याशिवाय सर्वार्थाने सफल आणि यशस्वी जीवन जगता येणे शक्य नाही हे वादातीत सत्य आहे. परंतु, आरोग्य या शब्दाचा वापर करताना मात्र आपण बहुधा त्याचा शारीरिक आरोग्य अथवा शारीरिक निरोगीपणाची स्थिती अशा मर्यादित अर्थाने करतो. शारीरिक आरोग्याबरोबर मानसिक आरोग्य अशा स्वरूपाची काही संकल्पना असू शकते याचा आपण विचारही करत नाही.

मानवी जीवनात व्यक्तीला अनेक परिस्थितीशी सतत जुळवून घ्यावे लागते किंवा त्यांचा सामना करावा लागतो. यामध्ये माणसाला नेहमीच यश मिळेलच असे नाही. ज्या वेळी काही प्रसंगांना अथवा मनोशारीरिक स्थितीला तोंड देणे कठीण होत जाते आणि त्यापासून होणारा त्रास व्यक्तीची क्षमता आणि तिच्या सहनशीलतेपलीकडे जातो. तेव्हा तणाव निर्माण होतो आणि त्यासाठी तणाव व्यवस्थापन करण्याची गरज पडते.

आध्यात्मिक बुद्धिमत्ता ही मानसिक आरोग्य आणि तणाव व्यवस्थापन यांच्याशी अत्यंत निगडित अशी बाब आहे. आध्यात्मिक बुद्धिमत्तेचा योग्य विकास झालेल्या व्यक्ती उत्तम मानसिक आरोग्य मिळवू शकते आणि यशस्वी रीतीने तणाव व्यवस्थापन करू शकते.

मानसिक आरोग्य

मानसिक आरोग्य ही संकल्पनादेखील शारीरिक आरोग्याइतकीच सुस्पष्ट,

प्रयोगसिद्ध व व्यवहाराधिष्ठित संकल्पना आहे. मानसिक आरोग्याची स्पष्ट व्याख्या देताना मानसिक आरोग्याचे घटक सांगता येतात. मानसिक आरोग्य बिघडविणाऱ्या गोष्टींची कारणे शोधता येतात. तसेच त्यावर उपायांचा ऊहापोह करता येतो.

शारीरिक आरोग्य बिघडले की आपण लगेच डॉक्टरांकडे जाऊन उपचार करून घेतो. मात्र, मानसिक आरोग्य बिघडल्यावर मानसोपचार तज्ज्ञाकडे जाता येते हे आपण सहसा लक्षात घेत नाही. मानसिक आरोग्य बिघडणे म्हणजे चक्क 'वेड लागणे' असाच ढोबळ व टोकाचा समज आपण करून घेत असतो. व्यक्तीचे ज्याप्रमाणे कोणत्या ना कोणत्या कारणाने शारीरिक स्वास्थ बिघडत असते त्याचप्रमाणे काही कारणांमुळे तिचे मानसिक स्वास्थ्य बिघडत असते व त्यावर उपचारात्मक उपाय आवश्यक असतात व ते उपलब्धही असतात. आपल्याला हे सहजासहजी पटत नाही कारण नेमके मानसिक आरोग्य म्हणजे काय हेच आपल्याला ठाऊक नसते.

मानसिक आरोग्य ही तर खूप व्यापक संकल्पना असून मानसिक आरोग्यातून सुसंगत व्यक्तिमत्त्वाचा आविष्कार घडून येतो. उत्तम समायोजन साधले जाते. मानसिक आरोग्य लाभलेली व्यक्ती आनंदी असते. ती परिस्थितीशी योग्य तऱ्हेने तडजोड करू शकते. सर्वांशी व्यवस्थितपणे मिळतेजुळते घेऊ शकते. संघर्षजन्य परिस्थितीतून मार्ग काढू शकते. अथवा व्यक्ती मानसिक तणावापासून व द्वंद्वापासून मुक्त असते. ती भावनेच्या आहारी जात नाही. स्वतःच्या भावनांवर नियंत्रण ठेवू शकते. इतरांच्या भावना समजू शकते. प्रयत्नांची कास धरून उत्साहाच्या वाटेवर ही व्यक्ती आशावादी राहते. आपल्या कर्तव्यात कसूर करीत नाही. कोणत्याही प्रकारच्या निराशेला बळी पडत नाही, सर्वांशी प्रेमाने वागते. कोणाचा द्वेष करीत नाही. अहंकारापासून मुक्त असते. सुखाने हुरळत नाही. दुःखाने खचत नाही.

मानसिक आरोग्याचा आध्यात्मिकतेशी संबंध

मानसिकदृष्ट्या निरोगी असलेल्या व्यक्तीचीवर उल्लेखलेली वैशिष्ट्ये पाहिली म्हणजे भगवद्गीतेत सांगितलेली स्थितप्रज्ञाची लक्षणे मनात येणे साहजिकच आहे. स्थितप्रज्ञ व्यक्ती ही सर्वोत्तम मानसिक आरोग्य असलेल्या

व्यक्तीचे उदाहरण होय.

मानसिक आरोग्याची जोपासना म्हणजे जणू काही जाणीवपूर्वक केलेली साधनाच होय. मानसिक आरोग्याचे रक्षण करता येणे ही प्रयत्नसाध्य बाब आहे. 'Sound mind in sound body' या म्हणीनुसार निरोगी शरीरात निरोगी मन वास करते हे ध्यानी धरले पाहिजे. शरीर आणि मन दोन्हीही अत्यंत जवळकीने निगडित असतात. दोन्हीही परस्परांवर सातत्याने प्रभाव टाकीत असतात. दोन्हींची स्वरूपे आणि वैशिष्ट्ये एकमेकांना प्रतिबिंबित होत असतात. इतकेच काय तर शरीर आणि मन एकमेकांशिवाय स्वतंत्रपणे अस्तित्वात राहू शकत नाहीत. शरीर व मन ही जणू एकसंघपणे अस्तित्वात असतात, म्हणून शरीरिक व मानसिक आरोग्याची जोपासना एकत्रितपणे व्हायला हवी.

आध्यात्मिक वृत्तीची जोपासना उत्तम मानसिक आरोग्यासाठी किती आवश्यक आहे हे वेगळे सांगण्याची गरज नाही. आध्यात्मिक वृत्तीमध्ये अपेक्षित असलेले प्रेम, करुणा, शांती, सेवाभाव हे सर्व सद्‌गुण उत्तम मानसिक स्वास्थासाठी मुख्य आधारस्तंभ ठरतात. उत्तम अशा मानसिक समतोल साधण्याची पायाभरणी याच मूलभूत गुणांवर अवलंबून असते. आध्यात्मिकतेने पुरस्कारलेला सुख-दुःख समभाव स्वीकार हा मानसिक स्वास्थासाठी वरदान ठरत असतो.

मानवी जीवनात सुख-दुःखांचे चक्र अव्याहतपणे चालू असते. सुख-दुःखाचा समभावाने स्वीकार करावयास हवा. समतोल बुद्धिने दोन्हीकडे पाहिल्यास मानसिक आरोग्य चांगले राहते. सुखाने हुरळून न जाता आणि दुःखात खचून न जाता परिस्थितीला सामोरे जाता यायला हवे. प्रतिकूल परिस्थितीतही मन शांत ठेवण्याचा प्रयत्न करावा.

आध्यात्मिक वृत्तीच्या बळावर व्यक्ती अखंड समाधानी राहते आणि द्वेषापासून, असूयेपासून मुक्त राहते. मानसिक स्वास्थ चांगले राहण्यासाठी समाधानी वृत्ती बाळगणे महत्त्वाचे आहे. महत्त्वाकांक्षा जरूर असावी पण तिच्या अतिरेकाला बळी पडून सतत दुसऱ्यांबद्दल असूया करीत बसू नये आणि त्यांच्याशी तुलना करीत राहू नये. स्वभावामध्ये अहंगड आणि न्यूनगंड यातील मध्य साधावा. चांगल्या छंदामध्ये मन रमवावे. योग्य मार्गांनी मनोरंजन करावे. मनसोक्त कष्ट करावेत व पुरेशी विश्रांती घ्यावी.

संत रामदासांनी लिहिलेले 'मनाचे श्लोक' हे उत्तम मानसिक आरोग्य

राखण्यासाठी काय करावे व काय करू नये (Do's and Don'ts) हे स्पष्टपणे सांगणारे उत्तम मार्गदर्शक आहे.

तणावाचे स्वरूप

मानवी इतिहासाकडे पाहिले असता तणावापासून मुक्त असलेली व्यक्ती सापडणे मुश्किल होते. आजकाल तर तणाव हा शब्द दैनंदिन जीवनात नित्याचा होऊन बसला आहे. विद्यार्थी, गृहिणी, व्यावसायिक, अधिकारी अशा सर्वच प्रकारच्या व्यक्तींच्या जीवनात तणाव ठाण मांडून बसलेला दिसतो.

तणावाची अचूक व्याख्या करण्यात अनेक अडचणी उद्‌भवतात. तरीपण तणावाची कारणे, ती कारणे घडवून आणणे उद्दिपक अथवा घटक, त्यास अनुसरून होणारी व्यक्तीची प्रतिक्रिया त्या अनुषंगाने होणारे मनोशारीरिक बदल इत्यादींच्या आधारे तणावांचे स्वरूप आणि वैशिष्ट्ये स्पष्ट करण्याचा प्रयत्न केला गेला आहे.

व्यक्तीस कोणत्याही प्रकारची इजा अथवा हानी होण्याचा इशारा मिळाला असता घडून येणाऱ्या शारीरिक प्रतिक्रिया म्हणजे तणाव होय; अशी सर्वसामान्यपणे तणावाची व्याख्या केली जाऊ शकेल.

त्याचप्रमाणे तणावाची अशीही एक व्याख्या पुढीलप्रमाणे करता येईल.

तणाव ही व्यक्तीची आंतरिक स्थिती असून रोग, व्यायाम, श्रम, ज्वर-इत्यादी कारणांमुळे शरीरावर आलेला अवास्तव ताण किंवा दडपण तसेच परिस्थितीजन्य अगर सामाजिक घटकांमुळे निर्माण होणारी, इजा पोहोचविणारी अशी अनियंत्रित स्वरूपाची अवस्था जेव्हा व्यक्तीच्या समायोजन करण्याच्या क्षमतेला पेलवत नाही तेव्हा तणाव निर्माण झाला असे म्हटले जाते.

बॅसोव्हिट्झच्या मते ऐंद्रिय व मानसिक क्षमतांवर दडपण आणणारी प्रक्रिया म्हणजे तणाव असून ही प्रतिक्रिया सदर क्षमतांची मर्यादा ओलांडल्यावर सुरू होते.

कॉफर आणि ॲपेले यांच्या मते, व्यक्तींच्या सुसंगत आणि सुव्यवस्थित अवस्थेला जेव्हा धोका पोहोचतो तेव्हा तो धोका टाळण्याचा आणि त्यायोगे स्वसंरक्षण करण्याच्या दृष्टीने व्यक्तीच्या शक्ती कार्यान्वित होतात तेव्हा तणावजन्य

स्थिती निर्माण झाली असे समजावे.

तणावास कारणीभूत असणाऱ्या शारीरिक परिस्थितीजन्य अगर सामाजिक घटकांना तणाव निर्माण करणारे घटक (stress) असे म्हणतात. तणावग्रस्त स्थितीत व्यक्तीकडून शारीरिक अथवा मानसिक प्रतिक्रिया घडते. मानसिक प्रतिक्रियांमध्ये बहुधा चिंता, निराशा, उदासी, चिडचिडेपणा आणि समायोजन करण्यातील अडचण अथवा दुर्बलता अशा प्रतिक्रियांचा अंतर्भाव होतो.

तणाव ही अलीकडे एक सामाजिक समस्या होऊ पहात आहे. मानसशास्त्रीय दृष्टीने तणावांच्या अभ्यासात आलेले बरेच सैद्धांतिक आणि प्रायोगिक अधिष्ठान मिळू लागले आहे. तरी सुद्धा त्यात अनेक मतभेद आणि संदिग्धता शिल्लक आहे.

जवळजवळ ७५ टक्के शारीरिक रोग हे तणावांशी संबंधित असतात असे दिसून आले आहे. विशेषतः मधुमेह, रक्तदाब, हृदयविकार यात तणावाचा जवळचा संबंध असल्याचे आढळून आले आहे. आधुनिक मानवी जीवनात भरून राहिलेल्या दुःखाला, अस्वस्थतेला आणि असंतुष्टतेला बऱ्याच अंशी मानसिक तणावच जबाबदार आहेत.

तणाव समायोजन / नियंत्रण / व्यवस्थापन

व्यक्तीच्या जीवनावर ताण-तणावांचा अत्यंत मंदगतीने परिणाम घडून येतो. याबद्दलची खबरदारी योग्य वेळी घेऊन कार्यवाही न झाल्यास ती व्यक्ती कधी कधी कायमची तणावग्रस्त बनते; म्हणून ताण-तणावांचे वेळीच नियंत्रण करणे अत्यावश्यक असते. कोणताही तणाव सोसण्याच्या तीव्रतेपेक्षा जास्त वाढला अथवा जास्त काळ राहिला तर व्यक्तीच्या शरीरावर व मनावर दुष्परिणाम होतात. ते टाळण्यासाठी आपण स्वतःच नियंत्रण करावे लागते. तस तणाव समायोजन, तणाव नियंत्रण किंवा तणाव व्यवस्थापन असे म्हणतात.

तणाव व्यवस्थापनासाठी अनेक पद्धती व तंत्रे सुचविली जातात. त्यामध्ये सर्वसाधारणपणे खालील बाबींचा उल्लेख असतो-

१) **व्यायाम, योगासने** : शरीराला पुरेसा व्यायाम आवश्यक असतो. व्यायामामुळे शरीरामध्ये स्फूर्ती व सुसूत्रता येते. हृदय अधिक कार्यक्षम होते. तणाव, थकवा कमी होण्यास मदत होते. व्यायामाने

रक्ताभिसरण, श्वसनक्रिया अधिक कार्यक्षम होतात. शरीराची कार्यशक्ती तर वाढतेच शिवाय व्यक्तीची प्रतिकार शक्तीही वाढते. मानसिकदृष्ट्या व्यक्ती निरोगी राहते. स्वतःच्या सहज प्रवृत्तींचे उदात्तीकरण करून ती भावनांवर ताबा मिळवू शकते.

योगासने हा विशेष प्रकारचा व्यायाम शरीर स्वास्थ, मानसिक स्वास्थ तसेच शारीरिक व मानसिक शुद्धी यासाठी अत्यंत उपयुक्त आहे.

२) **प्राणायाम :** प्राणायामात विशेष प्रकारे केलेल्या श्वसनाचा समावेश होतो. योगासनामध्ये प्राणायामाचे विविध प्रकार सांगितले आहेत. प्राणायामातून शारीरिक व मानसिक दोन्ही स्वास्थाचा लाभ होतो. मानसिक एकाग्रता साधण्यास मदत होते. शारीरिक व मानसिक तणाव हलके होण्यास मदत होते.

३) **शिथिलीकरण, मनन, चिंतन :** शरीराचे व मनाचे शिथिलीकरण व त्यासोबत मनन व चिंतन हे अतिशय महत्त्वपूर्ण तंत्र आहे. एखाद्या शांत ठिकाणी बसून अथवा पडून डोळे मिटून घेऊन शरीर पूर्ण सैल सोडणे व आपल्या श्वसनावर लक्ष केंद्रित करणे, तसेच मनात येणाऱ्या विचारांकडे साक्षी भावाने बघणे असे हे तंत्र आहे. यामुळे शरीराला व मनाला उत्तम विश्रांती मिळते. तणाव नाहीसे होतात.

४) **कल्पना निर्मिती :** कल्पना निर्मिती ही ताणतणाव शिथिल करण्याची एक प्रभावी पद्धती आहे. आपण कल्पनाशक्तीच्या मदतीने आभास निर्माण करून आनंदमय क्षण उपभोगू शकतो. डोळे मिटून आपण एखाद्या सुखद ठिकाणी अथवा रमणीय स्थळावर हवेत तरंगत असल्याची कल्पना करू शकतो. रमणीय सूर्योदय, सूर्यास्त, हिरवी वृक्षराजी, रंगीबेरंगी फुले, अथांग व विस्तीर्ण समुद्र, गगनाला भिडणारे उंच पर्वत अशी निसर्गाची मनोहारी रूपे मनास आल्हाद देतात. ती दृश्ये प्रत्यक्षात पाहिल्याचा आनंद त्यांच्या कल्पनेने मिळविता येतो.

५) **स्वतःकरिता वेळ :** कामाच्या व्यापामुळे आपण सगळ्यांना वेळ देतो पण स्वतःसाठी वेळ शिल्लकच राहत नाही आणि मन

रमविण्यासाठी स्वतःसाठी स्वतःनेच थोडा वेळ काढणे आवश्यक आहे.

६) **पर्यटन स्थळांना भेट** : ताणतणाव मुक्तीसाठी पर्यटन हा एक चांगला उपाय गणला जातो. कुटुंबासहित अथवा मित्रमंडळींसहित अथवा एकटेसुद्धा बाहेर फिरण्यासाठी गेल्यावर मन शांत व हलके होते. निसर्गाशी तादात्म्य पावल्यामुळे मानसिक समाधान मिळते.

७) **स्वतःची ओळख** : आपण इतरांना पूर्णतः ओळखतो. बढाया मारतो, परंतु आपण स्वतःलाच ओळखलेले नसते. स्वतःच्या क्षमता मर्यादा, आवडीनिवडी ओळखून वास्तवाशी सुसंगत अशा स्वतःबद्दलच्या अपेक्षा ठेवल्या म्हणजे अपेक्षाभंग होत नाही.

८) **आहार** : भरपूर ताजी फळे, पालेभाज्या, फळभाज्या खाव्यात. भरपूर पाणी प्यावे, अंगमेहनतीची कामे करावीत. सकस व चौरस आहारामुळे शरीरस्वास्थ उत्तम राहते. पचेल ते खावे, शोभेल ते ल्यावे आणि रुचेल ते बोलावे असे पथ्य पाळल्यास ताणतणाव निर्माण होत नाही.

९) **सकारात्मक दृष्टिकोन** : सकारात्मक दृष्टिकोन हाच संकटाला सामोरे जाण्याची दृष्टी देतो. संकटे ही कायमस्वरूपी नसतात. त्यामुळे त्यातूनही मार्ग निघू शकतो. प्रत्येक गोष्टीतून काही तरी चांगले घडत असते. असा सकारात्मक दृष्टिकोन तणावातून बाहेर पडण्यासाठी उत्तम मार्ग आहे.

१०) **छंद जोपासणे** : ताणतणावांच्या अवस्थेतून बाहेर पडण्यासाठी छंद जोपासण्यासारखा दुसरा पर्याय नाही. आवडते संगीत ऐकणे, चित्रे काढणे, चांगले वाचन करणे, बागकाम करणे, प्रदर्शने पाहणे, फोटोग्राफी करणे, गिर्यारोहण करणे, कलात्मक वस्तूंचा संग्रह करणे असे कितीतरी प्रकारचे एक किंवा अनेक छंद जोपासता येतात. त्यामुळे मनाचे संतुलन चांगले राखले जाते. जीवनात विधायक दृष्टिकोण निर्माण होतो. त्यामध्ये मन हळूवारपणे रमत जाते आणि तणाव विसरते.

११) **स्वयंशिस्त** : स्वतःकडे निष्पक्षपातीपणे पाहणे महत्त्वाचे आहे.

आपल्या क्षमतेपेक्षा अवाजवी गोष्टी करण्याचे धाडस करू नये. इतरांपेक्षा स्वतःवर नियंत्रण मिळविण्यासाठी प्रकार करावेत. स्वतःला कोणत्या गोष्टीमुळे ताणतणाव वाढतो याचे निरीक्षण करावे, व त्यावर मात करण्याचा हळूहळू प्रामाणिक प्रयत्न करावा.

१२) **समुपदेशन व वैद्यकीय उपचार** : अति ताणतणावामुळे मानसिकदृष्ट्या खचल्यास मानसोपचार तज्ज्ञांचा सल्ला घ्यावा. यासाठी मानसोपचार तज्ज्ञांकडे जाण्यासाठी संकोच करू नये. सामाजिक प्रतिष्ठेचा विचार बाजूस ठेवून शरीराइतकेच मनाच्या आजाराकडे लक्ष द्यावे. मनात वैफल्याची खंत बाळगत आयुष्य दुःखात घालविण्यापेक्षा मनोवैद्यकीय उपचार करून घ्यावेत.

तणाव व्यवस्थापनामध्ये आध्यात्मिक वृत्तीचे महत्त्व

तणाव व्यवस्थापनामध्ये आध्यात्मिक वृत्तीचे महत्त्व खरे म्हणजे वेगळे सांगण्याची आवश्यकता नाही. आध्यात्मिक बुद्धिमत्तेचा योग्य विकास झालेली व्यक्ती उत्तम तणाव व्यवस्थापन करू शकते. आध्यात्मिक वृत्तीचा अविभाज्य भाग असलेले प्रेम, करुणा, शांती, सेवाभाव हे सर्व सद्‌गुण तणाव व्यवस्थापनासाठी अत्यंत आवश्यक असे स्त्रोत आहे. दुःखातून तणाव निर्माण झाल्यावर त्यातून बाहेर पडण्यास आवश्यक असणारा सुखदुःख समभाव आध्यात्मिक वृत्तीने जोपासला जातो. याच वृत्तीमुळे मन प्रतिकूल परिस्थितीतून शांत ठेवणे शक्य होते. द्वेष आणि असूयेपासून मुक्त राहून अखंड समाधानी राहता येण्याची कला आध्यात्मिक वृत्तीने साध्य होऊ शकते. तसेच तणाव व्यवस्थापनासाठी शरीराचे, मनाचे जे शिथिलीकरण होणे आवश्यक असते ते मिळविण्यासाठीदेखील आध्यात्मिक वृत्तीमुळे सुलभ जाते.

प्रकरण १३
ज्ञानरचनावादातील आध्यात्मिकता

अध्ययनकर्ता हा शिकत असताना आपल्या अंतर्गत नवीन ज्ञानाची रचना करीत असतो असे ज्ञानरचनावादी (Constructivism) सूत्र आहे. ही ज्ञानाची रचना करणाऱ्या रचनाकर्त्या 'स्व' ला स्वतःच्या रचनेकडे लक्ष देणे आवश्यक आहे काय? तसेच त्याने स्वतःचीही रचना करणे आवश्यक आहे काय? म्हणजेच चक्क रचनाकर्त्याची रचना होणे आवश्यक आहे काय? (to construct the constructor) .

ज्ञानाची साधने आणि ज्ञानरचनावादाची सैद्धांतिक वैधता

ज्ञानरचनावादाची सैद्धांतिक वैधता (Theoretical validity) पाहणे उद्‌बोधक ठरेल कारण तिचा सबंध प्रश्न निर्माण होतो. (Epistemological question) तो म्हणजे 'आपल्याला ज्ञान कसे मिळते?' त्याच प्रश्नाला जोडून आणखी एक प्रश्न येतो 'कशाचे ज्ञान?'

अर्थातच 'ज्ञान हे बाह्य जगाचे' असे आपण गृहीत धरतो. पण मग 'स्वतःबद्दलचे ज्ञान' अशी संकल्पना असू शकेल काय यावरही विचार करावा लागतो.

ज्ञानाची तीन साधने– इंद्रियज्ञान, अनुमान, अंतर्ज्ञान

ज्ञानप्राप्तीची मूलतः तीन साधने मानली गेली. ती आहेत इंद्रिय ज्ञान (perception), अनुमान (inference) आणि अंतर्ज्ञान (intuition). ही तीन साधने ज्ञानप्राप्तीची मूलद्वारे आहेत. यातील इंद्रियज्ञान हे सर्वांत मूलभूत व प्राथमिक असे ज्ञानाचे साधन आहे. हे ज्ञान आपल्या ज्ञानेंद्रिय संवेदनांवर आधारित असते. डोळा, कान, नाक, जीभ आणि त्वचा ही आपली पाच

ज्ञानेंद्रिये जणू आपल्या जगाविषयी ज्ञानाची गवाक्षे उर्फ खिडक्या होत. या ज्ञानेंद्रियांची विविध संवेदने आपल्या मनावर अव्याहतपणे आदळत असतात. त्यांच्या नंतर योग्य अर्थ लावला जातो. या अर्थपूर्ण संवेदनांना मानसशास्त्रामध्ये अवबोध असेही म्हटले जाते. या संवदनांचा मज्जाशास्त्रीय अभ्यासदेखील खूप झाला आहे. तात्त्विकदृष्ट्या ही संवेदने अथवा अवबोध हे विशिष्ट संस्कार रूपात संचयित होतात. (Impressions) या सर्व संस्कारांवर बुद्धिचे नियमन असते. बुद्धिच्या नियमनाद्वारे या संस्कारांचा अर्थ लावला जातो. त्यांचे बाह्यजगातील सर्व वस्तुमात्रांशी सुसंगत व अर्थपूर्ण असे साहचर्य जोडले जाते. स्थल आणि काल या दोन प्रमुख पैलूंमध्ये त्यांचे प्रक्षेपण होते व त्यांच्या गुणातून, प्रमाणातून, अर्थातून त्या त्या वस्तूंचे वेगळेपण आपल्या अवलोकनात येते.

● अनुमान हे इंद्रियजन्य ज्ञानावर आधारित असते

जगाविषयीचे ज्ञान मिळविण्याचा अनुमान (Inference) हा दुसरा महत्त्वाचा मार्ग आहे. परंतु, कोणतेही अनुमान हे इंद्रियजन्य ज्ञान (Perception) अथवा अनुभव (Experience) यावर आधारित असते; मग हे अनुमान उद्‌गामी (Inductive) असो वा अवगामी (Deductive) असो.

याबाबत तत्त्वज्ञानामध्ये नेहमी दिले जाणारे पारंपरिक उदाहरण म्हणजे 'यत्र यत्र धूमः तत्र तत्र वन्हिः' हे होय. म्हणजेच प्रत्यक्ष अनुभवात आपण जेव्हा जेव्हा अग्नि पाहतो तेव्हा त्यासोबत धूर असलेला दिसून येतो. म्हणजेच अग्निचे आणि धुराचे साहचर्य आपल्याला इंद्रियज्ञानामुळे माहीत झालेले असते. त्यामुळे जेथे धूर दिसेल तेथे अग्नि असला पाहिजे हे अनुमान आपण काढू शकतो. इंद्रिय ज्ञानाच्या आपल्या पूर्वानुभावामुळेच हे अनुमान करणे आपल्याला शक्य अर्थात वरील उदाहरण हे अवगामी (Deductive) पद्धतीच्य तर्कानुमानाचे आहे.

उद्‌गामी (Inductive) पद्धतीच्या तर्कानुमानाबाबतचे आपल्याला याच तऱ्हेने इंद्रियजन्य पूर्वानुभवावर अवलंबून रहावे लागते. आपल्या असे निरीक्षणास येते की, एखादा विशिष्ट प्रकारचा जंतू एखाद्या रोगास कारणीभूत आहे. तो विशिष्ट जंतू आणि तो रोग यातील कार्यकारणभाव आपण शोधलेला असतो.

त्यामुळे जेव्हा जेव्हा त्या जंतुचे शरीरात अस्तित्व आढळेल तेव्हा तेव्हा त्या रोगाचा अंदाज करता येईल. त्यामुळे ज्ञात उदारणांवरून अज्ञात घटनांकडे परत येणे शक्य होते. म्हणजेच अनुमान ही ज्ञान पद्धती इंद्रिय ज्ञानावर आधारित असते असे म्हणता येते.

इंद्रियज्ञान आणि अनुमानज्ञान यांच्या मर्यादा

आपल्या इंद्रियांची संवेदने जर चुकीची झाली तर इंद्रियज्ञान चुकीचे ठरते आणि त्यावर आधारलेले अनुमान चुकीचे ठरते. उदाहरणार्थ दूर अंतरावर क्षितिजाच्या कडेला धूर दिसला आणि म्हणून आपण तेथे अग्नि असल्याचे अनुमान केले; परंतु, प्रत्यक्षात मात्र तो धूर नसून ढग होता असे लक्षात आले तर इंद्रियज्ञान आणि अनुमान दोन्ही व्यर्थ ठरतात. कोणत्याही गोष्टीचे सत्य जाणून घेण्यासाठी आपण दृश्य, श्रवण गंध, रुची आणि स्पर्श व या सर्वांसोबत आपल्या मनाची शक्ती यांच्यावर अवलंबून असतो. परंतु या सर्व गोष्टी सत्याचा अंतिम पुरावा ठरू शकत नाही; कारण जर ज्ञानेंद्रियांनी खोटी माहिती दिली तर मनदेखील खोटा अर्थ लावते. ज्ञानेंद्रियांकडून ज्या गोष्टींचा बोध होतो त्यावर आधारित असेच निष्कर्ष आपले मन काढू शकते आणि ज्ञानेंद्रिये तर खूप मर्यादित स्वरूपाची आहेत.

आपल्या डोळ्यांना विशिष्ट कंपनसंख्येचाच प्रकाश दिसू शकतो. आपल्या डोळ्यांमध्ये जर त्यापेक्षाही वेगळ्या कंपनसंख्येचा प्रकाश पाहण्याची क्षमता निर्माण झाली तर डोळ्यांना विविध प्रकारचे प्रकाश दिसू शकतील.

आपले कानदेखील विशिष्ट कंपनसंख्या असलेले ध्वनीच ऐकू शकतात. त्या मर्यादेपेक्षा कमी किंवा जास्त कंपनसंख्या असलेले ध्वनी आपण ऐकू शकत नाही. कानांची श्रवणशक्ती जर या संदर्भात विकसित झाली तर आपण आत्तापर्यंत अज्ञात असलेले कितीतरी ध्वनी ऐकू शकू.

याचा अर्थ असा की आपल्या ज्ञानेंद्रियांची ज्ञानग्रहणाची क्षमता विवक्षित कंपनसंख्येपुरती मर्यादित असल्यामुळे त्यांच्याद्वारे मिळणाऱ्या ज्ञानालाही मर्यादा पडतात. त्यामुळे ज्ञानेंद्रियांकडून मिळत असणाऱ्या ज्ञानाच्या पलीकडे असलेले. सत्य जाणून घेण्यात अडचणी निर्माण होतात.

सत्याचे ज्ञान करून घेण्यामध्ये आपण आपल्या तार्किक मनावरही

अवलंबून राहू शकत नाही; कारण मन तर इंद्रियांना आणि त्यांनी दिलेल्या माहितीला बळी पडते. ज्ञानेंद्रिये जे काही सांगतील त्यावर ते फक्त अनुमान करू शकते. त्यामुळे मनदेखील खऱ्या अर्थाने वास्तविक सत्य ज्ञान करून घ्यायला अपुरे पडते.

इंद्रियज्ञान महत्त्वाचे आहेच पण ते मर्यादित आहे यावर आद्य शंकराचार्यांचे मत

उपनिषदांतील भाष्य करताना आद्य शंकराचार्य ठामपणे प्रतिपादन करतात की, अध्यात्म हे, 'इंद्रिय पातळी' पेक्षा उच्च बाबींचे चिंतन करणारे शास्त्र असल्यामुळे ते श्रेष्ठ आहे; परंतु, असे असले तरी या अध्यात्म ज्ञानाने इंद्रिय पातळीवरून सिद्ध झालेल्या भौतिक ज्ञानाला कमी लेखण्याचे कारण नाही. बृहदारण्यक उपनिषदाच्या भाष्यामध्ये (३.३.१ आणि ४.३.६) ते म्हणतात –

' नच प्रमाणान्तर विरुद्धार्थे विषये श्रुतेः प्रामाण्यं कल्पयते, यथा शीतोग्नीः क्लेदयतीती श्रुतेः तु तदार्थेये वाक्यस्य प्रमाणान्तरस्य आभासत्वम्; यथा खद्योतो अग्निरिति, तदमालिनम् अंतरिक्षमिती, बालानां यत् प्रत्यक्षम् अपि, तत् विषय प्रमाणान्तरस्य यथार्थत्वे निश्चिते, निश्चितार्थम् अपि बालप्रत्यक्षम् आभासि भवति'

अर्थ : ''श्रुतींनी (वेदांनी) इतर मार्गांनी मिळालेल्या विवाद्य ज्ञानाविषयी बोलावे असा त्यांना अधिकार नाही. उदाहरणार्थ, 'अग्नि हा थंड असतो आणि तो वस्तूंना भिजवितो' असे त्यांनी म्हणू नये. तथापि, जर एखादे विधान वा अवतरण श्रुतीतून घेतले असेल आणि ज्ञानाच्या इतर साधनांनी त्याबद्दल खात्री झाली असेल तर मात्र ज्ञानाची साधने अशावेळी भ्रममूलक मानावी. तसेच अज्ञानी बालिश वृत्तीचे लोक पुष्कळदा काजव्याला अग्नि मानतात; आकाशाला नीळे समजतात; तेव्हा इंद्रियांचे हे अनुभव तसे निःशंकपणे असतात, पण ज्ञान मिळविण्याच्या इतर साधनांनी त्यांच्या बाबतीतले 'सत्य' समजून येते. त्या वेळी मग हे पूर्वीचे आकलन खोटे ठरते. तो अनुभव खरा असला तरी, त्यातील भ्रम लक्षात येऊन आकलन स्पष्ट होत जाते.''

यापुढे शंकराचार्य असेही म्हणतात–

''न च प्रत्यक्षम् अनुमानेन बाधितुम् शक्यते.... न च पदार्थ स्वभावो

नास्ति। न हि अग्नेः उष्णः स्वाभाव्यम् अन्य निमित्तम् उदकस्य वा शैतम्''

अर्थ : ''दुसरे म्हणजे अनुमानावरून आकलन खोटे ठरत नाही. तसेच वस्तूंचे गुणधर्महीी कुणी नाकारण्यात अर्थ नसतो कारण अग्निची नैसर्गिक उष्णता किंवा पाण्याचा थंडपणा हा काही इतर बाह्य कारणांमुळे आलेला नसतो.''

(संदर्भ 'विज्ञान आणि आध्यात्म'– लेखक – स्वामी रंगनाथानंद, रामकृष्ण मठ, नागपूर)

अंतर्ज्ञानातूनच सत्य ज्ञान घडू शकते

इंद्रियज्ञान आणि अनुमान (perception and inferene) यातून आपण केवळ वस्तुरूप व जड स्वरूपाच्या जगाचे आकलन करून घेऊ शकतो. परंतु, अंतर्ज्ञान (intuition) मात्र इंद्रिय ज्ञानापलीकडील व विचारांपलीकडील ज्ञानाची अथवा सत्याची ओळख करून देते अशी अध्यात्माची भूमिका आहे.

एवढे मात्र खरे की इंद्रियज्ञान आणि अनुमान यांच्या योगे आपण हे संपूर्ण विश्व पूर्णार्थाने समजून घ्यायला कमी पडत आहोत. या निसर्गात अशा अनंतविध गोष्टी, तथ्ये, नियम व परस्परसंबंध आहेत जे मानवाला अजून अज्ञात आहे.

अंतर्ज्ञान हे आतून येणारे ज्ञान असते; तर तर्क हा बाहेरून आरोपित होतो. अंतर्ज्ञान हे आमनेसामने प्रत्यक्ष सत्याचे दर्शन घडविते. तर्क किंवा विचार त्याची फक्त अप्रत्यक्ष झलक दाखवितो. अंतर्ज्ञान हे सत्याला एकत्वाने अथवा समग्रतेने पाहू शकते तर तर्क अथवा सत्याला विविध अंशात विभागून पाहतो.

प्रत्येक व्यक्तीमध्ये अंतर्ज्ञान प्राप्त करण्याची क्षमता असते. ज्याप्रमाणे व्यक्तीमध्ये तर्क किंवा विचार शक्ती विकसित करता येते त्याप्रमाणे अंतर्ज्ञान विकसित करता येते. अंतर्ज्ञानामुळे आपण सत्याशी प्रत्यक्ष जोडले जातो. अंतर्ज्ञान या संकल्पनेचे वर्णन खालील शब्दांत केले जाते. उपजत ज्ञान, प्रतिभा ज्ञान, स्फूर्ति ज्ञान, उत्स्फूर्त ज्ञान, तात्कालिक ज्ञान, अंतर्दृष्टी, सहजावबोध इत्यादी.

अंतर्ज्ञान हे ज्ञानरचनावादाचा अंतिम कळस होय

अनेकदा आपल्याला अंतर्ज्ञानाची छोटीशी चुणूक अथवा झलक ही अस्पष्ट अशा कयासातून अथवा अंदाजातून (Hunches) येते. आपल्याला कयास किंवा अंदाज ही भावना कधी कधी उत्कटपणे येते. ही भावना बौद्धिक तर्काइतकीच प्रबळ असते. फक्त ती सिद्ध करता येत नाही किंवा स्पष्ट करता येत नाही. अनेकदा असे अंदाज आपल्या परिकल्पनांच्या मागे (Hypotheses) मागे असतात. संशोधनामध्ये आपण परिकल्पनाही सिद्ध करून दाखवितो, परंतु संशोधनाच्या आधी परिकल्पना नुसती मांडली जाते. त्या वेळी ती सर्वसाधारण निरीक्षणावर आधारित असते किंवा ती स्पष्ट न करता येण्याजोगी अशी एक कल्पना किंवा अंदाज असते जी सिद्ध करून दाखविण्याची जबाबदारी संशोधक उचलतो आणि आपल्या प्रायोगिक संशोधनाद्वारे ती परिकल्पना पडताळून पाहतो (Verification). परिकल्पनेला आधार असणारा प्रत्येक अंदाज हा अल्पांशाने अंतर्ज्ञानाचा भाग असू शकतो. तो अविकसित किंवा अर्धविकसित अशा अंतर्ज्ञानाचा भाग असतो. इंद्रियज्ञानाचा (Perception) किंवा अनुमानाचा (Inference) आधार न घेता आपण जेव्हा स्वयंस्फूर्तीने एखादा अंदाज बांधतो किंवा आपल्याला काहीतरी अचानक स्फुरते, आपल्या सर्जनशीलतेतून (Creativity) जेव्हा काही तरी व्यक्त होते ते अव्यक्त अशा अंतर्ज्ञानाचा काही अंश असू शकते. अंशत: अंतर्ज्ञानाच्या (Partial Intuition) माध्यमातून तो सत्याचा अंश प्रकट होत असतो किंवा व्यक्त होत असतो.

आपण शांत बसलो असताना, आपल्या चित्ताच्या शांत व संतुलित अवस्थेत, काहीही कारण नसतात, आपण या गोष्टीचा कधीही विचार केला नव्हता किंवा जी गोष्ट अनुभवली नव्हती अशा गोष्टीचा स्पष्ट विचार अचानकपणे चमकून जातो, दृष्टिपथात येतो, उत्स्फूर्तपणे वर उसळतो. हे सर्व आध्यात्मिक अंतर्ज्ञानाच्या क्षणिक चमकेतून (Flash) घडून येते. मानसशास्त्रात अभ्यासली गेलेली सर्जनशील दृष्टीदेखील (Creative Insight) अशा अंतर्ज्ञानाचा भाग असते.

आपल्या अंदाजात काही चुका असतील तर त्या आपल्या अंतर्ज्ञानाच्या अर्धवट विकासामुळे असू शकतात. आपल्या चुका टाळण्यासाठी आणि ज्ञानगर्भात आणखी प्रगत होण्यासाठी आपल्याला अंतर्ज्ञानाचा उर्फ अंतर्दृष्टीचा

पद्धतशीर विकास करावा लागेल. हे अगदी व्यावहारिक तथ्य आहे. जीवनातील प्रत्येक गोष्टीत अंतर्ज्ञानाचे उपयोजन करण्याची क्षमता विकसित करणे शक्य आहे आणि ते आवश्यकही आहे. आपले नातेसंबंध, आपला उद्योगधंदा आपले दैनंदिन व्यवहार, आपली अध्ययन प्रक्रिया, इतकेच काय तर आपल्या जीवनातील प्रत्येक क्षेत्रात अंतर्ज्ञानाची आवश्यकता आहे.

ज्ञानरचनावादाची क्षितिजे अध्यात्मवादात डोकावताना

ज्ञानाची रचना करण्याच्या प्रक्रिया कार्यान्वित ठेवणे ज्ञानरचनावादाचा गाभा आहे. पूर्वानुभवाच्या किंवा पूर्वज्ञानाच्या आधारे जेव्हा व्यक्ती नवीन संकल्पनांची रचना करते, नवीन संकल्पना शिकते तेव्हा त्यातून जे अध्ययन घडते ते ज्ञानरचनावादी अध्ययन होय, विद्यार्थी कोणतेही ज्ञान जसेच्या तसे स्वीकारीत नाही. स्वतःच्या अनुभवानुसार त्यात पुनर्रचना करतो.

ज्ञानरचनावादाच्या विकासात ड्युई, पियाजे, ब्रूनर, आसुबेल, वायगॉटस्की इत्यादी विचारवंतांचे व मानसशास्त्रज्ञांचे योगदान महत्त्वाचे आहे. या सर्वांच्या मते अध्ययन ही निष्क्रिय प्रक्रिया नसून अर्थपूर्ण अशी नवीन अर्थनिर्मितीची सक्रिय प्रक्रिया आहे. अध्ययन म्हणजे पूर्वी असलेल्या संकल्पनांची अनुभवाद्वारे पुनर्मांडणी होय. ज्ञानरचनावादी प्रक्रियेत सामाजिक, सांस्कृतिक व भाषिक आंतरक्रियांचे स्थान तितकेच महत्त्वाचे असते. ज्ञानरचनावाद हा पूर्णपणे विद्यार्थीकेंद्री आहे.

विद्यार्थ्यांच्या सर्जनशीलतेला वाव मिळालेल्या ज्ञानाचे नवीन ज्ञान मिळविण्यासाठी उपयो,जन कार्यकारण संबंध शोधणे इत्यादींचा विचार ज्ञानरचनावादामध्ये अपेक्षित आहे. जिज्ञासा, कुतूहल, जाणून घेण्याची इच्छा, विचार, मनन, चिंतन या नव्या गोष्टींचा स्वतः शोध घेणे या बाबींचा ज्ञानरचना वादात समावेश आहे.

शिक्षणतज्ज्ञ प्रा. रमेश पानसे यांनी अतिशय चपखल शब्दांत ज्ञानरचनावादाची भूमिका खालील शब्दांत मांडली आहे.

''ज्ञानप्राप्ती करण्याची प्रेरणा मनुष्याला उपजतच असते. त्यासाठी तो आपण होऊनच प्रयत्न करीत असतो. तो शोध घेतो, अंदाज घेतो, प्रश्न उपस्थित करतो, तर्क करतो, तुलना करतो, विश्लेषण करतो, आपल्याला काय

माहीत आहे त्याचे नव्या परिस्थितीच्या संदर्भात मूल्यमापन करतो, नवनव्या अनुभवांचा आशय समजावून घेण्याचा प्रयत्न करतो, शंका घेतो, वाद घालतो, प्रतिक्रिया देतो-घेतो-नोंदवतो, काही स्वीकारतो, काही टाकून देतो. आपण प्राप्त केलेल्या नव्या ज्ञानाच्या प्रकाशात आपली मते, आपला आग्रह अजमावून पाहतो. त्यांची पुनर्तपासणी करतो आणि त्यानुसार आवश्यक ते बदल आपल्या मनात, दृष्टिकोणात, विचारांत व आचारात करीत जातो. ज्ञाननिर्मितीची प्रक्रिया ही अशा प्रकारे घडून येत असते. ज्ञानरचनावादाची ही भूमिका आहे.''

(संदर्भ : पानसे रमेश (२०१०)'रचनावादी शिक्षण' ग्राममंगल, पुणे कार्यालय, कोथरूड, पुणे, पृ. ८).

ज्ञानरचनावादावरील या सर्व चर्चेवरून असे लक्षात येते की अध्ययन प्रक्रियेत विद्यार्थी स्वतःच ज्ञानरचना उर्फ निर्मिती करीत असल्याने तो स्वतः ज्ञाननिर्माता असतो आणि ज्ञानाचा नियंत्रकही असतो.

ज्ञानशास्त्राच्या (Epistemology) सुप्रसिद्ध त्रिपुटीचा उल्लेख ज्ञाता-ज्ञेय-ज्ञान (knower-knowable-knowledge) असा केला जातो.

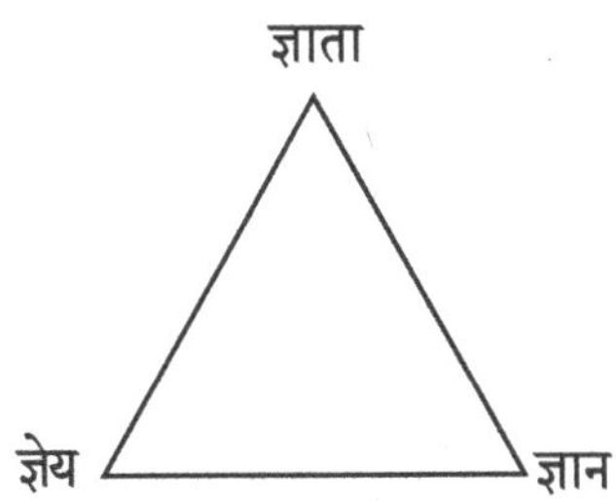

या त्रिपुटीमध्ये आपला विद्यार्थी अर्थातच ज्ञाता म्हणजे (Knower) ही भूमिका बजावतो. 'ज्ञाता' या नात्याने त्याने साहजिकच या जगात जे काही 'ज्ञेय' आहे त्याचे 'ज्ञान' करून घ्यावयाचे आहे. हे ज्ञेय असलेले ज्ञान त्याच्या आधीच्या इंद्रियज्ञानाशी, अनुमानाशी आणि अनुभवाशी पडताळून पाहिल. ज्ञानेंद्रियांद्वारे त्याच्यामध्ये शिरेल, हे ज्ञान तो म्हणजेच त्याच्या आधीच्या ज्ञानावर आधारित असे नवीन ज्ञान तो निर्माण करील, त्याची रचना करील. याचाच अर्थ असा की त्याचे नवीन ज्ञान हे पुन्हा इंद्रियज्ञान व अनुमान यावर अवलंबून असेल.

यावरून असेही लक्षात येते, की ज्ञानरचनावानुसार होणारी ही ज्ञाननिर्मितीची प्रक्रिया म्हणजे वस्तुतः अगोदरच संपादित केलेल्या इंद्रियज्ञानामध्ये नवीन अनुमानांचा संबंध जोडणे किंवा ती वाढविणे होय. याचाच अर्थ असा की प्रत्येक नवीन अनुमान हे पूर्वप्राप्त अनुमानांमध्ये भर टाकीत जाते. अथवा सुसंगत अनुमानांशी जोडले जाते; आणि या प्रक्रियेतून अंतिमतः अशी अनुमाने साठत जाऊन एका समृद्ध अशा माहितीचे अथवा ज्ञानाचे संघटन तयार होते.

हाच तर्क आणखी पुढे नेल्यास असे लक्षात येते वस्तुतः कोणतेही ज्ञान हे बाहेरून लादले जात नसतेच, मुळी! इतकेच काय तर ते लादले जाऊही शकत नाही. बाहेरून येणारी इंद्रियांची संवेदने आतमध्ये पोहोचली की व्यक्ती त्याचा अर्थ लावते व त्यानंतर उद्गामी अथवा अवगामी तर्क वापरून त्यानुसार अनुमाने तयार करते.

ज्ञाता किंवा जाणणाऱ्याबाबत काय?

'ज्ञेयाचे ज्ञान करून घेणारा ज्ञाता' (Knower knowing the knowledge) या प्रक्रियेचा विचार करता ज्ञानरचनावादी दृष्टिकोणानुसार ज्ञाता उर्फ अध्ययनकर्ता हा महत्त्वाचा आहे हे उघडच आहे. म्हणजेच एका अर्थाने ज्ञाता हाच ज्ञानरचयिता अथवा ज्ञाननिर्माता असतो; जर एखाद्या अध्ययनकर्त्याचे अध्ययन हे जणू काही ज्ञानरचयित्याची ज्ञानरचना असेल, म्हणजेच दुसऱ्या शब्दांत ही प्रक्रिया 'ज्ञेयाचे ज्ञान करून घेणारा ज्ञाता' असे वर्णन करता येते.

येथे एक महत्त्वाचा प्रश्न उपस्थित होतो, तो म्हणजे ज्ञाता उर्फ जाणणारा, हाच मुळात ज्ञानाची अथवा जाणण्याची वस्तू बनू शकतो का? म्हणजेच ज्ञाता हा ज्ञेय बनू शकतो का? (Can knower be knowable?) ज्ञात्यानी ज्ञात्याला जाणणे म्हणजेच स्वतःला जाणणे शक्य आहे काय? स्वतःला जाणणे म्हणजेच स्वतःचे ज्ञान होणे या गोष्टीला अर्थातच स्वजाणीव किंवा स्वज्ञान किंवा आत्मज्ञान म्हणावे लागेल. येथे 'आत्म' म्हणजे लगेच पारंपरिक अर्थाचा 'आत्मा' मध्ये आणण्याचे कारण नाही. 'आत्म' आणि 'आत्मा' यातील फरक लक्षात घेऊन 'आत्म' म्हणजे 'स्व' एवढाच जरी अर्थ घेतला आणि त्यानुसार आत्मजाणीव, आत्मभान, आत्मज्ञान हे शब्द येऊ लागतात. आत्मज्ञान म्हणजे स्वतःचे स्वरूप, स्वतःचे मूळ अस्तित्व, स्वतःची मूळ जाणीव यांचे

ज्ञान असा साहजिकच अर्थ होतो. ज्या क्षमतेने जाणणारा अथवा ज्ञाता प्रत्येक वस्तुचे ज्ञान मिळवू शकतो त्याच क्षमतेने तो स्वतःबद्दलचे यथार्थ ज्ञानदेखील मिळवू शकायला काहीच हरकत नाही. स्वतःबद्दलचे हे यथार्थ ज्ञान म्हणजेच आत्मज्ञान होय. आत्मज्ञानाच्या संकल्पनेमार्फत आपली 'ज्ञान' संबंधी प्रक्रिया अध्यात्मात प्रविष्ट होते.

अंतर्ज्ञान हा ज्ञानाचा प्रकार आत्मज्ञानाशी संबंधित

इंद्रियज्ञान (Perception) अनुमान ज्ञान (Inference) आणि अंतर्ज्ञान (Intuition) ही ज्ञानाची प्रमुख तीन मूलभूत साधने आहेत असे आपण सुरुवातीसच म्हटले. यांपैकी इंद्रियज्ञान हे अर्थातच प्रत्येक बाह्य अशा वस्तूचे असते. त्यानंतर येणारे अनुमान ज्ञान प्रत्यक्ष वा अप्रत्यक्षपणे इंद्रियज्ञानावर अवलंबून असते. यातील तिसरे अंतर्ज्ञान मात्र आत्मगत स्वरूपाचे असते. त्यामध्ये बाह्य अशा ज्ञेय वस्तूंचा संबंध येत नसल्याने ते इंद्रिय विरहित किंवा इंद्रियनिरपेक्ष ज्ञान ठरते. पारंपरिक भाषेत यालाच इंद्रियांपलीकडचे ज्ञान म्हणण्याचा प्रघात पडला. या अंतर्ज्ञान नामक ज्ञान प्रकारातून व्यक्ती 'स्व'-जाणिवेपर्यंत (Self Awareness) पोहोचू शकते. 'स्व'ची जाणीव पूर्णपणे होणे या अर्थाने इंग्रजी Awareness शब्द वापरला जातो. तसेच 'स्व' हा realize होणे म्हणजेच ओळखला जाणे हाही महत्त्वाचा अर्थ या संबंधात उपस्थित होतो. म्हणजेच Self Awareness हे Self Realization ठरते. 'स्व' ची परिपूर्ण ओळख ठरते. या Self Realization शब्दाला अर्थातच समांतर मराठी शब्द आत्मसाक्षात्कार हा ठरतो आणि आत्मसाक्षात्कार हा शब्द तर पारंपरिक अध्यात्मात सुप्रसिद्धच आहे. स्वतःच स्वतःला आंतरिक प्रतिभेने अंतर्ज्ञानाने अथवा अंतर्दृष्टीने पूर्णतः जाणणे वा ओळखणे हीच प्रक्रिया अध्यात्मशास्त्राला अपेक्षित आहे. या प्रक्रियेचा परिणाम म्हणून व्यक्ती ज्या अनुभवास सामोरी जाते तिला अपरोधानुभूती असेदेखील नाव दिले गेले आहे. इतर कोणत्या तरी वस्तूची अनुभूती म्हणजे 'परोक्षानुभूती' आणि इतर वस्तूंशी संबंधित नसलेली स्वतःची अनुभूती ती अपरोक्षानुभूती होय असे अध्यात्मशास्त्र सांगते. श्री संत ज्ञानेश्वरांच्या 'अमृतानुभव' या ग्रंथात याच अनुभूतीविषयी विस्तृत विवेचन आहे. खरे तर खऱ्या खुऱ्या अध्यात्माचा पुरस्कार करणाऱ्या सर्वच प्रामाणिक

साधु, संत, साक्षात्कारी व्यक्तींनी वेगवेगळ्या शब्दांमध्ये, प्रतीकांमध्ये व उदाहरणांद्वारे याच अनुभूतीविषयी अभिव्यक्ती केली आहे.

आपल्या स्वतःला जाणण्यासाठी कोणतेच इंद्रियज्ञान अथवा अनुमान कामी येऊ शकत नाही; कारण आपल्या 'स्व'जाणिवेचे मूळ स्वरूप इंद्रिय माहितीच्या कक्षेत येऊ शकत नाही. तसेच हे स्वरूप जाणण्यासाठी जशी इंद्रिये निरुपयोगी ठरतात तसेच विचार प्रक्रियाही मर्यादित ठरते. त्यामुळे आपले 'असणे' हे आपल्या विचार करण्याशी संबंधित नसते; म्हणजेच 'मी विचार करतो म्हणून मी आहे' असे म्हणता येत नाही. देकार्तच्या सुप्रसिद्ध वचनाचा फोलपणा यातून कळू शकतो. तो म्हणत असे 'I think therefore I am' या विधानामध्ये व्यक्तीचे असणे तिच्या विचारांवर अवलंबून असल्याचे ध्वनित केले आहे. म्हणजेच 'विचार थांबले की मी संपतो' असे म्हणावे लागेल. त्यामुळे त्यातून खरे तर उलट अर्थाचे विधान अधिक वास्तववादी समजावे लागते. ते म्हणजे, 'I am therefore I think' 'मी आहे म्हणून तर विचार करतो.'

ज्याप्रमाणे पंच ज्ञानेंद्रियांकडून शब्द, स्पर्श, रस आणि गंध ही ज्ञाने प्राप्त होतात त्याप्रमाणे व्यक्तीला मी स्वतः अस्तित्वात आहे हे ज्ञान नेमक्या कोणत्या इंद्रियामुळे होते हा अत्यंत मार्मिक प्रश्न उभा राहतो; कारण डोळे मिटून काही न पाहता, कान बंद करून काही न ऐकता, कसलाही वास न घेता, चव न घेता व स्पर्श अथवा तापमान यांची जाणीव न घेता जेव्हा मी नुसता असतो ते माझे असणे– मला कशामुळे कळत असते असा हा प्रश्न आहे ही स्वयं जाणीव झोपेत, स्वप्नात, गाढ झोपेत व काही वेळा बेशुद्धावस्थेतूनदेखील प्रवास करीत राहते. त्याचप्रमाणे आपल्या 'स्व'च्या संपूर्ण विनाशाची आपण कल्पनाच करू शकत नाही. म्हणजेच मी नसेन ही कल्पना करणे कठीण जाते. माणसाला हे ठाऊक असते की त्याचे शरीर नष्ट होणारच असते पण त्याचे 'मी पण' संपुष्टात येणे किंवा नाहीसे होणे ही कल्पना एक संकल्पना (Concept) म्हणूनदेखील मनात आणणे किंवा feel करणे अशक्य होऊन बसते; म्हणून ही 'स्व'जाणीव अमर असल्याचे प्रतिपादन अध्यात्मात करतात.

अंतर्ज्ञान हे ध्यानसाधनेतून विकसित करता येते

जो ज्ञाता ज्ञानाची रचना करतो तो ज्ञाता स्वतःलाच आपल्या ज्ञानाचा

विषय बनवू शकतो. त्यासाठी त्याला इंद्रियज्ञान व अनुमान या मर्यादित साधनांचा आधार घेता अंतर्ज्ञान या तिसऱ्या प्रकारच्या उच्चस्तरीय ज्ञानसाधनांचा वापर करावा लागतो. अंतर्ज्ञानाद्वारेच ज्ञाता हा ज्ञात्याला म्हणजेच स्वतःला ज्ञानाचा विषय बनवू शकतो.

हे अतंर्ज्ञान व्यक्तीमध्ये शास्त्रशुद्ध ध्यान प्रक्रियेमुळे विकसित होऊ शकते. अतंर्ज्ञान शब्दाला परंपरेमुळे जे गूढतेचे वलय आले आहे ते उगाचच आपल्याला अंधश्रद्धेकडे घेऊन जाते. ते टाळता आले पाहिजे. अंतर्ज्ञान ही आपली स्वतःची अशी उपजत व जन्मजात जाणीव असून ती साक्षी भावाने अनुभवता येते. त्यामध्ये चमत्कार वगैरे काही नाही. अशा एकचित्त समतोल व शांत जाणिवेतून व्यक्तीला जी सजगता, जिवंतता व उत्स्फूर्तता प्राप्त होते त्यातून तिची ज्ञानरचनावादी प्रक्रिया अधिक जिवंत, सार्थक, रसरशीत व उत्स्फूर्त होऊ शकते. त्यातून सर्वशोधक जिद्दी वृत्ती जोपासली जाते. सर्जनशीलता बहरास येते. सृष्टीची अज्ञात रहस्ये शोधण्याची इच्छा निर्माण होते. ज्ञानसाधनेत आणि ज्ञाननिर्मितीत रमण्याची वृत्ती निर्माण होते. शाब्दिक व अशाब्दिक प्रतिभा विकसित होऊ शकते. अचानक परिकल्पना (Hypothesis) स्फुरू लागतात व त्यांना इंद्रियज्ञानाचा आधार देऊन, अनुमान ज्ञानाची जोड देऊन प्रायोगिक पडताळा पाहण्याची वृत्ती निर्माण होऊ शकते.

अध्यात्मवृत्ती बाळगून अंतर्ज्ञानाचा विकास साध्य करून आत्मज्ञानाकडे वाटचाल करणे हे खऱ्या ज्ञानरचनावादी ज्ञानार्थ्यांचे लक्षण आहे.

प्रकरण १४
आध्यात्मिकतेचे विज्ञान आणि विज्ञानातील आध्यात्मिकता

अलीकडे अनेकदा वैचारिक स्वरूपाच्या व्याख्यानांमध्ये आणि लेखंनामध्ये विज्ञान आणि अध्यात्म यांच्या स्वरूपाबद्दल, वैशिष्ट्यांबद्दल आणि त्यांच्यातील परस्पर संबंधांबद्दल प्रामाणिकपणे विचार व्यक्त केले जातात. विज्ञान आणि अध्यात्म या दोन्ही क्षेत्रातली अधिकारी मंडळी यासंबंधीचे विचार व्यक्त करीत असतात. या विचार अभिव्यक्तीमध्ये 'विज्ञान व अध्यात्म यांची सांगड घातली पाहिजे' हे वाक्य आवर्जून असते. 'वैज्ञानिक दृष्टीने विकास केला पाहिजेच पण त्याचबरोबर आध्यात्मिक दृष्टिकोनही विकसित झाला पाहिजे' असेही आग्रहाने प्रतिपादिले जाते. 'आजचे विज्ञान हळूहळू आध्यात्मिकतेकडे झुकत चालले असून विज्ञानातील सर्व अनुत्तरित प्रश्नांची उत्तरे अंतिमतः अध्यात्मातच सापडतील असा विश्वास व्यक्त केला जातो, तर 'अध्यात्माचेही स्वतःचे विज्ञान असते' असाही निर्वाळा दिला जातो.'

विज्ञानाचे स्वरूप साधारणतः असे सांगितले जाते

विज्ञान बाह्य जगाचा शोध घेण्याचा प्रयत्न करते. ते वस्तुनिष्ठ स्वरूपाचे व इंद्रियगम्य ज्ञानच विचारात घेते, आणि प्रयोगशील ज्ञानाला अधिकृत मानते. विज्ञानात संशोधनाला महत्त्व असते आणि हे संशोधन निरीक्षण- नियमांची मांडणी - सिद्धान्त प्रतिपादन- प्रयोग पडताळणी अशा चक्रातून होत राहते. काही नवीन निरीक्षणांतून जर जुन्या सिद्धान्तास बाधा येत असेल तर निरीक्षणे व पडताळणी यांची पुनरावृत्ती करून जुना सिद्धान्त नव्या स्वरूपात मांडला जातो अथवा गरज पडल्यास जुन्या सिद्धान्ताचा पूर्णतः त्याग करून नवा सिद्धान्त प्रस्थापित केला जातो. तसेच विज्ञान कधीही अंतिम सत्य सापडल्याचा दावा करीत नाही.

अध्यात्माचे स्वरूप साधारणतः असे सांगितले जाते

अध्यात्म हे आंतरिक जगाचा शोध घेते. इंद्रिय ज्ञानापलीकडील अतिंद्रिय ज्ञान हा अध्यात्माच्या अभ्यासाचा विषय असतो. अध्यात्माला काळ आणि अवकाश यांच्या पलीकडे जाऊन दूरदृष्टी विकसित करणे महत्त्वाचे वाटते. अध्यात्मातून शाश्वत चिरंतन मूल्यांची निर्मिती होत असते. अध्यात्म हा प्रत्यक्ष अनुभूतीचा विषय असतो. या अनुभवात व्यक्तिनिष्ठता व व्यक्तिभिन्नता असते. प्रत्येक साधकाचा व्यक्तिगत अनुभव निराळा असू शकतो. ती नितांत वैयक्तिक बाब असते. आध्यात्मिक अनुभवांचे शब्दांत वर्णन करता येत नाही, म्हणजे ते अवर्णनीय असतात.

विज्ञानाच्या मर्यादा खालीलप्रमाणे सांगितल्या जातात

विज्ञान हे फक्त बाह्य सृष्टीचाच शोध घेते. ते इंद्रियजन्य ज्ञानापर्यंत थांबते. विज्ञान फक्त व्यवहारवाद वा उपयुक्ततावादाला महत्त्व देते. ते मूल्यांकडे लक्ष देत नाही. विज्ञानाने फक्त सुखोपभोगी साधने प्राप्त करून दिली, परंतु खऱ्या सुखाचा मार्ग ते दाखवू शकत नाहीत. विज्ञानाजवळ स्वतःची कार्यपद्धती आहे परंतु त्याच्याजवळ ध्येय, उद्दिष्टे अथवा दिशा नाही. वैज्ञानिक प्रगती मानवाला विनाशाकडे घेऊन चालली आहे. विज्ञान माणसाला भोगवादी व चंगळवादी बनविते. ते माणसाच्या वेगवेगळ्या श्रद्धांवर व भावनांवर आघात करते. विज्ञान सर्व प्रश्नांची उत्तरे देऊ शकत नाही. विज्ञान अंतिम सत्य सापडल्याचा दावा करू शकत नाही.

अध्यात्माच्या मर्यादा खालीलप्रमाणे सांगितल्या जातात

अध्यात्माची मांडणी गूढ व अनाकलनीय वाटते. अध्यात्म वस्तुनिष्ठ व प्रायोगिक पुरावे देत नाही. आध्यात्मिक अनुभव व्यक्तिपरत्वे बदलतात. आध्यात्मिक सिद्धान्त कल्पनेवर आध्यात्मिक असतात ते सत्यतेबद्दचा कोणताही पुरावा न देता आपला सिद्धान्त मांडते. अध्यात्म आपल्या सिद्धान्तावर श्रद्धा ठेवण्याची अपेक्षा करते. श्रद्धा ठेवण्याच्या वृत्तीतून अंधश्रद्धा फोफावते. आध्यात्मिक परिभाषा अस्पष्ट व संदिग्ध असते. अध्यात्म हे नावीन्याची कास न धरता

परंपरानिष्ठ व रूढीप्रिय बनते. अध्यात्मामध्ये व्यक्तीपूजा अथवा व्यक्तीस्तोम माजते.

विज्ञान व अध्यात्म यांच्या परस्पर संबंधाबाबत साधारण खालील विधाने केली जातात

- विज्ञान हा बाह्य जगाचा शोध आहे. अध्यात्म हा आंतरिक जगाचा शोध आहे.
- विज्ञान वस्तुनिष्ठ असते. अध्यात्म व्यक्तिनिष्ठ असते.
- विज्ञान वास्तववादी असते. अध्यात्म आदर्शवादी असते.
- विज्ञान प्रयोगिक असते. अध्यात्म सैद्धांतिक असते.
- विज्ञानात साधने असतात. अध्यात्मात साधना असते.
- विज्ञान इंद्रियजन्य ज्ञानाशी संबंधित असते. अध्यात्म अतींद्रिय ज्ञानाशी संबंधित असते.
- विज्ञान जडवादी असते. अध्यात्म चैतन्यवादी असते.
- विज्ञान शरीराधिष्ठित असते. अध्यात्म आत्माधिष्ठित असते.
- जेथे विज्ञान संपते तेथे अध्यात्म सुरू होते.
- विज्ञान व अध्यात्म परस्परपूरक असतात.
- विज्ञान व अध्यात्म ही परस्परविरोधी नाहीत.
- विज्ञान व अध्यात्म एकत्र गुण्यागोविंदाने नांदू शकतात.
- विज्ञानात खोलवर गेले की आपोआप अध्यात्माचा प्रांत सुरू होतो.

वैज्ञानिक विकासानंतर असे घडत गेले

मानवाच्या सांस्कृतिक आणि वैज्ञानिक विकासाच्या इतिहासाकडे पाहिल्यावर असे दिसून येते की साधारणतः सतराव्या शतकामध्ये घडून आलेली वैज्ञानिक व औद्योगिक क्रांती व त्यासोबत व्यक्तिस्वातंत्र्यवाद (Individulism) आणि तर्कवाद (Rationalism) यांच्या झालेल्या उदयामुळे पारंपरिक संस्कृती तिच्यातील अर्थ आणि मूल्ये यांच्यासाठी काहीशी क्षीण होऊ लागली. अनेक प्रकारच्या वैज्ञानिक शोधातून तंत्रज्ञान झपाट्याने विकसित होत गेले, त्यातून

महान औद्योगिक क्रांती (Industrial Revolution) उभी राहिली, या सगळ्यातून विशेषतः युरोपमध्ये धार्मिक श्रद्धांचे आणि तात्त्विक विचारसरणीचे अत्यंत तीव्रतेने मंथन होऊ लागले. बऱ्याच धार्मिक समजुतींना हादरे बसू लागले. नव्या तंत्रज्ञानाने खूप वरदाने बहाल केली पण त्याचबरोबर माणसे आपली गावे, शेती सोडून शहरांकडे धाव घेऊ लागली. सामाजिक एकतेला तडे बसू लागले, कौटुंबिक एकोप्यावर विपरीत परिणाम झाला. परंपरा आणि कारागिरी लुप्त पावू लागल्या. एकंदरीत मानवी व्यवहारातच यांत्रिकता शिरू लागली.

सुप्रसिद्ध वैज्ञानिक न्यूटनने केलेल्या वैज्ञानिक कामगिरीचा खूप मोठा प्रभाव वैज्ञानिक जगाबरोबरच तत्त्वज्ञानाच्या जगावरही पडला. अणूवाद (Atomism), निर्णायकता (Determinism) आणि वस्तुनिष्ठता (Objectivity) या तीन परवलीच्या शब्दांनी नवीन तत्त्वज्ञान व्यापून गेले. मानवी जीवनाच्या आंतरबाह्य सर्व पैलूंवर या तत्त्वांचा प्रभाव लक्षणीय ठरला.

अणूवादातून असे लक्षात आले की संपूर्ण हे अंतिमतः सुट्या सूक्ष्म कणांचे बनलेले आहे. हे सर्व कण स्थल आणि काल (space and time) यामध्ये सुटे आणि स्वतंत्र असतात. हे कण अथवा अणप कठीण व अभेद्य असतात. ते एकमेकांमध्ये शिरू शकत नाहीत. ते क्रिया -प्रतिक्रियांच्या द्वारे एकमेकांशी जोडलेले असतात. ते एकमेकांना ढकलत असतात. अठराव्या शतकातील उदारमतवादी लोकशाहीचा जनक असलेला तत्त्वज्ञ जॉन लॉक याने तर समाजाचे प्रतिमान मांडताना. व्यक्तींना अणूची उपमा दिली. त्याच्या मते, सामाजिक एकल्प किंवा एकसंघत्व (Social whole) हे मिथ्याभास आहे. ते अस्तित्वात असू शकत नाही. व्यक्तीचे हक्क आणि गरज या मूलभूत व महत्त्वाच्या असतात. मानसशास्त्रज्ञ फ्राईडदेखील त्याच्या 'Theory of Object Relation' मध्ये अणूवादाने प्रभावित झालेला दिसून येतो.

फ्राईडच्या या object relation च्या सिद्धान्तानुसार आपण प्रत्येक जण व्यक्ती म्हणून आपापल्या 'स्व' च्या मर्यादेत अभेद्यरीत्या बंदिस्त असतो, तुम्ही माझ्यासाठी एक वस्तू असता व मी तुमच्यासाठी एक वस्तू असतो.' त्यामुळे मूलतः आपण एकमेकांना समजून घेऊच शकत नाही. त्यामुळे प्रेम आणि जवळीक अशक्य होऊन बसते. फ्राईडच्या मते, 'शेजाऱ्यावर स्वतःसारखे प्रेम करा; ही धार्मिक आज्ञा ही सर्वांत अशक्यप्राय अशी आज्ञा होय. तसेच

त्याचे मते मूल्यांचे सर्व जग म्हणजे जणू काही केवळ आपल्या परम् अहम् (super ego) प्रक्षेपण असून ते आपले पालक व समाज यांच्या अपेक्षांचे प्रतिबिंब आहे. अशा मूल्यांचे आपल्या अहम्वर सातत्याने अशक्यप्राय असे ओझे पडत राहते आणि त्यातून आपण शारीरिक व मानसिकदृष्ट्या रुग्ण (neurotic) होत जातो; म्हणून फ्राईडच्या मते परिपूर्ण अशी आधुनिक व्यक्ती अशा प्रकारच्या आशा अपेक्षांपासून मुक्त असेल आणि 'बळी तो कान पिळी' (Survival of the Fittest) या न्यायाने जगत राहील.

न्यूटनच्या निर्णायकवादाने (determinism) असे शकविले की हे भौतिक जग अत्यंत कर्तव्य कठोर (iron laws) नियमांनी नियंत्रित होत असते. त्यांपैकी गुरुत्वाकर्षणाचा नियम आणि गतीचे तीन नियम हे अत्यंत महत्त्वाचे होत. या नियमांनुसार जणू भौतिक जगातील प्रत्येक गोष्ट पूर्वानुअंदाज करण्याजोगी (predictable) आहे आणि त्यामुळे अंतिमतः नियंत्रणाधीन (controllable) आहे. त्या त्या परिस्थितीत त्या त्या घटना तशाच प्रकारे घडत राहतात. त्यात कसलीही आश्चर्ये असत नाहीत.

फ्राईडनेदेखील त्याच्या वैज्ञानिक मानसशास्त्रात हा निर्णायकतावाद स्वीकारला. त्याच्या मते, आपला असा असाहाय्य अहम् (ego) हा आपल्या वासनेतर्फे (Id) सतत सहजप्रवृत्तींच्या दबाबांनी ढकलला जात असतो. तर त्याचवेळी परम अहम् कडून अवाजवी अपेक्षांचा रेटा वाढतच असतो; म्हणजेच आपल्या अहम्ला (ego) एकीकडून Id च्या म्हणजेच सहज वासनेच्या आणि दुसरीकडून परम अहम्च्या (super ego) दबावाला बळी पडावे लागते. आपले जीवनभरातील अनुभव आणि वर्तन हे पूर्णतः या दोन प्रकारच्या दबाव टाकणाऱ्या शक्तिंकडून निर्णायक होत असते, ठरत असते म्हणजेच determine केले जाते. आपणच आपल्या अनुभवांचे बळी ठरतो. आधुनिक समाजशास्त्रात आणि विधी यंत्रणेतून (legal system) हाच मुद्दा अधिक प्रमाणात ठसविला गेला.

जरी बहुसंख्य लोकांना न्यूटनचा निर्णायकतावाद अथवा फ्राईडच्या id आणि super ego या संकल्पना माहीत नसल्या तरी एवढे मात्र खरे की आपण सारे तुटक व विभक्त होत चाललो आहोत. अनेक गोष्टींना बळी पडत चाललो आहोत. आपल्या आयुष्यात परिवर्तन घडवून आणण्यात असाहाय्य

ठरत चाललो आहोत. आपण जबाबदारीने वागणे विसरत चाललो आहोत. या खंडित झालेल्या जगात आणि अर्थहीन होत चाललेल्या जीवनात आपल्या हाती संवेदनशून्यता आणि निराशा येत राहिली आहे.

न्यूटनप्रणीत विचारातील तिसरे तत्त्व 'वस्तुनिष्ठता' (Objectivity) हेदेखील आपल्यातील तुटकतपणा (Isolation) आणि असज्ञहाय्यता (Helplessness) वाढविण्यास कारणीभूत ठरत आले. वैज्ञानिक अभ्यासपद्धतीत निरीक्षक (Observer) आणि निरीक्षण केली जाणारी गोष्ट (Observed) यामध्ये अगदी स्पष्ट अशी विभाजक रेषा असते. हे जग व्यक्ती आणि वस्तू (Subject & Object) या दोन गोष्टीत विभागले गेले आहे. व्यक्ती असते जणू काही 'ही इथे' (In here) आणि जग असते 'त्या तिथे' (Out There). न्यूटन छाप वैज्ञानिक हा एक प्रकारचा अलिप्त अथवा तटस्थ निरीक्षक असतो जो जगाकडे तटस्थपणे पहात असतो, निरीक्षण करतो त्याचे मोजमाप घेतो, त्यावर प्रयोग करतो, त्यामध्ये बदल घडवून आणतो आणि निसर्गावर नियंत्रण मिळवितो.

आधुनिक माणूस जगामध्ये राहतो पण जगाचा होऊन राहात नाही. Observer आणि Observed द्वंद्वाने आपल्याला या जगात भावना शून्यतेने रहायला शिकविले आहे. आपल्याला इतकेच माहीत आहे की आपण येथे आहोत आणि आपल्याला फक्त आपल्यासाठीच जास्तीतजास्त हवे आहे. जेवढे जमेल तेवढे मिळवित रहायचे. आपल्याला कसलीच जबाबदारी ठाऊक नाही. आपल्याला कोणाशीही जोडले जायला नको आहे. जास्तीतजास्त तुटकपणा हवा आहे.

न्यूटनप्रणीत विज्ञानाने जे विश्व चितारले आहे ते जणू काही थंड, मृत आणि यांत्रिक आहे. न्यूटनच्या भौतिक विज्ञानात मन अथवा जाणिवेला स्थान नाही. मानवी अंतर्गत संघर्षाला स्थान नाही. इतकेच नव्हे, तर विरोधाभास असा आहे की जैविक आणि सामाजिक शास्त्रेदेखील आपापल्या शास्त्रात हीच यांत्रिकता आणू पाहात आहेत. मानवी शरीर आणि मानवी मन यांचे चित्रणदेखील त्याच यांत्रिक आराखड्यात बसविले जात आहे. आपण जणू काही मनोयंत्र (Mind Machine) अथवा Gene-Machine बनलो आहोत. आपली शरीरे जणू विविध सुट्या भागांची जुळणी बनली आहेत. आपले वर्तन हे

अभिसंधित (Conditioned) आणि पूर्वअंदाजी (Predictable) स्वरूपाचे झाले, आपला आत्मा हा पारंपरिक धार्मिक भाषेतील एक कपोलकल्पित वल्गना ठरली. आपले विचार हे मेंदूतील पेशींच्या घडामोडी बनले. या सर्वांमध्ये आपल्या अनुभवांचा अर्थ लावणे ही प्रक्रिया कोठे गेली हे आता शोधावे लागणार आहे.

विज्ञान व अध्यात्म यांच्या परस्परसंबंधाविषयी विचारवंतांचे विचार

● **जे ऑर्थर थॉमसन –** विख्यात जीवशास्त्रज्ञ जे ऑर्थर थॉमसन यांनी आपल्या 'Introduction to Science' या पुस्तकात पृ.५८ वर असे विशद केले आहे की, ''विज्ञान म्हणजे काही विशिष्ट वस्तुस्थितींची केवळ जंत्री असलेले गाठोडे नव्हे तर ती एक बुद्धिनिष्ठ अशी मानसिकता आहे. अभ्यासाच्या ठरावीक पद्धतीलाच जखडून राहणे हे या प्रवृत्तीत बसत नाही. पुराव्यांवर आधारित अभ्यासातून घेतलेले काही निर्णय प्रामाणिकपणे मान्य करणारा असा हा एक विचारांचा दृष्टिकोण आहे.''

(संदर्भ : स्वामी रंगनाथानंद (१९९८), 'विज्ञान आणि अध्यात्म' रामकृष्ण मठ, नागपूर, पृ.३).

● **पंडित जवाहरलाल नेहरू –** यांनी आपल्या 'डिस्कव्हरी ऑफ इंडिया' या ग्रंथात पृ. क्र. ६२६, ६२७ वर असे मत मांडले आहे, की ''पाश्चिमात्य जगात सर्वत्र विज्ञानाचा पगडा आहे आणि सारेजण त्याला मान देतात, तरीदेखील पश्चिमेने अजून वैज्ञानिक वृत्तीचा विकास केला नाही. सर्जनशील सुसंवादाच्या दिशेने अजून भरीव असे त्यांना बरेच करावयाचे आहे. भारताला या क्षेत्रात अजून बरेच अंतर चालावयाचे आहे. त्याची कारणे स्पष्ट आहेत. परंतु हेही खरे – भारतात स्वभावतःच वैचारिकदृष्ट्या एक प्रकारची शास्त्रीयता आणि वैज्ञानिक दृष्टी आहे. मध्यंतरीचा थोडा कालखंड सोडल्यास प्राचीन काळापासून आमचा दृष्टिकोण असाच आहे. त्यामुळे आमच्या मार्गात येणारे मोठे अडथळे हे संख्येने फार असणार नाहीत. आमच्या स्वभावात विश्वात्मकता फार पूर्वीपासून आहे. या विश्वात्मकतेचा पाया हा निर्भय अशा सत्याच्या शोधावर अधिष्ठित आहे. त्यातच माणसाचे सार्वभौमत्व, सर्व जीवांचे

दैवी स्वरूप असून या प्रत्येकाचा व्यक्तिगत व सामुदायिक मुक्त विकास याही गोष्टी आमच्या विश्वात्मकतेचा पाया भक्कम करणाऱ्यांना मदत करतात. सर्व जीव आणि प्राणिमात्र यांचा मानवी अवस्थातील उच्चतर विकास ही गोष्ट तर आम्ही एक गृहीत सत्यच मानतो.''

(संदर्भ : स्वामी रंगनाथानंद (१९९८), 'विज्ञान आणि अध्यात्म', रामकृष्ण मठ, नागपूर, पृ. क्र. ९).

● **स्वामी विवेकानंद** – स्वामी विवेकानंद आपल्या 'धर्म आणि विज्ञान' या विषयावरील व्याख्यानात असे म्हणतात की, ''अनुभव हा ज्ञान मिळविण्याचा एकमेव मार्ग आहे व धर्म हेच एक शास्त्र जगात असे आहे, की ज्या बद्दल खात्री देता येत नाही. याचे कारण म्हणजे धर्माचे अध्यापन करताना 'अनुभवांचे विज्ञान' म्हणून ते शिकविले जात नाही, असे होणे योग्य नाही. अशी थोडीफार माणसे असतातच की ज्यांना अनुभवांचे शास्त्र म्हणून धर्माचे शिक्षण देता येते. अशी माणसे ही गूढपादी असतात आणि प्रत्येक धर्मातील गूढवादी माणसे एकाच प्रकारची भाषा बोलतात आणि एकाच सत्याचे प्रतिपालन करतात. धर्माचे खरे शास्त्र असेच असते.

ज्याप्रमाणे जगातल्या कुठल्याही भागातले गणितज्ञ हे एकाच गणित शास्त्राचे प्रतिपादन करतात, त्याप्रमाणे सगळीकडेच गूढवादी हे एकच सत्य सांगत असतात. त्यामध्ये फरक नसतो. ज्याप्रमाणे रसायनशास्त्रादी विषय भौतिक विज्ञानाबद्दल बोलतात, त्याचप्रमाणे धर्मदेखील अध्यात्मातील सत्ये सांगत असतात. रसायनशास्त्राचा अभ्यास करताना अभ्यासकाला निसर्गाचा ग्रंथ वाचावा लागतो; तर ज्याला धर्माचा अभ्यास करावयाचा आहे त्याला मानवी मन व माणसाचे हृदय यांचा अभ्यास एखाद्या ग्रंथाप्रमाणे करावा लागतो. भौतिकशास्त्रांच्या बाबतीत एखादा साधू-संन्याशी अगदी अनभिज्ञ असेल, कारण तो त्याच्या अभ्यासाचा विषयच नाही. त्याच्यासमोर नेहमी अभ्यासासाठी माणसाच्या अंतर्विश्वाचा ग्रंथ असतो; आणि पुष्कळदा वैज्ञानिक हा धर्माविषयी अज्ञानी असतो कारण त्याच्या अभ्यासासाठी विषय मुळी तो नसतोच. तो वाचत असतो-बाह्य जगताचा ग्रंथ.''

(स्वामी विवेकानंद ग्रंथावली मधून)

● **स्वामी रंगनाथानंद –** मुंबई येथील नेहरू सेंटरमध्ये दि. २२ व २३ जानेवारी १९८३ रोजी 'Scientific Temper and Ethical and Spiritual Values' या विषयावर झालेल्या परिसंवादात स्वामी रंगनाथानंद यांनी जो निबंध सादर केला त्यामध्ये विज्ञान आणि अध्यात्म या विषयावर मोलाचे विचार मांडले. डॉ. अनंत अडावदकर यांनी या निबंधाचा मराठी अनुवाद केला असून प्रस्तुत निबंधातील काही महत्त्वाची विधाने खाली उद्धृत केली आहेत.

● ज्याप्रमाणे माणसाची बाह्य जगताची वाटचाल ही, त्याच्या इंद्रियांनी दिशा दाखविल्याप्रमाणे व बाह्य विज्ञानाच्या मदतीने होते असते, त्याचप्रमाणे अध्यात्माच्या मार्गदर्शनाने व मदतीने त्याच्या अंतर्जगताचीही वाटचाल होत असते. त्यातूनच तो इंद्रियांच्या पलीकडे असलेल्या मन, बुद्धी आणि विविध अशा 'सांत' रूपांनी प्रगटणाऱ्या 'अनंत' अशा एकत्वाचा धांडोळा घेत असतो. इतर पाश्चिमात्य देशात वाटते त्याप्रमाणे भारताला मात्र या दोन वाटचालींमध्ये संघर्ष असल्याचे कुठेही जाणवत नाही. त्याच्या दृष्टीने वाटचाल एखाद्या सलग प्रवासाप्रमाणेच असते. साहजिकच त्याची सुरुवात ही शारीरिकतेपासून होते आणि भोवतालचे जग व शारीरिकतेच्या मर्यादा ओलांडून ही वाटचाल मानसिकतेकडे व पुढे अध्यात्माच्या दिशेने वळते.

● विशुद्ध विज्ञान हा मानवी कल्याणाच्या हेतूने घेतला गेलेला असा सत्याचा शोध असतो. त्यामुळे त्याचे महत्त्व हे ज्ञानाच्या शोधातील एक उदात्त उपलब्धी म्हणून नेहमीच कायम राहणार आहे.

● सध्या या विशुद्ध विज्ञानाने मानवी जीवनातील बाह्य भौतिक अशा परिसरालाच आपले क्षेत्र मानले आहे. त्यामुळे त्याचे कार्यही एकप्रकारे बहिर्मुख व भौतिक स्वरूपाचे होऊन गेले आहे. त्याने आता अधिक व्यापक होण्याची आवश्यकता आहे. बाहेरच्या निसर्गाबरोबरच विज्ञानाने आता माणसाच्या आतील जगताचा अभ्यास करायला हवा.

● भौतिकशास्त्र, रसायनशास्त्र, वनस्पतीशास्त्र, प्राणीशास्त्र इत्यादी विषयांचे स्वतःचे क्षेत्र मर्यादित असले तरी विज्ञानाचे क्षेत्र मात्र अमर्याद असते. या विविध विषयांमधील प्राथमिक अध्ययन हे त्यांच्या आपापल्या क्षेत्रापुरते सीमित असले; तरी हे अध्ययन जसजसे वाढत जाते तसतसे ते आपल्या क्षेत्राच्या पलीकडे जाऊ पाहते. नंतर पुढील अभ्यासात तर बाह्य निसर्गातील

शोधांचाही वेध घेऊ लागते. अशा वेळी या सर्व विषयांचे मिळून बाह्य निसर्गाचे एक असे विशिष्ट विज्ञान आकाराला येत जाते. याच पद्धतीने मानवी संवेदनांच्या आणि शारीरिकतेच्या अतीत अनुभवांचा, त्यांच्या विविधतेचा व माणसाच्या आतून प्रगटणाऱ्या स्वरूपाचा जो अभ्यास केला जातो त्याचे नाव अध्यात्मशास्त्र.

● अध्यात्माचे ज्ञान म्हणजे अंतर्विश्वाचा शोध असल्याने त्याला मूल्यांचे विज्ञान (सायन्स ऑफ व्हॅल्यूज) किंवा हेतू पूर्ण विज्ञान (सायन्स ऑफ मिनींग) असे म्हणता येते. भौतिक विज्ञानाने, त्याने निर्माण केलेल्या यंत्रांमधून आणि बाह्य निसर्गाच्या अभ्यासातून मूल्यांची निर्मिती होत नसते. त्यांची निर्मिती ही मानवी आत्म्यामधूनच होत असते. बर्ट्रान्ड रसेल यांचे यंत्राविषयीच्या निषेधाचे उद्‌गार मोठे परखड आहेत, ते म्हणतात (इम्पॅक्ट ऑफ सायन्स ऑन सोसायटी पृ. क्र. ७७) ''यंत्रांना देव समजणे ही गोष्ट म्हणजे एक भयानक बाब आहे. यंत्राला देव समजून त्याची पूजा करणे म्हणजे सैतानाचीच पूजा करणे होय. एखाद्या दैत्याला शरण जाण्यासारखे हे कृत्य आहे. यंत्राने आणखी काही दिले असेल पण ही यंत्रे मूल्ये कधीही देऊ शकत नाहीत. ही गोष्ट कोणाही राजकीय विचारवंताने विसरून चालणार नाही.''

● यांत्रिकतेतून मूल्यांची निर्मिती होत नाही किंवा बाह्य भौतिक निसर्गातूनही त्यांचा लाभ होत नाही. हे एकदा कळून आल्यावर त्यातून साहजिकच असा निष्कर्ष निघतो की- मूल्यांची निर्मिती ही फक्त अध्यात्मातूनच होते. तेव्हा त्यांचा शोध हा माणसाच्या अंतरंगातच घ्यायला हवा. मूल्यविषयक तत्त्वज्ञान व त्यांची निर्मिती ही माणसाच्या सखोलतेचा व उदात्ततेचा एक भाग ठरते. पाश्चात्त्य विज्ञानाला मूल्यविषयक विज्ञान शोधता आले नाही. अगदी त्यांच्या तथाकथित सखोल अशा फ्राईडसारख्या विद्वानांनी लावलेल्या मानसशास्त्राच्या खोल गर्तेत जाऊनही ते त्यांना गवसू शकले नाही. या सर्व विद्वानांना काय सापडले? तर फक्त लैगिंकता, हिंसा, सत्तेची हाव! याचे कारण म्हणजे त्यांच्या शास्त्रीय ज्ञानोपासनेवर भौतिकवादाचा जबरदस्त पगडा आहे हे होय. हा पगडा असण्यालाही तशीच पार्श्वभूमी आहे. पाश्चिमात्य धार्मिक परंपरा ही असहिष्णू व आग्रही असल्याने विद्वानांमध्ये तिच्याबद्दल प्रतिकूल प्रतिक्रिया असे. धर्माकडे त्यांनी कधीच वैज्ञानिक वा आध्यात्मिक अंगाने पाहिले नाही

तर वंशिक दुराग्रह घेऊनच त्याकडे पाहिले गेले. त्या धर्मानेही विज्ञानाकडे कधी निर्मळपणे व 'हा एक सत्याचा शोध आहे' या भूमिकेतून पाहिले नाही. त्याने सतत विज्ञानाची गळचेपी करण्याचा प्रयत्न केला. इतकेच नव्हे तर आपल्या धर्माच्या काही संप्रदायांकडे व जगातील इतर धर्मांकडेही पाहण्याचा त्यांचा दृष्टिकोण असाच होता.

मात्र, अशा प्रकारचा हा दुर्दैवी अनुभव फक्त पाश्चिमात्यांनाच येत होता. सरसकट जगातल्या सर्वांचा अनुभव म्हणून याकडे पाहता येणार नाही. याउलट, भारताच्या संपूर्ण इतिहासात असे दिसून येते की त्याने आपल्या धर्मांतर्गत (भिन्न संप्रदायांच्या बाबतीत) आणि इतर धर्मांच्या संदर्भात एक प्रकारचा उदारभाव, संमजसपणा आणि सहिष्णूताच दाखविली. इतकेच नव्हे तर भौतिक विज्ञान आणि अध्यात्म यांच्याही बाबतीत असेच धोरण ठेवले. भारताने कधीही अशा वादांना वाव दिला नाही, की ज्यातून श्रद्धा विरुद्ध तर्कनिष्ठा. धर्म विरुद्ध विज्ञान, धर्म विरुद्ध दुसरा धर्म, मन विरुद्ध भौतिक वस्तू आणि नैसर्गिक विरुद्ध अधिदैविक अशा प्रकारचे संघर्ष निर्माण होतील. या प्रकारच्या संघर्षांनी पाश्चिमात्य देशांना नेहमीच सतावले आहे.

● माणसाने आपला सत्याचा शोध सतत सुरू ठेवून स्वाधीनता आणि संतोष यांच्या दिशेने आपली वाटचाल चालूच ठेवावी. भौतिक विज्ञानाकडून अध्यात्माच्या दिशेनेच ही वाटचाल व्हायला हवी. आधुनिक युगात या विषयीचे ज्वलंत उदाहरण हे स्वामी विवेकानंदांचे आहे. पूर्वाश्रमीचे युवक नरेंद्रनाथ म्हणजे 'अपरा' विद्येने संपन्न झालेले, चिकित्सक अशा बुद्धिवादी लोकांचे प्रतिनिधित्व होते, तर श्री रामकृष्ण म्हणजे 'परा' विद्येचे सर्वोत्कृष्ट उदाहरण होते. ते स्वतः (श्री रामकृष्ण) जरी कोणत्याही अपरा विद्येच्या माध्यमातून गेलेले नव्हते तरी अपरा विद्येचा त्यांनी अनादर केला नाही. उलट, चिकित्सकता, चौकसपणा, तर्कनिष्ठा व बुद्धिवाद या सगळ्यांना त्यांनी प्रोत्साहनच दिले. ज्या वेळी 'अपरा' विद्येचे मूर्तिमंत उदाहरण असलेले नरेंद्रनाथ हे भक्त बनून परा विद्येचे मूर्तिमंत उदाहरण असलेल्या श्री रामकृष्णांकडे आले त्या वेळी काय घडले? दोन्ही विद्यांचा सुंदर संयोग होऊन तेथे आविष्कृत झाले - एक व्यक्तिपरिवर्तन. नरेंद्रनाथांचे झाले स्वामी विवेकानंद! श्री रामकृष्ण आणि विवेकानंद यांच्या उत्कट सख्यत्वामुळे 'परा' आणि 'अपरा' या दोन्ही विद्यांमध्ये

संयोग घडून आला. 'भौतिक विज्ञान' आणि 'अध्यात्म' यांच्यातील सुसंवाद या भारतीय 'दर्शनाने' जगासमोर अधिकार वाणीने उभा ठाकला.

● डॉ. विजय भटकर

डॉ. विजय भटकर हे सुपरिचित असे महासंगणक निर्माते आणि ज्येष्ठ संगणकतज्ज्ञ तसेच प्रयोगशील वैज्ञानिक आहेत. रविवार १० ऑगस्ट २०१४च्या लोकमतच्या 'मंथन' नामक पुरवणीमध्ये डॉ. भटकर यांचा 'प्लँचेटचे भूत आणि संशोधनाची 'प्रेरणा' या नावाचा लेख प्रसिद्ध झाला असून सदर लेखाच्या उत्तरार्धात त्यांनी विज्ञान व अध्यात्म यांच्याबाबत तसेच श्रद्धा व अंधश्रद्धा यांच्याबाबत जे विचार मांडले आहेत ते प्रस्तुत वाचकांच्या माहितीसाठी निवडक विधानांच्या स्वरूपात येथे दिले आहेत.

● कोणताही विषय मला विज्ञानाच्या व अध्यात्माच्या कसोटीवर पारखून घ्यायला आवडेल.

● आजचे विज्ञान हे फक्त दोनच प्रमाणे मानते. एक प्रत्यक्ष व दुसरे अनुमान. त्यामुळे विज्ञान हे अपूर्ण ज्ञान ठरते. वेदान्त दर्शनात दिलेली अन्य प्रमाणे विचारात घ्यायला हवी. आपल्याला ओढ असायला हवीत, ती त्या पूर्ण ज्ञानाची. त्यासाठी त्याच्या कक्षा वाढविण्याचा प्रयत्न केला पाहिजे.

● विज्ञानाला मन काय, जीव काय, भावना काय, चैतन्यशक्ती काय, आत्मा काय हे कळलेले नाही. त्याचा वेध घेण्याचा प्रयत्न होत आहे; पण त्या नेमकेपणाने विशद करून सांगता आलेल्या नाहीत. विज्ञानाच्या कक्षा जशा विस्तारतील व त्यात ज्ञाता, ज्ञेय व दर्शन (ज्ञान) या तिन्हींचा समग्र विचार होईल तेव्हा समग्र ज्ञान प्राप्त होईल.

● यापुढील काळामध्ये जीव, जगत व ईश्वर यांच्या एकात्मिक अभ्यासाची गरज निर्माण झाली आहे. त्यात उपनिषदे आणि वेदांचे विचार महत्त्वपूर्ण ठरणार आहेत. पाश्चात्य वैज्ञानिकांनी त्याचा अभ्यास केलेला आहे. हेच विचार स्वामी विवेकानंदांनीही मांडले होते. त्यामुळे येत्या काळात विज्ञान व अध्यात्म यांच्या संयोग होऊन मानवाला अंतिम सत्याचे दर्शन होऊ शकेल.

● आपण 'श्रद्धा' हा शब्द वापरतो. श्रद्धा म्हणजे 'सत्'चे धारण करणे. विज्ञान व अध्यात्म दोन्ही याच श्रद्धेतून सत्याचा वेध घेण्याचा प्रयत्न करीत

असतात; म्हणून दोन्हींचे अंतिम ध्येय एकच आहे. विज्ञान बहिरंगाचा, तर अध्यात्म अंतरंगाचा शोध घेते. माझाही हाच प्रयत्न आहे. विज्ञान व अध्यात्म यांचा एकात्मिक अभ्यास करून मानवाच्या कल्याणासाठी वेध घेण्याची माझी धडपड सुरू आहे. त्यासाठी त्या दिशेने तसे संशोधन व्हावे व तसे शिक्षण मिळावे ही माझी इच्छा आहे. याच भूमिकेतून भारत जगाला दिशा देऊ शकेल व विश्वगुरुही बनेल असा माझा विश्वास आहे.

● अध्यात्म व विज्ञानाच्या संयोगातून आपण नवी शिक्षणपद्धती विकसित केली तर नालंदा, तक्षशीला या जागतिक विद्यापीठांचे गतवैभव आपण परत आणू शकू.

● अर्धवट ज्ञानातून अनेक विकृती जन्माला येतात. त्यातूनच अंधविश्वास निर्माण होतात व त्यांचा समाजात दुरुपयोग केला जातो. धर्माच्या, अध्यात्माच्या नावाखाली त्याचा वापर होतो. विज्ञान व तंत्रज्ञानाचाही किती सर्रास दुरुपयोग केला जातो. याचे प्रत्यक्ष उदाहरण म्हणजे स्त्रीभ्रूणहत्या, अकारण केल्या जाणाऱ्या शस्त्रक्रिया, अतिरेक्यांच्या हाती असलेले बॉम्ब, हॅकिंग इत्यादी, समाजहितासाठी त्याचे नियमन व नियंत्रण करणे आवश्यक असते. म्हणूनच अंधश्रद्धा निर्मूलन कायदा आवश्यक आहे. त्याच वेळी श्रद्धा आणि अंधश्रद्धा यांच्यातील धूसर सीमारेषा जाणून घेऊन व्यापक सामाजिक हित साधण्यासाठी जाणकार, अनुभवी व विवेकी न्यायाधीशांचा त्यावर अंकुशही लागेल. त्यामुळे प्लँचेट प्रकरणामुळे जो काही गोंधळ उडाला, त्या निमित्ताने अध्यात्म व विज्ञान यांच्या संयोगातून खऱ्या ज्ञानाचा शोध घेण्यासाठी प्रवृत्त व्हावे व त्या दिशेने संशोधन व्हावे.

प्रकरण १५
श्रद्धा, अंधश्रद्धा आणि आध्यात्मिक बुद्धिमत्ता

मानवी जीवनात आणि विशेषतः धार्मिक अथवा आध्यात्मिक क्षेत्रात श्रद्धेचे खूप महत्त्व आहे असे सर्वत्र वारंवार म्हटले जाते; तर विज्ञानामध्ये श्रद्धेला अजिबात स्थान नाही असेही निक्षून सांगितले जाते. त्याचबरोबर अंधश्रद्धा ही अत्यंत वाईट गोष्ट असून अंधश्रद्धा आचरण हा मानवी विवेकबुद्धिचा अपमान असून प्रसंगी तो सामाजिक अपराधही ठरू शकतो हेही सर्वांना ठाऊक असते. त्यामुळे कोणती श्रद्धा चांगली आणि कोणती वाईट हा संभ्रम असू शकतो. तसेच श्रद्धा, अश्रद्धा आणि अंधश्रद्धा यांच्यातील फरक काय? किंवा त्यांच्यातील स्पष्ट सीमारेषा कोणत्या? जीवनात श्रद्धा असावी का नसावी? अंधश्रद्धेपासून स्वतःला दूर कसे ठेवावे? आध्यात्मिक बुद्धिमत्तेची याबाबत काय मदत होऊ शकते? असे अनेक प्रश्न उपस्थित होतात.

श्रद्धा : एक मोठी ऊर्जा

मानवी जीवनात श्रद्धा ही एक मोठी ऊर्जा बनू शकते असे अनेक तत्त्वज्ञ, विचारवंत म्हणतात. ती एक प्रेरणास्रोत (Motivating किंवा Driving Force) बनू शकते. रास्त स्वरूपाची श्रद्धा ही जीवनाला योग्य दिशा देऊ शकते, असेही म्हटले जाते. 'Faith is the force of life' असे टॉलस्टॉय म्हणतात. तर 'Faith is Continuation of reason' असे William Adamsने म्हटले आहे.

श्रद्धा म्हणजे काय?

सोप्या शब्दांत सांगायचे झाले तर श्रद्धा म्हणजे विश्वास ठेवणे होय. मात्र, श्रद्धा या शब्दामध्ये केवळ साधासुधा विश्वास नसून त्या विश्वासाची उत्कटता

अपेक्षित असते. शब्दकल्पद्रुम या ग्रंथामध्ये श्रद्धेची व्याख्या करताना म्हटले आहे- 'शास्त्र आचार्य उपदिष्टे अननुभूते अपि एवम् एव इति विश्वासः इति श्रद्धा.' याचा अर्थ असा, की आपल्याला तसा अनुभव नसला तरी केवळ शास्त्र (पुस्तके) किंवा गुरुजन यांनी तसे सांगितले म्हणून ते तसेच आहे असा विश्वास ठेवणे म्हणजे श्रद्धा होय.

'श्रद्धा' ही शब्द प्रामाण्यातून साकारते

तत्त्वज्ञानामध्ये आपल्याला होणाऱ्या ज्ञानाची प्रामाण्ये सांगितली गेली आहेत. प्रत्यक्ष प्रमाण, अनुमान प्रमाण, शब्दप्रमाण इत्यादी प्रमाणे सांगितली आहेत. उदाहरणार्थ, आपण आपल्या ज्ञानेंद्रियांच्या मुळे जे ज्ञान मिळवितो ते 'प्रत्यक्ष' प्रमाण म्हटले जाते. हे ज्ञान प्रत्यक्ष निरीक्षणावर आधारित असते. पंचज्ञानेंद्रियांचे पाच विषय त्यामध्ये येतात. डोळ्यांचे पाहणे, कानाचे ऐकणे, नाकाचे वास घेणे, जीभेचे चव घेणे आणि त्वचेला स्पर्श होणे या इंद्रियसंवेदनांवरून आपण जी माहिती अथवा ज्ञान मिळवितो ते प्रत्यक्ष ज्ञान म्हटले जाते. यालाच प्रातिनिधीक रूपात 'चक्षुर्वैसत्यम्' ज्ञान म्हटले जाते... असे ज्ञान प्रत्यक्ष प्रमाणावर आधारित असते.

यानंतरचे प्रमाण म्हणजे 'अनुमान प्रमाण' होय. आपण ज्या वेळेला आपली तर्कशक्ती आणि विश्लेषणात्मक बुद्धिमत्ता वापरून तर्काने काही गोष्टी जाणतो त्यांना 'अनुमान ज्ञान' म्हणतात. अनुमान ज्ञान हे अनुमान प्रमाणावर अवलंबून असते; पण काही वेळा मात्र प्रत्यक्ष ज्ञान किंवा अनुमान ज्ञान शक्य नसते तेव्हा आपण ज्या व्यक्तीवर आपला विश्वास आहे किंवा ज्या ग्रंथावर आपला विश्वास आहे त्यांचे शब्द आपण सत्य म्हणून मानतो. यालाच 'शब्द प्रामाण्य' किंवा 'आगम प्रामाण्य' असे म्हणतात. म्हणूनच अनेकदा श्रद्धा ही शब्द प्रामाण्यातून साकारते. या शब्दप्रामाण्यामध्ये जेव्हा विशिष्ट व्यक्तींच्याच शब्दांना महत्त्व दिले जाऊन अवलंबित्व वाढते त्यालाच काहीशा नकारात्मक अर्थाने 'बाबा वाक्यं प्रमाणम्' असे म्हटले जाते.

जीवनातील कितीतरी गोष्टी नुसत्या विश्वासावर चालतात

आपण इतिहास वाचतो, भूगोल शिकतो, भाषा शिकतो. भाषा शिकताना

शब्दांना अर्थ आहे असे मानतो. हे सारे काही विश्वासावर चालते. विज्ञान शिकताना प्रत्येक गोष्टीची प्रत्येक व्यक्ती प्रयोगशाळेत तपासणी करीत नाही. बोलणाऱ्या व्यक्तीच्या प्रत्येक शब्दाचा अर्थ शब्दकोशात बघत नाही आणि तसे केले तरी प्रयोगशाळेच्या तपासणी अहवालावर किंवा शब्दकोशावर विश्वास ठेवावा लागतो. लहानपणी आपण भूगोलाच्या पुस्तकात वाचतो की, भारताच्या उत्तरेस हिमालय पर्वत आहे. आपण जरी प्रत्यक्ष हिमालय पर्वत पाहिलेला नसला तरीदेखील वाचलेल्या माहितीवर आपण विश्वास ठेवतो. आपला त्या पुस्तकावर विश्वास असतो, त्या पुस्तकाच्या लेखकावर विश्वास असतो आणि ते पुस्तक शिकविणाऱ्या शिक्षकावरही विश्वास असतो.

अनेक गोष्टींचा आपल्याला प्रत्यक्ष अनुभव येणे शक्य नसते तरीदेखील शब्दांवर असा विश्वास ठेवल्याखेरीज कोणतीही वैचारिक अथवा भावनिक देवाणघेवाण करणे अशक्य होईल. आपल्या दैनंदिन जीवनातील बहुतेक गोष्टी अशा विश्वासावर किंवा श्रद्धेवरच चालत असतात. अगदी आपल्या स्वतःच्या जन्माच्या अनुभवाची आठवण शक्य नसली तरीही आपली आई, वडील, भावंडे, आपले नाव, आपली भाषा, आपला समाज, धर्म, देश याबाबतची सर्व सांगितलेली माहिती आपण अर्थातच सत्य म्हणून स्वीकारतो आणि खरे म्हणजे ती स्वीकारण्याखेरीज दुसरा पर्यायदेखील नसतो.

बरेचसे ज्ञान आपण पुस्तके वाचून आणि विद्वानांच्या व्याख्यानातून मिळवितो. हे सर्व वाचलेले व ऐकलेले ज्ञान आपण जणू श्रद्धेच्या जोरावर स्वीकारतो. आपल्याला सगळ्या क्षेत्रातील ज्ञान मिळणेच अशक्य आहे; म्हणून त्या त्या क्षेत्रातील सर्वोच्च ज्ञान मिळविलेल्या व्यक्तींच्या शब्दांवर विश्वास ठेवून आपण ते ज्ञान स्वीकारतो. त्या व्यक्तीवर विश्वास ठेवण्याखेरीज आपल्याला व्यवहारात अन्य पर्याय नसतो. याचप्रमाणे आपण आईवडिलांकडून शेकडो शब्द- शिकत राहतो. त्यातून भाषेच्या वापरावर श्रद्धा बसू लागते. तसेच आई-वडील आणि गुरुजन यांच्याकडून येणाऱ्या प्रत्यक्ष अथवा सूचित संस्कारांवर विश्वास बसून त्याचे श्रद्धेत रूपांतर होऊ लागते. आपल्या सर्वांच्या बालवयात अशी श्रद्धास्थाने ठरत जातात आणि यातूनच एक व्यक्ती म्हणून आपण अनेक श्रद्धांचा संचय बनत असतो.

श्रद्धा ज्ञानप्राप्तीसाठी साहाय्यभूत ठरू शकते

जीवनातील दैनंदिन व्यवहारात श्रद्धा एक आवश्यक बाब ठरत जाते, आणि ज्ञानी व्यक्तींच्या शब्दांवर विश्वास ठेवून ते ज्ञान स्वीकारणे क्रमप्राप्त होत जाते. आपल्याकडे ज्ञानही नसले आणि ज्या व्यक्तीला ज्ञान आहे अशा व्यक्तीवर आपली श्रद्धा नसली तर काय होते हे भगवद्गीतेत सांगितलेच आहे. 'अज्ञश्च अश्रद्धानश्च संशयात्मा विनश्यती' म्हणजे ज्ञानही नाही आणि श्रद्धाही नाही, त्या व्यक्तीचा विनाश अटळ आहे म्हणजेच ज्ञानप्राप्तीसाठी श्रद्धा आवश्यक आहे, श्रद्धा ही मोठी सोय आहे, शक्ती आहे. किंबहुना, विचारांची शक्ती ही श्रद्धेतून निर्माण झालेलीच शक्ती असते. 'श्रद्धावान लभते ज्ञानम्' असेही भगवद्गीता म्हणते; याचा अर्थही तोच आहे.

श्रद्धा आवश्यक असली तरी ती विचारपूर्वक स्वीकारलेली हवी.

दुसऱ्यांच्या शब्दांवर असलेली श्रद्धा कधी कधी खूप परावलंबी बनत जाते. तिच्यात स्वयं अध्ययनाचा अभाव असतो. ती श्रद्धा एकांगीपणाचे मूळ धरू लागते. अशा श्रद्धेला कट्टरपणाचे स्वरूप येऊ लागते. त्या श्रद्धेसंबंधीच्या दुसऱ्या संभाव्य बाजू विचारात घेतल्या जात नाहीत. ती श्रद्धा स्वतःच्या विवेकबुद्धिवर तपासून पाहण्याचे श्रम घेतले जात नाहीत. तिला तार्किक कार्यकारणभाव लावण्याची आवश्यकता वाटत नाही. त्याचा स्वतः अनुभव घेण्याच्या प्रयत्नांचीदेखील आवश्यकता वाटत नाही. त्या श्रद्धेसंदर्भात निर्माण होणाऱ्या प्रश्नांची दखल घेणे अनावश्यक वाटते आणि एकंदरीतच वास्तवाकडे डोळेझाक केली जाऊ लागते. आपली श्रद्धा निवडण्याची प्रक्रिया योग्य आहे की अयोग्य आहे हे शोधण्याची तसदी घेतली जात नाही.

जसजसे आपण अधिकाधिक ज्ञान मिळवित जातो तसतसे आपण अधिक प्रगल्भ असे प्रज्ञावान होत जायला हवे. या प्रगल्भ प्रज्ञेच्या जोरावर आपण आपली मते तपासून पाहायला शिकणे आवश्यक आहे. तसेच उपलब्ध विज्ञानाच्या आधारे आपल्या श्रद्धा तावूनसुलाखून पडताळून पाहायला हव्यात. श्रद्धा जरूर असावी पण तिच्यात कसलाही कट्टरपणा नसावा.

कट्टर श्रद्धा अंधश्रद्धेत रूपांतरित होत जाते

जेव्हा श्रद्धा निश्चित करीत असताना सारासार विवेक ठेवला जात नसतो तेव्हा श्रद्धास्थान बरोबर आहे की चुकीचे आहे हे ध्यानात येत नाही. ती श्रद्धा हटवादीपणाकडे किंवा कट्टरतेकडे वाटचाल करू लागते. व्यक्ती आंधळेपणाने त्या चुकीच्या श्रद्धेत वाहत जाते आणि त्यातूनच ती अंधश्रद्ध बनते. अशी अंधश्रद्धा श्रेयाच्या मार्गावर न नेता व्यक्तीला अधोगतीला नेते. श्रद्धास्थानाच्या निवडीची प्रक्रिया केवळ भावनाधिष्ठित असेल तर ती अंध बनते आणि ती निवडीची प्रक्रिया जर विचाराधिष्ठित असेल, विवेकाधिष्ठित असेल तरच ती श्रद्धा डोळस म्हणता येईल.

अंधश्रद्धेचे निर्मूलन किंवा उच्चाटन होणे अत्यंत महत्त्वाचे

अंधश्रद्धा या शब्दामध्ये ज्याप्रमाणे 'अंध' हा शब्द 'श्रद्धा' या शब्दाचे म्हणजेच नामाचे विशेषण दाखवितो त्याचप्रमाणे तो श्रद्धा ठेवण्याच्या प्रक्रियेचेही विशेषण दाखवितो; म्हणजेच अंधश्रद्धा शब्दाचा अर्थ जसे आंधळी श्रद्धा असा होतो तसेच त्या शब्दाचा अर्थ आंधळेपणाने ठेवलेली श्रद्धा असाही होत असतो. याचाच अर्थ असा, की कोणत्या गोष्टींवर श्रद्धा ठेवलेली योग्य व कोणत्या गोष्टींवर ठेवलेली श्रद्धा अयोग्य असे साचेबंद वर्गीकरण करणे शक्य नसते; कारण एखाद्या गोष्टीवर एक व्यक्ती पूर्णतः अंधश्रद्धा ठेवू शकते तर त्याच गोष्टीवर दुसरी एखादी व्यक्ती डोळस श्रद्धा ठेवीत असल्याचा दावा करू शकते. याचे कारण असे की विशिष्ट घटनेवर, माहितीवर किंवा ज्ञानावर एखादी व्यक्ती काहीही विचार न करता, तर्कबुद्धी न वापरता पूर्णतः परावलंबी भूमिकेतून, अगतिकतेतून, असाहाय्यतेतून किंवा अज्ञानातून चटकन विश्वास ठेवून त्या गोष्टीत वाहवत जाते आणि त्या कट्टर विश्वासाचे रूपांतर अंधश्रद्धेत करून बसते. याउलट, दुसरी व्यक्ती त्याच घटनेबाबत किंवा ज्ञानाबाबत पूर्णतः शक्य तेवढा अभ्यास करून, आनुषंगिक जास्तीतजास्त माहिती मिळविण्याचा प्रयत्न करून, सर्वांगीण विचार करून विवेकपूर्वक व जाणीवपूर्वक श्रद्धा ठेवते आणि त्यामुळे ती व्यक्ती अंधश्रद्धेला बळी पडत नाही असे म्हणत येते.

म्हणून अमुकअमुक गोष्टींवरची श्रद्धा म्हणजे अंधश्रद्धा असे म्हणता येत नाही. तसे म्हटले तर प्रत्येक गोष्टीवरची श्रद्धा तिच्या प्रक्रियेवरून डोळस श्रद्धा किंवा अंधश्रद्धा ठरू शकते. जीवनातील प्रत्येक गोष्टीकडे आपण डोळ्याला झापडं लावून अंधश्रद्धेच्या वृत्तीने बघू शकतो, तसेच प्रत्येक गोष्टीकडे चिकित्सक, वैज्ञानिक वृत्तीने बघून त्याचे रूपांतर रास्त श्रद्धेमध्ये करून जेवढे शक्य तेवढे डोळस श्रद्धेत आणू शकतो. उर्वरित बाबींकडे प्रामाणिक संशयाने पाहू शकतो किंवा पुढील अभ्यासासाठी बाजूस ठेवू शकतो. पण कोणत्याही परिस्थितीत विवेकी माणसाने अंधश्रद्धा निर्मितीच्या प्रक्रियेला अजिबात बळी पडू नये. स्वतःची शक्ती पणाला लावून वैयक्तिक स्तरावरील तसेच सामाजिक स्तरावरील अंधश्रद्धांचे उच्चाटन अथवा निर्मूलन करणे म्हणजेच अंधश्रद्धाळू वृत्तीचे निर्मूलन करणे अत्यंत महत्त्वाचे आहे.

आध्यात्मिकदृष्ट्या बुद्धिमान व्यक्ती श्रद्धेबाबत विवेकी असते

आपली श्रद्धा निवडण्याची प्रक्रिया योग्य की अयोग्य हे ठरविण्याचे काम आध्यात्मिक बुद्धिमत्ता करू शकते. ही बुद्धिमत्ता सभोवतालच्या परिसराचे, ज्ञानक्षेत्रांचे, अनुभव क्षेत्रांचे साक्षी भावाने अवलोकन करू शकते. भाषेतील शब्दांचा सारासार अर्थ समजू शकते. वस्तू आणि शब्द यांच्या मूर्त व अमूर्त प्रतीकांचे मर्म समजू शकते. स्वतःला कट्टरपणापासून अलिप्त ठेवू शकते. दुसऱ्यांच्या मताबद्दल सहिष्णूता दाखवू शकते आणि स्वतःच्या मताविषयी दुराग्रही असत नाही. कार्यकारणभावापासून फारकत घेत नाही. वास्तव आणि आदर्श यांची सांगड घालू शकते.

श्रद्धा असणे आवश्यक आहे आणि श्रद्धा स्थानाची निवड करण्याची पद्धत विचाराधिष्ठित असली पाहिजे हे आध्यात्मिक बुद्धिमत्तेला समजते. आध्यात्मिक व्यक्तीच्या श्रद्धा ठेवण्याच्या प्रक्रियेत परिपक्वता दिसून येते. इतरांच्या मताचा स्वीकार करणे शक्य नसले तरी त्यांचा विचार तरी करण्याची प्रगल्भता या व्यक्तीत असते. मानवी प्रयत्नांना मर्यादा असतात. मेंदूच्या समजून घेण्याच्या शक्तीच्या मर्यादा असतात. त्यामुळे श्रद्धा निवडताना मिळालेली माहिती अपुरी अथवा चुकीची असू शकते याची जाणीव आध्यात्मिक बुद्धिमत्ता ठेवू शकते. आध्यात्मिकदृष्ट्या बुद्धिमान व्यक्ती पूर्णतः विवेकबुद्धिने श्रद्धा

ठेवील आणि तिची जोपासना करील.

श्रद्धा, अंधश्रद्धा आणि आध्यात्मिक बुद्धिमत्ता याविषयी सारांशरूपात महत्त्वाचे मुद्दे

- वैज्ञानिक दृष्टिकोण, चिकित्सक विचार आणि स्वतःचा प्रामाणिक अनुभव यावर आधारलेली श्रद्धा उत्तम समजावी.
- कोणतीही श्रद्धा कोणावरही, कधीही बळजबरीने लादली जाऊ नये.
- कोणत्याही श्रद्धेचे चिकित्सक विश्लेषण करण्यात काहीही गैर नाही.
- उपलब्ध विज्ञानाच्या मदतीने पूर्वी बाळगलेली श्रद्धा चुकीची आढळून आल्यास तिचा त्वरित त्याग करावा.
- आदरयुक्त श्रद्धा, अढळ श्रद्धा, निस्सीम व अविचल श्रद्धा या सर्व संकल्पना जरी खऱ्या, अर्थपूर्ण आणि महत्त्वाच्या असल्या तरी त्यामध्ये विवेक शाबूत हवाच. आंधळेपणाने घसरणे नको.
- दुसऱ्याला लुबाडण्यासाठी, तसेच आर्थिक अथवा लैंगिक शोषणासाठी वापरली जाणारी अंधश्रद्धा सर्वांत घातक असून तो सामाजिकदृष्ट्या गंभीर गुन्हा आहे. अशा बाबतीत अर्थातच कायदेशीर कारवाई व शिक्षा आवश्यक आहे.
- अनेकदा अंधश्रद्धेचा घातक वापर हिंसेच्या समर्थनार्थ केला जातो.
- विवेकपूर्ण रास्त श्रद्धा दुसऱ्याला इजा पोहोचवीत नाही.
- खरा आध्यात्मिक गुरू बळेबळे श्रद्धेची अपेक्षा ठेवीत नाही. विवेकपूर्ण विश्लेषणाची संधी देतो. स्वयंशोधाला वाव देतो.
- श्रद्धेबाबत धमकी देणारा, श्रद्धेची जबरदस्ती करणारा किंवा श्रद्धेची अट घालणारा गुरू भोंदू समजावा.
- 'अंधश्रद्ध वैज्ञानिक' अशा वर्णनात बसणारी व्यक्ती असू शकते, तसेच 'चिकित्सक अध्यात्मवादी' अशीही व्यक्ती असू शकते.
- अंधश्रद्धा निर्मूलन हे अत्यंत मानवतावादी कार्य असून ते खऱ्या आध्यात्मिक बुद्धिमत्तेच्या विकासाच्या आड येत नाही.

- वरकरणी श्रद्धाहीन माणूस खराखुरा नैतिक असू शकतो.
- श्रद्धेचा बुरखा पांघरलेली व्यक्ती अंधश्रद्धेने विकृत झालेली असू शकते. अशी व्यक्ती निर्लज्जपणे व निर्दयपणे क्रूर व अघोरी कृत्यात सहभागी होत असते.
- सर्व चमत्कारांमागे वैज्ञानिक दृष्टीने पाहणे आवश्यक आहे.
- अतिंद्रिय शक्ती, मृत्यूपश्चात जीवन किंवा अशा तत्सम बाबी आहेतच हे मानणे जशी अंधश्रद्धा आहे तसेच त्या अजिबात नाहीतच हे प्रमाणाविना मानणे किंवा त्यावरील अभ्यासास व संशोधनास नकार देणे ही अंधपणाच होय.
- विज्ञाननिष्ठ बुद्धिप्रामाण्यवाद आणि आध्यात्मिक विचार वृत्ती एकत्र नांदू शकतात.
- पूर्वी अंधश्रद्धा म्हणून हिणवली गेलेली बाब वैज्ञानिक परिशीलनातून सिद्ध झाल्यास योग्य ज्ञानाच्या व श्रद्धेच्या पातळीला पोहोचू शकते.

● अंधश्रद्धेबाबत काही माननीयांचे विचार

● **प्रा. र. धों. कर्वे** – धार्मिक माणसाच्या मनात श्रद्धेची भावना प्रबळ असते. कशावर तरी आत्यंतिक श्रद्धा ठेवावी अशी त्यांची तीव्र इच्छा असते. त्या श्रद्धेमुळे त्यांना विविध प्रकारचे भ्रम होतात.

● **राजर्षी शाहू** – भट सांगेल त्याप्रमाणे वागल्यास आपले कल्याण होते अशी जनसामान्यांची समजूत झाली आणि धर्माच्या बाबतीत ते केवळ नंदीबैलाच्या स्थितीस आले; म्हणून भट सांगले तो धर्म न मानता स्वतः विचार करून लोकांनी खऱ्या धर्माची कास धरली पाहिजे.

● **गोपाळ गणेश आगरकर** – जुन्या आचारांवर जी टीका करायची ती त्या आचारांचे अनुकरण करणाऱ्यास राग यावा म्हणून नव्हे तर, त्यात जी असंबद्धता, तर्क विसंगतता असेल ती त्यांच्या नजरेस आणून द्यावी. ती त्यांनी दूर करण्याचा प्रयत्न करावा आणि चांगल्या निर्दोष आचारांचा त्यांनी स्वीकार करावा यासाठी करायची. केवळ त्या सनातनी प्रेमींना चिडविण्यासाठी नव्हे.

• **डॉ. नरेंद्र दाभोळकर–** अंधश्रद्धांची खरी भयानकता ही अंधश्रद्धेमुळे जी मानसिक गुलामगिरी निर्माण होते, त्यामध्ये आहे. या गुलामगिरीत मन गहाण पडते आणि शोषणाच्या हत्याराला मुक्तीचे महाद्वार मानण्याचे विपरीत वर्तन घडते. हा विरोधाभास महिला वर्गाबाबत सर्वांत अधिक प्रमाणात पहायला मिळतो.

• **पु. ल. देशपांडे–** धर्म धर्म करणाऱ्या धार्मिक लोकांइतके सत्याचे आणि वास्तवाचे दुसरे कोणी शत्रू नसतील. धर्मरूढींच्या नावाने ते बायकोला नवऱ्याच्या चितेवर जिवंत जाळतील, नरबळी देऊन ते आपल्या देवालयांचे आणि राजमहालांचे पाये बळकट करतील. धर्माच्या नावाखाली ते काही माणसांना अस्पृश्य मानतील. त्यांना पिढ्यान्‌पिढ्या अज्ञानात ठेवतील. काय वाटेल ते करतील.

• **शशिकला शेख–सय्यद–** सर्व जाती, धर्म गंगेत बुडवून, सरकारी अर्जातले जाती, धर्माचे रकाने बंद करून, कर्मकांडे करणाऱ्यांना, धर्माचे अवडंबर माजविणाऱ्यांना दूर सारून, समाजात धर्मद्वेष, जातिद्वेष पसरविणाऱ्यांना तुरुंगात डांबून, आपणा सर्वांना मानवता हा माणुसकीचा एकच धर्म स्वीकारता येणार नाही काय?

• **डॉ. जयंत नारळीकर** – आधुनिक समजल्या जाणाऱ्या आजच्या एकविसाव्या शतकातील समाजात अंधश्रद्धा वाढत आहेत ही चिंतेची बाब आहे. प्रसार माध्यम हे समाज प्रबोधनाचे साधन मानले जाते, ती सर्व प्रसारमाध्यमे या अंधश्रद्धांना खतपाणी घालत असतात.

• ओशो (रजनीश) –

वैज्ञानिक पैदा करनेका मतलब है, अन्ध विश्वासोंसे मुक्ति
वैज्ञानिक पैदा करनेका मतलब है, अन्धी श्रद्धासे मुक्ति
वैज्ञानिक पैदा करनेका मतलब है, विश्वास नहीं, विचार ।
वैज्ञानिक पैदा करनेका मतलब है, आस्था नहीं, सन्देह।

तो हम वैज्ञानिक पैदा कर सकेंगे, अन्यथा नहीं पैदा कर सकेंगे । अगर हमे एक वैज्ञानिक समाज की दिशामें सोचना हो तो हमे वैज्ञानिक चित्त कैसे निर्मित होता है इस दिशाकी बात समझ लेनी जरूरी हैं। जीवन चलता है कार्य कारणसे । अन्ध विश्वासोंसे नहीं। जिंदगी चलती है एक वैज्ञानिक व्यवस्था से, हमारी कल्पनाओं और श्रद्धाओंसे नहीं।

● **श्री संत ज्ञानेश्वर महाराज–** अज्ञानी भक्त प्रतिदिनी नव्या नव्या देवांची स्थापना करतो. पाषाणाच्या मूर्तीवर त्याची नितांत श्रद्धा असते, मात्र तो जिवंत माणसांना व प्राण्यांना निर्दयपणे वागवतो. ईश्वराची मूर्ती आणून एका कोपऱ्यात बसवतो आणि आपण निरनिराळ्या देवांच्या दर्शनासाठी तीर्थयात्रेला जातो. कधी कुलदेवतेला भजतो. एकादशीला विष्णूला (विठ्ठलाला) मान तर नागपंचमीच्या दिवशी सापाला. चतुर्थी उगवली की निस्सीम गणेशभक्त होतो. नवरात्रात 'आदि दुर्गे, मी तुझाच गे माते.' रविवारी भैरोबाला नैवेद्य. सोमवार उजाडला की बेलाची पाने ओरबाडून शिवलिंगाकडे धावलाच. याप्रमाणे धावाधाव करून तो सगळ्या देवदेवतांची उपासना करीत असतो. असा देवभक्त म्हणजे अज्ञानाचा पुतळाच होय. – ज्ञानेश्वरी (अध्याय १३ ओव्या ८११ ते ८२२)

● संत श्री एकनाथ महाराज–

शिळा तांब्याचे बाहुले केले। पाट मांडूनी वरी बैसविले।
वस्त्रालंकारी गुंडाळिले । मना आले ते नाम ठेविले।
शुद्ध पाण्याने प्रक्षाळिले। गंध फुलांनी झाकोळिले।
धूप दाऊनी दीप उजळिले। पुढे अन्न ठेवूनी चाळविले।
घेरे घेऊनी भोवांडिले । आडवे पडोनी दंडवत केले।
आपपर नाही देखिले। एका जनार्दनी वोळखिले।

प्रकरण १६
आध्यात्मिकदृष्ट्या निर्बुद्ध जगात आध्यात्मिकदृष्ट्या बुद्धिमान होऊन जगणे

डॅना झोहर यांनी आपल्या (Spiritual Intelligence the Ultimate Intelligence) या पुस्तकाच्या शेवटच्या प्रकरणात आध्यात्मिकदृष्ट्या निर्बुद्ध जगात आपण आध्यात्मिक दृष्ट्या बुद्धिमान होऊन कसे जगावे याचे उदाहरणांसकट मार्मिक विवेचन केले आहे. या विवेचनात त्यांनी प्रथम एका आकर्षक गोष्टीरूप संवादातून सुरुवात केली असून त्यामध्ये एक श्रीमंत अमेरिकन उद्योगपती आणि एक गरीब मेक्सिकन कोळी यांचेतील संवाद दिला आहे. उद्योगपती गरीब कोळ्याला विचारतो, ''इतके थोडे मासे पकडून आणि कमी पैसे मिळवून तू उरलेल्या वेळात काय करतोस?'' त्यावर कोळी उत्तरतो, ''मी माझ्या कुटुंबात आनंदाने वेळ घालवितो, बायकोबरोबर मनसोक्त गप्पा मारतो, मुलांबरोबर खेळतो, गावामध्ये फेरफटका मारतो, मित्रांबरोबर गाणे म्हणतो, नृत्य करतो. मी अत्यंत आनंदी व समाधानी जीवन जगतो.'' यावर उद्योगपती म्हणतो, ''तू कर्ज घेऊन मोठी बोट विकत घेतली पाहिजे. दिवसभर भरपूर मासे पकडले पाहिजेत. आणखी खूप पैसे मिळविले पाहिजेत. त्यातून आणखी बोटी खरेदी करून मासेमारीचा मोठा उद्योग उभारला पाहिजे. खूप श्रीमंत उद्योगपती झाला पाहिजेस.'' त्यावर कोळी विचारतो, 'पण पुढे काय?' त्यावर उद्योगपतीचे म्हणणे असे की, ''मग तू निवृत्त झाल्यावर लक्षाधीश असशील. कसली चिंता उरणार नाही. तू आपल्या कुटुंबासोबत मजेत आनंदी व समाधानी जीवन जगशील.' यावर कोळी हसून उत्तरतो की, ''तेच तर मी आत्ता करतो आहे. अत्यंत आनंदी आणि समाधानी जीवन आत्ताच जगतो आहे.''

या गोष्टीतील अमेरिकन उद्योगपती हा आध्यात्मिकदृष्ट्यशा निर्बुद्ध असून गरीब मेक्सिकन कोळी हा मात्र आध्यात्मिकदृष्ट्यशा बुद्धिमान असल्याचे

झोहर यांनी म्हटले आहे. त्या कोळ्याला जीवनाचा खोल व यथार्थ हेतू कळला होता. त्याच्या मूळ प्रेरणा समजून घेतल्या होत्या. त्याने स्वतःची जीवनशैली निश्चित केली होती. तो शांततापूर्ण आणि समाधानी जीवन जगत होता. स्थिर वृत्तीने जगत होता. त्याउलट, अमेरिकन उद्योगपती हा आध्यात्मिकदृष्ट्या निर्बुद्ध संस्कृतीचे बाहुले होता. तो वाढत्या महत्त्वाकांक्षेतच वाहत चालला होता. तो अस्वस्थ, धकाधकीचे आणि अशांत जीवन जगत होता.

आपल्या प्रेरणा किंवा जीवनाचे हेतू हे आपल्याला आंतरिक व मानसिक शक्ती पुरवित असतात. आपल्या व्यावहारिक प्रेरणा ज्याप्रमाणे आपल्याला कार्यरत ठेवतात आणि प्रेरणापूर्तीचे समाधान देतात. त्याचप्रमाणे आपल्या आध्यात्मिक प्रेरणा ज्या खूप आंतरिक असतात. मूलभूत असतात, खोलवर असतात, आपल्या व्यक्तिमत्त्वाच्या केंद्रीय गाभ्याशी संबंधित असतात. ही आध्यात्मिक प्रेरणा जीवनाचा अर्थ लावायला भाग पाडते, संपूर्ण अस्तित्वातील एकात्मतेचा शोध घ्यायला प्रवृत्त करते, जीवनातील परिवर्तनासाठी प्रेरित करते.

आध्यात्मिकदृष्टा निर्बुद्ध संस्कृतीत मात्र प्रेरणांचा, संघर्ष आढळून येतो, सामाजिक आणि आर्थिक दडपणे आढळून येतात. खऱ्या गरजा आणि अवास्तव हाव यातला फरक समजत नाही. अशा निर्बुद्ध संस्कृतीत अधिकाधिक यशाकडे, अधिकाधिक धनाकडे, सत्तेकडे, स्पर्धेकडे धावत रहायला शिकवले जाते आणि एवढे करूनही जीवनात सतत पोकळी जाणवत राहते. उद्विग्नता व उदासी घेरून टाकते. आध्यात्मिक निर्बुद्धतेकडून येणारी ही विकृती केवळ संपत्ती मिळविण्यापुरती मर्यादित रहात नाही, तर ती आपली व्यवसाय निवड,आपले नातेसंबंध, आपले फुरसदीच्या वेळातील उपक्रम सगळ्यात व्यापून जाते. हीच विकृती व्यसनाधीनतेकडे घेऊन जाते.

आध्यात्मिक दृष्ट्या निर्बुद्ध समाजात जगत असताना आपली 'स्व'-जाणीव (Self Awareness) विकसित करणे अत्यंत महत्त्वाचे आहे. उत्तम दर्जाची 'स्व'-जाणीव ही उच्च आध्यात्मिक बुद्धिमत्तेची महत्त्वाची ओळख आहे.

'स्व'-जाणीव विकसित करणे

आपल्या आधुनिक काळातील आध्यात्मिकदृष्ट्या निर्बुद्ध समाजात

'स्व'-जाणीव विकसनाला अत्यंत कमी महत्त्व दिले जाते. आपल्याला अगदी लहानपणापासून कुटुंबात तसेच शाळेतदेखील केवळ बाह्य जगाकडेच व व्यावहारिक, भौतिक घटनांकडेच पहायला शिकविले जाते आणि कोणत्या तरी ध्येयामागे धावायला शिकविले जाते. आपल्या स्वतःकडे पाहणे, अंतरंगात डोकावणे, चिंतन करणे, आपल्या प्रेरणा शोधणे, खोलवर विचार करणे या गोष्टींचा पुसटसा अनुभवदेखील आपण देत नाही. रास्त व डोळस अशा श्रद्धेचे महत्त्व बिंबवत नाही. मूल्यांबाबतची आस्था निर्माण करीत नाही. आपल्याला सतत काहीतरी खटपट करीत बसण्याचे वेड लागले आहे. चुकून रिकामा वेळ मिळाला तर आपण अस्वस्थ होतो. आपल्याला सतत टी.व्ही. पहायचा असतो. मोबाईलवर बोलायचे असते. चुकून शांतता लाभली तर भरपूर गोंगाट करून शांतताभंग करायचा असतो.

आध्यात्मिक बुद्धिमत्तेच्या योग्य विकासासाठी सर्वप्रथम 'स्व'-जाणिवेचा विकास घडवून आणणे महत्त्वाचे आहे. त्यातील पहिला टप्पा म्हणजे, मला स्वतःबद्दल किती कमी माहीत आहे या अज्ञानाचा स्वीकार करणे होय. त्यानंतर आपण आपल्या दैनंदिन व्यवहारात असे उपक्रम केले पाहिजेत ज्यामुळे आपला स्वतःचा स्वतःशीच संपर्क वाढू शकेल.

अशा प्रकारचे काही उपयुक्त उपक्रम डॅना झोहर यांनी खालीलप्रमाणे सुचविले आहेत-

- ध्यान करणे (जे शिकण्यासाठी अनेक स्रोत व सुविधा उपलब्ध आहेत.)
- आवडत्या पुस्तकाचे वाचन, काव्याचे वाचन.
- मोकळ्या जागी फिरावयास जाणे, एकांत मिळविणे.
- शांतपणे आवडते संगीत ऐकणे.
- दिवसभरात घडलेल्या प्रसंगांची मनातल्या मनात सावकाश उजळणी करणे. त्यातील तपशील व साहचर्य बारकाईने पाहणे.
- दिवसभरातील घटनांची तपशीलवार दैनंदिनी लिहिणे. त्याच घटनांवरील स्वतःच्या प्रतिक्रिया लिहीणे.
- आपली स्वप्ने लिहून काढणे आणि त्यावर चिंतन करणे.

'स्व'-जाणीव विकासाचा मध्यवर्ती गाभा म्हणजे आधी स्वतःची

शक्तिस्थाने आणि त्रुटी ओळखणे होय. आपल्यासाठी असणारी आव्हाने ओळखणे होय. आपल्यातील परिवर्तनाच्या शक्यता पडताळणे होय. आपल्यामध्ये खोलवर दडलेला खरा 'स्व'शोधणे होय. हा 'स्व'संपूर्ण विश्वाशी कशा रीतीने जोडला गेलेला आहे हे अनुभवणे होय. या सर्व प्रक्रियेतून जीवनाचा मूलभूत अर्थ, ध्येयस्वप्ने आणि मूल्ये यांचा उगम होतो हे जाणणे होय. हे सर्व घडून येणे म्हणजे उत्तम दर्जाच्या आध्यात्मिक बुद्धिमत्तेकडे वाटचाल करणे होय.

आपली सध्याची आध्यात्मिकदृष्ट्या निर्बुद्ध संस्कृती आपल्याला अशी खोलवरची अंतर्दृष्टी विकसित करण्याची संधीच देत नाही. चंगळवादाच्या भोवऱ्यात आणि जाहिरातींच्या माऱ्यात, हिंसकता आणि कामुकता यांच्या जंजाळात आपण तुटपुंजी आणि तोकडी सुखे शोधत बसतो. आपल्यापैकी फारच थोड्या व्यक्तींना या धकाधकीत व क्षणभंगूर मोहजालातदेखील आपली स्वतःची जिवंत अशी आध्यात्मिक प्रतिभा जोपासता येते. जीवनाचा खोल व व्यापक अर्थ शोधता येतो आणि आध्यात्मिकदृष्ट्या सफल जीवन जगता येते.

काहीही झाले तरी आपल्या अंतरीचा हा खोलवरचा 'स्व' अस्तित्वात असतोच, मग तो आपल्याला माहीत होवो अथवा न होवो, त्याचे भरणपोषण होवो अथवा तो उपाशी राहो, आपण अंतिमतः जे काही असतो ते त्या 'स्व' मुळेच असतो. आपले संपूर्ण असणे हे त्या 'स्व' च्या असण्याचा परिणाम आहे. या 'स्व' ला पूर्णतः ओळखणे, जाणणे हीच जीवनाची आध्यात्मिक साधना होय. तसे या 'स्व'ची अल्पशी झलक आपल्याला दैनंदिन जीवनात अगदी अनपेक्षितपणे काही प्रसंगात दिसून येते. उदा. प्रेमाच्या उत्कट प्रसंगी, आनंदाच्या अथवा आश्चर्याच्या प्रसंगी, खूप खोलवर दुःखाच्या प्रसंगी, अत्यंत भीतीच्या प्रसंगी तर कधी उत्कट अशा कलात्मक अनुभवामध्ये आपल्याला आपल्या मानवी 'स्व' चे ओझरते दर्शन घडून येते.

अडचणींवर मात करण्याची आणि त्यांच्या पलीकडे जाण्याची क्षमता विकसित करणे

आध्यात्मिकदृष्ट्या निर्बुद्ध संस्कृती आपल्याला परिस्थितीचा 'बळीचा बकरा' बनविते. लहानपणापासून आपल्या प्रेरणा आणि व्यक्तिमत्त्व यांना अभिसंधानाचे आणि तणावाचे शिकार बनविते. आध्यात्मिक बुद्धिमत्तेच्या

विकासामध्ये व्यक्ती जीवनाची जबाबदारी स्वतःवर घ्यायला शिकते. ज्या वातावरणात आणि परिस्थितीमध्ये आपण असतो त्या परिस्थितीला उत्स्फूर्त आणि प्रामाणिक प्रतिसाद देणे आवश्यक असते. या परिस्थितीतील स्वतःच्या भूमिकेची जबाबदारी प्रगल्भतेने घेणे आवश्यक असते. आपण कितीही दुःखद किंवा विसंगत परिस्थितीमध्ये असलो तरीही त्या परिस्थितीशी योग्य प्रतिक्रिया देऊन आपण तिच्यावर अपेक्षित प्रभाव टाकू शकतो. आपल्या बाबतीत घडत असणाऱ्या घटनांबाबत आपणच योग्य दृष्टिकोण ठरवू शकतो, त्याचा योग्य अर्थ लावू शकतो. आपल्याला असलेल्या आजाराचा आपणच सामना करायचा असतो. त्या आजाराला विशेषतः असाध्य आजाराला कसा प्रतिसाद द्यायचा हे आपणच ठरवायचे असते. इतकेच काय आपले मरणही आपण स्वतःच मरायचे असते !

आपल्या दुःखापलीकडे जाण्याचे आणि त्यावर मात करण्याचे सर्वांत महत्त्वाचे स्वातंत्र्य आपल्या प्रत्येकाला लाभले आहे असे विचारवंत व्हिक्टर फ्रँक यांनी आपल्या 'Man's search for Meaning' या पुस्तकात म्हटले आहे. आपली सर्व दुःखे, संकटे आणि अडचणी ही आव्हाने अथवा संधी म्हणून पाहिली जाऊ शकतात. आपला मृत्यूही आपण जसे अगदी दुःखात स्वीकारू शकतो तसेच तो शांततेही स्वीकारू शकतो. आपण आपले नातेवाईक आणि सहकारी यांना ते आहेत तसे स्वीकारू शकतो. आपल्या दुर्धर समस्यांवर मात करणाऱ्या असामान्य व्यक्तींची भरपूर उदाहरणे आपल्या अवतीभवती असतात. त्यामध्ये पायाने कादंबरी लिहिणारे अपंग आहेत, कॅन्सरवरील संशोधनासाठी मॅरेथॉन स्पर्धेत धावणारे स्वतः कॅन्सरचे रुग्ण आहेत, आपल्या लहानग्या दिवंगत मुलांच्या स्मरणार्थ भरघोस देणग्या देणारे आई-वडील आहेत, उच्च शिक्षणात उत्तम रीतीने यश मिळविणारे अंध आहेत.

कोणासही इजा न करणे

आपली आधुनिक संस्कृती आपल्याला इतरांपासून अलग करते, प्राण्यांपासून तसेच निसर्गापासूनही अलग करते. आध्यात्मिक बुद्धिमत्ता मात्र आपल्याला आपल्या मूलभूत 'स्व'बद्दल जागरूक करून आपला संपूर्ण अस्तित्वाशी असलेला संबंध लक्षात आणून देते. आपण प्रत्येक जण जणू

काही एक शक्तिपुंज असतो आणि सर्व अस्तित्वाच्या या महान शक्तिसंचयाचा एक भाग असतो. सागरातील लाटांप्रमाणे आपले अस्तित्व असते. संपूर्ण विश्व हे जणू एक प्रकारे चैतन्याचा सागर असून आपण सारे त्यावरील लाटा असतो. लाट ही सागरापासून वेगळी असू शकत नाही तसेच प्रत्येक लाट ही अन्य लाटांपासून वेगळी असत नाही. सर्वांची अस्तित्वे बाहेरून जरी वेगवेगळी वाटत असली तरी आतून सर्वांचे केंद्र एकच आहे. उत्तम आध्यात्मिक बुद्धिच्या व्यक्तीला हे माहीत असते की जेव्हा ती व्यक्ती इतरांना इजा पोहोचविते तेव्हा ती वस्तुत: स्वत:लाच इजा करीत असते. जेव्हा आपण सभोवतालचे वातावरण कचऱ्याने किंवा रागाने प्रदूषित करतो तेव्हा आपण आपलीच फुप्फुसे आणि मन प्रदूषित करीत असतो. जेव्हा मी दुसऱ्याला विनाकारण त्रास देतो तेव्हा तो त्रास मूलत: माझ्याकडेच निर्देशित होत असतो. मी जेव्हा स्वत:ला इतरांपासून अलिप्त करतो तेव्हा वस्तुत: मी स्वत:ला या विशाल शक्तिसागरापासून अलिप्त करीत असतो. या सर्वांशी तादात्म्य पावण्याची कला आध्यात्मिक बुद्धिमत्ता शिकविते. या सर्वांची काळजी घ्यायला शिकविते आणि इतरांना निष्कारण इजा करण्यापासून आपल्याला रोखते.

धर्माबाबत आध्यात्मिक दृष्ट्या बुद्धिमान असणे

उच्च दर्जाच्या आध्यात्मिक बुद्धिमत्तेचा रूढार्थाने धार्मिक असण्याशी प्रत्यक्ष संबंध असेलच असे नाही. बाह्य अवडंबरात खूप धार्मिक वाटणारी व्यक्ती आध्यात्मिकदृष्ट्या निर्बुद्ध असू शकते तर अगदी नास्तिक असणारी व्यक्ती आध्यात्मिकदृष्ट्या बुद्धिमान असू शकते. अर्थात, आध्यात्मिक बुद्धिमत्तेचा विकास करण्यासाठी अधार्मिक होण्याचीही गरज नाही. आपल्या सर्वांनाच नेहमीचे जीवन जगत असताना कोणत्या ना कोणत्या धर्माची एक मार्गदर्शक चौकट आवश्यक वाटत असते. महान धर्मगुरू व संतांचा उपदेश आवश्यक वाटतो. तसेच काहीतरी आचारसंहिता किंवा नीतिनियम आवश्यक वाटतात. आपल्या सर्वांना कोणती तरी खोलवर श्रद्धा हवी असते. सर्व धर्म या गरजा निश्चितच पुरवितात. येथे धर्माधर्मात भेद करण्याचे कारणच नाही, कारण कोणताही धर्म आध्यात्मिक दृष्टीने श्रेष्ठ अथवा कनिष्ठ असत नाही; पण महत्त्वाची व खरी मनोरंजक गोष्ट अशी की जणू काही प्रत्येक धर्माची एक

आध्यात्मिकदृष्ट्या निर्बुद्ध अशी आवृत्ती असते आणि त्याचबरोबर त्या धर्माची एक आध्यात्मिकदृष्ट्या उच्च बुद्धिमान अशी आवृत्तीही असते; म्हणजेच जगातील प्रत्येक धर्माला आध्यात्मिकदृष्ट्या बुद्धिमान आणि निर्बुद्ध असे दोन्ही पैलू असतात. त्यामुळे व्यक्तीचा धर्माकडे पाहण्याचा दृष्टिकोण हा अत्यंत महत्त्वाचा असतो.

प्रत्येक धर्माचा मूलभूत आध्यात्मिक गाभा हा 'स्व'-जागरण, सत्यशोधन आणि समग्र अस्तित्वाशी एकात्मता या बाबींशी जोडलेला असल्यामुळे त्या धर्मातील बाह्य आचार, विधी, कर्मकांडे, श्रद्धा, समजुती इत्यादी आवरण पार करून व्यक्तीने या मूळ गाभ्यापर्यंत पोहोचणे आणि तो समजून घेणे अत्यंत आवश्यक असते. आध्यात्मिकदृष्ट्या बुद्धिमान व्यक्ती प्रत्येक धर्मातील हा केंद्रीय गाभा ओळखायला सक्षम होते. त्यामुळे धर्मा-धर्मांची बाह्य रूपे कितीही विभिन्न आणि विरोधाभासी असली तरीही त्यांच्यातील खोलवर असलेला समान केंद्रीभूत गाभा समजून घेण्याची एक प्रगल्भ जाण त्याच्यामध्ये विकसित होते. त्यातून आपोआपच सर्व धर्मांचे सार लक्षात घेऊन त्यांचा आदर करणे व समभाव राखणे हे सहज शक्य होते.

मृत्यूबाबत आध्यात्मिकदृष्ट्या बुद्धिमान असणे

मृत्यूबाबत आध्यात्मिकदृष्ट्या निर्बुद्ध असणे हे आधुनिक संस्कृतीचे एक महत्त्वाचे लक्षण बनले आहे. मृत्यूबाबत आपण गोंधळलेले असतो, घाबरलेले असतो आणि त्यामुळे त्याला नाकारत असतो. मृत्यू हा आपल्यासाठी एक अज्ञात रहस्य बनून राहिला असल्यामुळे तो आपल्याला एका अनामिक भीतीने घेरून टाकतो.

मृत्यूबाबत योग्य दृष्टिकोणच नसल्यामुळे आणि मृत्यूबाबतची व्यापक संकल्पनाच माहीत नसल्यामुळे मृत्यूविषयी भीती वाटणे आणि नकारात्मक भावना निर्माण होणे हे साहजिकच आहे. मुळातच मृत्यूबाबतचे हे अज्ञान वस्तुतः जीवनाच्याच अज्ञानातून उगम पावते असे तत्त्वज्ञ म्हणतात. जीवनाचेच मूल्य आणि अर्थ न समजल्याने मृत्यूविषयी अज्ञान जन्म घेते अशी वस्तुस्थिती आहे.

आपण सर्व जण सातत्यपूर्ण आणि प्रदीर्घ अशा निर्मिती आणि विनाश

या प्रक्रियेच्या निरंतर इतिहासाचा एक भाग असतो. जणू काही या शक्तिपुंज पोकळीतून (Quantum Vaccum) जड पदार्थ आणि जाणीव या निर्माण होत राहतात, स्थल-कालाच्या मर्यादेच्या अधीन राहून काही काळ अस्तित्व दाखवितात आणि पुन्हा त्या शक्तिपुंज पोकळीत लुप्त होतात व पुढे अन्य रूपात व्यक्त होत राहतात. आपले शरीर व मनरूपी अस्तित्व हे अर्थातच एक शक्तिरूप आहे, एका विशिष्ट शरीराच्या आणि मनाच्या रूपात व्यक्त होणारे. हे व्यक्त रूप नष्ट झाले तरी पदार्थ व शक्तीच्या अविनाशी तत्त्वानुसार (Conservation of matter and energy) ते कायमचे नष्ट होत नसते; तर ते अन्य रूपात व्यक्त होऊ पाहते. आपण सारे जणू काही वेगवेगळ्या वेळी आणि स्थळी विविध रूपात व्यक्त होत जाणारे शक्तिपुंज होत. त्यामुळे मृत्यू हे नैसर्गिकरीत्या अव्यक्त रूपात जाण्याची स्वाभाविक प्रक्रिया बनते.

खरे तर मृत्यू हा सदैव आपल्या सोबतच असतो. तो आपल्या संपूर्ण जीवनप्रक्रियेचा साथी असतो. आपल्या सध्याच्या अवस्थेपेक्षा पुढल्या अवस्थेचे प्रतीक असतो. तो कशाच्या तरी 'नंतर' अथवा कशाच्या तरी 'शेवट' असे नसून तो आपल्या अस्तित्वाच्या अखंड प्रक्रियेचा एक अविभाज्य भाग असतो. Quantum Field Theory च्या परिभाषेत बोलायचे तर असे म्हणता येते, की जिवंत असताना आपण जणू 'गतिजन्य सक्रिय शक्ती' (State of Excited Energy) या अवस्थेत असतो आणि मृत्यूनंतर आपण 'खोलवर अशा स्थिर शक्ती (State of Deeper Still Energy) या स्वरूपात जातो. हीच स्थिर शक्ती आपल्याला पुन्हा सक्रिय स्वरूपात अन्य रूपात व्यक्त करता येते. शक्तीच्या वैज्ञानिक अशा अविनाशी तत्त्वानुसार आपल्या सध्याच्या अस्तित्वात वसत असलेली शक्ती कधीही नष्ट होणार नसते. आपले खोलवरचे असणे हे त्या समग्र अस्तिवाचा अंश असल्याने आपले सध्याच्या जगण्याचे अस्तित्व हे जणू विशाल अस्तित्वाची फक्त लाट असते आणि त्यामुळे त्या अस्तित्वाला सुरुवात व शेवट किंवा आदि आणि अंत असत नाही म्हणजेच आपले असणे ही खऱ्या अर्थाने अनादी आणि अनंत असते.

जीवन आणि मृत्यू म्हणजे मूळ शक्ती स्रोतातून व्यक्त होणारी आणि काही कालावधीने पुन्हा त्यात विलीन होणारी शक्तीची विविध रूपे आणि त्यांचे चक्राकार आवागमन होय. विश्वाच्या निर्मितीचे आणि विलीनीकरणाचे

चक्र, पृथ्वीवरील ऋतुचक्र, सजीवांचे जीवन-मृत्यू चक्र अशी कितीतरी चक्रे या अस्तित्वात दिसून येतात. मृत्यू ही या अखंड चक्रातील रूपांतरणाची एक स्वाभाविक प्रक्रिया होय.

आध्यात्मिक बुद्धिमत्तेच्या दृष्टिकोणातून मृत्यूबाबतची समज ही मृत्यूकडे व्यापक संदर्भातून पहायला शिकविते.

प्रकरण १७
सर्जनशीलता, सर्जनशील शिक्षक आणि आध्यात्मिक बुद्धिमत्ता

सर्जनशीलता ही मानवाची सनातन शोध प्रवृत्ती होय, नवनिर्मितीची आकांक्षा होय. जे आजवर कोणीही निर्माण केले नाही ते निर्माण करण्याचे सामर्थ्य माणसामध्ये सर्जनशीलतेच्या रूपात वसत असते. त्यातून माणसाला नव्या रीतीने गोष्टी निर्माण करण्याची उर्मी प्राप्त होत असते.

सर्वच प्रकारच्या सर्जनशील प्रक्रियेतून मौलिकता (Originality) दिसून येते. मानवी ज्ञानाच्या आणि घडामोडींच्या सर्वच क्षेत्रात सर्जनशीलतेचे तत्त्व कार्यरत असलेले दिसून येते. गणिती संशोधन, वैज्ञानिक शोध, काव्यात्मक अभिव्यक्ती, संगीतमय आविष्कार, कलात्मक अंतर्दृष्टी अथवा व्यावहारिक शहाणपण अशा अनेक गोष्टींमध्ये सर्जनशीलतेचे अस्तित्व आढळून येते.

सर्जनशीलतेच्या स्वरूपाचा विचार मानसशास्त्रीय, सांस्कृतिक, बौद्धिक, शारीरिक, आध्यात्मिक अशा अनेक अंगांनी करण्यात आला आहे. इतकेच नव्हे तर आंतरविद्या शाखीय दृष्टिकोणातूनही सर्जनशीलतेचा अभ्यास केला जात आहे. विविध क्षेत्रांमध्ये सर्जनशीलता दाखविलेल्या व्यक्तींच्या अंगी काही विशेष व वेगळी अशी गुणवैशिष्ट्ये आढळतात का याबाबतही मानसशास्त्रज्ञांनी मनोरंजक व उद्‌बोधक अभ्यास केला आहे. त्यामधून अशा सर्जनशील व्यक्ती कोणत्या बाबतीत इतरांपेक्षा वेगळ्या असतात हे शोधण्याचा प्रयत्न केला आहे.

आजच्या शिक्षणामध्ये सर्जनशीलतेच्या विकासाचे महत्त्व दिवसेंदिवस वाढत चालले आहे. साहित्य, विज्ञान, तंत्रज्ञान, संगीत, दृश्यकला अशा सर्वच विषयांच्या अध्ययनात सर्जनशीलतेचे संवर्धन करण्यासाठी विविध प्रयत्न सातत्याने केले जात आहेत.

आजकालच्या वर्गाध्यापनातदेखील सर्जनशीलतेच्या संवर्धनास प्रोत्साहन देण्याची नितांत गरज आहे. विद्यार्थ्यांच्या सर्जनशीलतेच्या विकासात शाळा आणि शालेय वातावरण खूप महत्त्वाची भूमिका बजावू शकते. वर्गाध्यापनामध्ये दैनंदिन तासिकांच्या कालावधीत सर्जनशीलतेसाठी पोषक वातावरण निर्माण करणे हे शिक्षकांसाठी अत्यंत आव्हानात्मक असे काम आहे.

सर्जनशील प्रक्रियेतील आध्यात्मिकता

खरीखुरी सर्जनशील प्रक्रिया ही एका खोल अर्थाने आध्यात्मिक स्वरूपाची असते. एका परिपूर्ण आंतरिक शांती मधून सर्जनशील उत्स्फूर्तता जन्म घेते असा अनेक सर्जनशील कलावंतांचा अनुभव आहे. शरीराचे आणि मनाचे जेव्हा समग्र व एकात्मिक असे शिथिलीकरण होते तेव्हा व्यक्तीचे अंतरंग सर्जनशील निर्मितीसाठी पोषक बनते.

सर्जनशीलतेबाबत भारतीय आणि पाश्चात्त्य दोन्ही विचारवंतांनी सखोल असा तात्त्विक विचार मांडलेला आहे. भारतीय तत्त्वज्ञानातील आध्यात्मिक पैलूंच्या दृष्टीने नवनवीन निर्मिती करू शकणाऱ्या मानवी प्रतिभेचा उल्लेख 'नवनवोन्मेष शालिनी प्रज्ञा' असा करण्यात आला आहे. माणसाच्या अंतःस्फूर्तीवर भारतीय तत्त्वज्ञानाने भर दिला आहे.

ग्रीक तत्त्वज्ञ ॲरिस्टॉटलने तर विश्वाच्या निर्मितीचा संबंध सर्जनशीलतेशी जोडला आहे. सर्जनशील म्हणजे काहीतरी नव्याने निर्माण करणे होय. तात्त्विकदृष्ट्या विश्वनिर्मितीतील सर्जनशीलता जरी शून्यातून अथवा अभावातून उद्भवली असली तरी मानवी सर्जनशीलतेत मात्र अस्तित्वात असलेल्या गोष्टींचीच पुनर्रचना करून नवनिर्मिती केली जाते असा पाश्चात्त्य तत्त्वज्ञानाचा एकंदरीत सूर दिसतो.

सर्जनशीलता ही आध्यात्मिकतेशी कशी जवळकीने जोडलेली असते हे लक्षात घेण्यासाठी काही विचारवंतांच्यासंबंधित विचारांचा आढावा घेतल्यास ते श्रेयस्कर ठरेल. या संदर्भात प्रख्यात तत्त्वचिंतक जे. कृष्णमूर्ती म्हणतात, ''सर्जनशील असणे म्हणजे केवळ कविता करणे, मूर्ती घडविणे किंवा चित्रे काढणे नव्हे. ती अशी अवस्था आहे ज्यातून सत्य जन्माला येते. ज्या वेळी विचारांचा पूर्णपणे लय होतो, मन निश्चल बनते. ते स्वतःच निर्माण केलेल्या

बंधनात अडकत नाही, तेव्हाच नवनिर्मिती प्रकट होते.''

तसेच प्रख्यात आध्यात्मिक तत्त्वचिंतक ओशो (रजनीश) म्हणतात, ''सर्जनशीलता ही समग्र अस्तित्वातील एक क्रांती असते. कोणतेही सर्जन करावयाचे म्हणजे कसल्याही प्रकारच्या अभिसंधनातून (Conditioning) मुक्त व्हावे लागते. स्वतःची एक स्वतंत्र व्यक्ती म्हणून जाण असल्याशिवाय सर्जनशील होता येत नाही. समूहाचा किंवा कळपाचाच एक भाग होऊन राहिल्यावर सृजन निर्माण होत नाही. अन्यथा, सर्जनाच्या नावाखाली दुसऱ्याची नक्कल सुरू होते. अशी नक्कल निर्जीव व यांत्रिक स्वरूपाची असते. सर्जनशीलता हा वैयक्तिक स्वातंत्र्याचा आविष्कार असतो, वैयक्तिक ऊर्जेचा आविष्कार असतो. ही ऊर्जा शुभ व कल्याणकारक असते, आनंदमय असते, दिव्य असते. ही ऊर्जा सर्जनशीलता आणते, बुद्धिमत्ता आणते, संवेदनशीलता आणते. जे जे काही सुंदर आहे ते सर्व या ऊर्जेबरोबर येते.''

जे. कृष्णमूर्ती आणि ओशो यांच्या विचारांद्वारे जसा आध्यात्मिक अशा मूलभूत तत्त्वचिंतनाचा संबंध सर्जनशीलतेशी असलेला दिसून येतो तसा कलानिर्मितीमागील सर्जनशीलतेमध्ये अभिव्यक्त होणारी आध्यात्मिकता गुरूदेव रवींद्रनाथ टागोर यांच्या विचारात प्रकट झालेली दिसते. या संदर्भात गुरुदेव टागोर म्हणतात, ''माझ्या मनाला सतत चकविणारे अंतिम तत्त्व मला स्वररचनेच्या स्पर्शातून गवसते. स्वररचनेने मला सांगितले, की जे रहस्य ऐकावे असे मला सतत वाटत होते ते वनाच्या आडव्यातिडव्या मोकळ्या जागांच्या हिरव्या गूढात मिसळून गेलेले होते. चांदण्या रात्रीच्या प्रशांत धवलतेने न्हाहून निघाले होते. क्षितिजाच्या पलीकडे पसरलेल्या असीम निळाईच्या झिरझिरीत पडद्यातून किलकिले डोळे करून पाहात होते आणि ते पृथ्वी, आकाश व जल यांचे एक प्रगाढ रहस्य आहे.

माझा आत्मा म्हणाला, की जी गूढतेच्या महासागराच्या परतीरावरून या जगात संदेश घेऊन येते आणि जाते अशी ती अनोळखी प्रतिभा आहे. वर्षा ऋतूच्या दवबिंदूंनी डवरलेल्या प्रभातकाळी वसंतऋतूच्या सुगंधाने फुललेल्या या जमिनीत माझ्या हृदयाच्या खोल खोल गाभाऱ्यात जिची मला ईशदर्शने घडतात अशी ती सुभगा आहे.

माझी चित्रे ही रेषांमध्ये केलेली गीते आहेत. माझ्या जीवनाचा उषःकाल

गीतांनी भरलेला होता. आता माझे सूर्यास्ताचे दिवस रंगांनी भरलेले असू देत. जेव्हा माझ्या जीवनग्रंथांची सर्व प्रकरणे संपायला आली तेव्हा माझ्या जीवनाच्या अधिष्ठात्री देवतेने प्रसन्न होऊन मला जीवनग्रंथांचा उपसंहार रचण्यासाठी ही चित्रकलेची अभूतपूर्व संधी आणि संपत्ती उपलब्ध करून दिली.

कळू लागल्यावर मी जेव्हा निसर्गाकडे पाहू लागलो तेव्हा मला त्याचे रूप किती वेगळे वाटू लागले. नदी, फुले, डोंगर, झाडे, आकाश, पाऊस, ऊन, दवबिंदू अशा गोष्टी मी जन्मल्यापासून पाहत होतो. प्रथम मी भांबावून आश्चर्याने थक्क झालो. किती असीम विविधता त्यात दिसली. प्रत्येक गोष्ट वेगळी. आकार वेगळा, रंग वेगळा, पोत वेगळा, सौंदर्य वेगळे, त्यातून निर्माण होणाऱ्या संवेदना वेगळ्या. क्षणाक्षणाला भावणारी अलौकिक निर्मिती. इथे शिळेपणा, अनुकरण, तोचतोचपणा नाही. असे आपल्याला होता येईल का? हा अखंड वाहणारा आनंदाचा झरा कसा पकडता येईल? कवितेत, गाण्यात, सुरात, कथेत, नाटकात, चित्रात, शिल्पात का आणखी कोणत्या साधनाने? असा विचार करू लागलो की माझेच लेखन मला आवडेनासे होते. वाटते, जे व्यक्त केलेय ते थिजून गेलेय. शब्दांत, सुरात आणि आकारात ! निसर्गाची ही जादूची लय पकडणे किती अवघड, पण त्या शोधात व प्रयत्नात जीवनाचा अर्थ आहे.''

वर उल्लेखिल्याप्रमाणे तत्त्वचिंतक आणि कलावंत यांच्या वैचारिक भूमिका पाहिल्यानंतर आता प्रख्यात मानसशास्त्रज्ञ कार्ल युंग (Karl Jung) यांनी सर्जनशीलतेविषयी केलेल उद्‌बोधक वर्णन कसे आध्यात्मिक स्वरूपाचे बनले आहे ते पाहू. कार्ल युंग एके ठिकाणी म्हणतात,

''सर्जनशील प्रक्रिया ही स्त्रैण (Feminine) स्वरूपाची प्रक्रिया असून सर्जनशील निर्मिती ही मनाच्या अचेतन गहनतेतून स्फुरण पावते. जणू काही ती मातृत्वाच्या खोल सृष्टीतून उगम पावते. ज्या ज्या वेळी सर्जनशील शक्ती कार्यरत होते त्या त्या वेळी मानवी जीवन अचेतन पातळीवरून नियंत्रित होते आणि घडविले जाते. त्या वेळी कृती, इच्छा व जाणिवेचा अहंभाव कार्य करीत नाही; तो तर बाजूला वाहून जातो आणि असाहय्यपणे साक्षी बनून सर्जनशील प्रक्रिया पाहत राहतो. या प्रक्रियेतील कार्य त्या कवीचे प्राक्तन बनते आणि त्यातून त्याची मनोभूमिका निश्चित बनते. अशा वेळी महाकवी गटे फाऊस्ट हे काव्य निर्माण करीत नाही तर फाऊस्ट गटेला निर्माण करते.''

चांगले प्रश्न म्हणजे आध्यात्मिक बुद्धिची सर्जनशील कृती

प्रश्नांचा जन्म जिज्ञासेतून होतो. जिज्ञासा ही कोणत्याही शोधाची जननी असते. ज्ञानाची गंगोत्री असते. प्रश्नांच्या माध्यमातून ज्ञानसंपादन घडून येते. प्रश्नांमुळे बहुदिक् विचार प्रक्रियेला प्रेरणा मिळते. लहान मुलांच्या मनात तर सदोदित असंख्य प्रश्न उमटत असतात. जिज्ञासेपोटी, कुतुहलापोटी ती सतत प्रश्न विचारत असतात. प्रश्नांच्या माध्यमातूनच सर्जनशीलता बहरास येत असते. प्रश्न हे केवळ ज्ञानप्राप्तीच करून देतात असे नव्हे. प्रश्नांमुळेच सर्जनशीलतेची कवाडे उघडली जातात. प्रश्नांमुळे कोणत्याही गोष्टीची सखोल चिकित्सा केली जाते. मानवी संस्कृतीचा आणि ज्ञानसंपादनाचा सर्जनशील आविष्कार हा अशा प्रश्नार्थक वृत्तीतूनच घडून आला आहे.

प्राचीन भारतीय ज्ञानसंपादन कार्यात तर प्रश्न विचारण्याचे असाधारण महत्त्व होते. तत्कालीन शिष्यवर्ग जिज्ञासा बुद्धिने गुरूंना सातत्याने प्रश्न विचारीत असे. इतकेच नव्हे तर प्रश्नोपनिषद नावाचे एक स्वतंत्र उपनिषदही आहे. तसेच प्राचीन ग्रीक संस्कृतीतदेखील सॉक्रेटिस, प्लेटो, ॲरिस्टॉटल इत्यादी तत्त्ववेत्यांनी प्रश्न विचारण्याला खूप प्रोत्साहन दिले व ज्ञानसंपादनाची ज्योत अखंड जागृत ठेवली. आजच्या आधुनिक काळातही अध्यापन पद्धतीमध्ये विचारण्याचे महत्त्व अबाधित राहिले आहे. विद्यार्थ्यांचे शंका समाधआन करणे हे शिक्षकांचे महत्त्वाचे कर्तव्य मानले गेले आहे. पृच्छा प्रशिक्षण प्रतिमान (Inquiry Training Model) ही अध्यापन पद्धती तर पूर्णतः प्रश्न पद्धतीवर आधारित आहे.

प्रश्न ज्याप्रमाणे ज्ञानसंपादनास प्रवृत्त करतात त्याचप्रमाणे ते सर्जनशीलतेच्या विकासासाठीही प्रेरक ठरतात; कारण ज्या व्यक्तीच्या मनात सतत प्रश्न उपस्थित होत राहतात तीच व्यक्ती नवीन विचारांचा अथवा कल्पनांचा शोध घेऊ शकते. सर्जनशीलतेसाठी प्रश्नप्रक्रिया अखंडपणे चालू राहणे आवश्यक असते. प्रश्नांची मालिका कधीच थांबत नसते. प्रश्नरूपी जिज्ञासा सततच प्रचलित ज्ञानाला, सिद्धान्ताना आव्हान देत राहते आणि नावीन्याचा शोध घेत राहते.

सर्जनशीलतेला चालना देणारे प्रश्नदेखील एकाच स्वरूपाचे नसून विविध स्वरूपाचे असतात. प्रश्नांच्या उपयोगामुळे एखाद्या विशिष्ट विषयाच्या सर्व बाजूंचा सांगोपांग उहापोह केला जाणे आवश्यक असते. आध्यात्मिक दृष्ट्या

बुद्धिमान व्यक्ती असे चांगले प्रश्न विचारू शकते कारण कोणत्याही गोष्टीचे खोलवर जाऊन समग्र आकलन होणे हा त्या बुद्धिचा स्थायिभाव असतो. अशा व्यक्तीला कोणतीही घटना अथवा प्रसंग हा बहुव्यापी व त्याचवेळी मूलभूत दृष्टीने पाहता येतो आणि त्यामुळे त्याविषयी विद्यार्थ्यांना योग्य आकलनाकडे घेऊन जाण्यासाठी समर्पक व मार्मिक प्रश्न तिला सूचू शकतात.

सर्जनशील शिक्षक

सर्जनशील शिक्षक शिक्षणाला आनंददायी प्रक्रिया मानतो. धंदा किंवा व्यवसाय नव्हे. सर्जनशील शिक्षकामध्ये मालकाची शान असते. नोकराची लाचारी नव्हे. सर्वसामान्य शिक्षक हा औद्योगिक कारखान्यांमध्ये ज्याप्रमाणे एका छापाचे व साच्याचे पदार्थ बनविले जातात त्याप्रमाणे एका साच्याच्या विद्यार्थ्यांचे Mass Production करण्यात धन्यता मानतो. आत्मसन्मान जागलेला कोणी विद्यार्थी तो घडवित नाही. स्वत: मधल्या शिक्षकी अहंकाराला जपत तो शिक्षणाचा गाडा कसाबसा चालू ठेवतो.

सर्जनशील शिक्षक मात्र या विचित्र चौकटी बाहेर पडतो. स्वतंत्र होतो. विनम्र होतो. शोधक होतो, आणि या शोधक प्रवासात विद्यार्थ्यांना सहभागी करून घेतो. तो विद्यार्थ्याला केंद्रस्थानी मानतो. स्वतःला परिघावर ठेवतो. तो आदराची अपेक्षा करीत नाही. स्वतःहून विद्यार्थ्यांवर प्रेम करतो.

सर्जनशील शिक्षकाला सतत अज्ञाताचे आकर्षण असते. जे ज्ञात नाही, माहीत नाही ते जाणून घेण्याची आकांक्षा असते. भूतकाळाचा डांगोरा न पिटता त्याला भविष्यात जाण्याची आस असते. त्याची प्रज्ञा साचलेल्या डबक्यात पडून न राहता खळखळत्या, वाहत्या झऱ्यात सामील होते. विद्यार्थ्यांना शिकविताना तो त्यांच्यामध्ये केवळ माहिती भरण्याचे काम (Information Feeding) करीत नाही, तर त्यांच्या आतून काहीतरी बाहेर काढतो. (Draws out) सर्जनशील शिक्षकाला माहीत असते की शेकडो शोध लावणाऱ्या एडिसनबाबत लहानपणी त्याच्या शाळेतील शिक्षक मात्र याला काहीच येत नाही असे म्हणत होते. सर्जनशील शिक्षकाला हेही माहीत असते, की आइनस्टाइन सारखा प्रकांड बुद्धिमान शास्त्रज्ञ बस कंडक्टरला पैसे देताना चुकत होता.

सर्जनशील शिक्षकाने ओळखलेले असते की स्मृति यांत्रिक असते आणि प्रतिभा तिच्या पलीकडून येते. जे ज्ञात असते ते स्मृतिसंग्रहात समाविष्ट होते पण जे अज्ञात असते ते प्रतिभेतून हुंकारते. असा सर्जनशील शिक्षक 'बाबा वाक्यम् प्रमाणम्'ची अपेक्षा करीत विद्यार्थ्यांवर पांडित्याच्या मुलामा चढवित नाही; तर तो त्यांना संदेह करायला, संशय घ्यायला शिकवितो, प्रश्न उभे करायला शिकवितो आणि त्या प्रश्नांचा शोध घेण्यासाठी अथांग ज्ञान प्रक्रियेत विद्यार्थ्यांबरोबर स्वतःही झोकून देतो.

सर्जनशील शिक्षक स्वतःच्या आणि विद्यार्थ्यांच्या आध्यात्मिक बुद्धिकडे लक्ष पुरविणारा असावा

स्वतःविषयीचे ज्ञान हाच सर्जनशीलतेचा मूळ स्रोत होय. सर्जनशीलतेच्या अवस्थेत आपले मन संघर्ष आणि दुःख यापासून अलिप्त असते. कोणत्याही बंधनापासून मुक्त असते. मनात जर संघर्ष असेल तर सर्जनशीलतेची अवस्था निर्माण होऊ शकणार नाही; म्हणून शिक्षकाने विद्यार्थ्यांना समस्येला तोंड देण्यासाठी शिकविले पाहिजे. समस्येपासून पळून जाण्याचे समर्थन होता कामा नये. विद्यार्थ्यांना आपल्या मनातील संघर्ष समजावून घेणे आणि तो मिटविणे या बाबतीत मार्गदर्शन मिळायला हवे; असे झाले तरच विद्यार्थ्यांमध्ये सर्जनशीलता जन्म घेऊ शकेल. असे मार्गदर्शन अर्थातच आध्यात्मिक बुद्धिमत्तेच्या विकासातून होऊ शकते.

जेव्हा आपले मन पूर्णतः मोकळे होईल, तसेच ते कोणत्याही बाह्य उद्दीपकामागे धावणार नाही, जेव्हा आपण पूर्णतः खुले होतो, संवेदनक्षम होतो; तेव्हाच सर्जनशीलता अवतरू लागते आणि आपल्याला खऱ्या सर्जनशीलतेचा आनंद मिळू लागतो.

माहितीचा व तंत्राचा साठा शिकल्याने फक्त नोकरी मिळू शकेल परंतु त्यातून कोणी सर्जनशील बनू शकणार नाही. जेव्हा मनामध्ये प्रेम आणि आनंद यांचा उद्‌भव होईल तेव्हाच सर्जनशील आविष्कार घडून येईल. आविष्कार किंवा अभिव्यक्ती मुद्दाम शिकावी लागणार नाही.

आपण सारे शिक्षक विद्यार्थ्यांकडून सर्जनशील कास न धरता केवळ अनुकरणात किंवा निरीक्षणातच धन्यता मानतो. त्यांना उत्स्फूर्त आविष्काराचा

प्रत्यक्ष अनुभव आपण देतच नाही. त्यामुळे सर्जनशीलतेच्या प्रत्ययापासून आपण स्वतः आणि आपले विद्यार्थी सर्वथा वंचित राहतात. सर्जनशीलतेशिवाय आपल्या जीवनात आनंद आणि शांती येऊ शकत नाही.

आपल्याला असे वाटत असते, की एखादी पद्धती, तंत्र किंवा शैली वापरून आपण आनंद आणि सर्जनशीलता अनुभवू शकतो. परंतु, तसे होत नाही; कारण सर्जनशील आनंद हा केवळ आंतरिक समृद्धीतूनच येत असतो. तो कोणत्याही प्रकारच्या व्यवस्थेतून अथवा प्रणालीतून येत नाही. आपल्या मनोव्यापारांबाबत सातत्यपूर्वक जागृत राहणे आणि साक्षी भावाने त्याच्या पलीकडे पहायला शिकणे यातूनच अनपेक्षितपणे व उत्स्फूर्तपणे सर्जनशीलता आविष्कृत होते.

प्रकरण १८

भविष्यकालीन शिक्षकाची बदलती भूमिका व त्यामध्ये आध्यात्मिक बुद्धिमत्ता विकासाचे महत्त्व

भविष्य कालीन विद्यार्थ्यांना शिकविण्यापेक्षाही शिकण्यासाठी उद्युक्त कसे करावे हे शिक्षकाला पहावे लागेल. भविष्यकालीन शिक्षक हा केवळ ज्ञानाचा साठा राहणार नाही. तो स्वतः ज्ञानपिपासू राहील. त्याला स्वतःला ज्ञाननिर्मितीच्या प्रक्रियेत सहभागी व्हावे लागेल. त्याला फक्त माहितीचा संग्राहक व संवाहक न राहता त्या माहितीचे अर्थनिर्वचन करणारा व्हावा लागेल.

भविष्यकालीन शिकणारा समाज

भविष्यकालीन शिकणाऱ्या समाजाचे (Learning Society) स्वरूप शिक्षकविरहित समाज असे असण्याची दाट शक्यता वाटू लागली आहे आणि समजा त्या स्वतःहून शिकणाऱ्या समाजात शिक्षकांची गरज भासलीच तर कसल्या प्रकारचे शिक्षक हवे असतील हे ठरविण्याची आवश्यकता निर्माण झाली आहे. समाजाचे अनुकरण करणारे शिक्षक हवेत की समाजाला दिशा दाखविणारे शिक्षक हवेत? शिक्षकाने कळसूत्री बाहुलीप्रमाणे बनून स्वतःची आर्थिक व सामाजिक पिळवणूक करवून घेऊन प्रस्थापित समाजाचा एक बौद्धिक गुलाम म्हणून राहावे की त्याने लादल्या गेलेल्या चुकीच्या अशा सामाजिक, सांस्कृतिक आणि नैतिक मानदंडाविरुद्ध रचनात्मक स्वरूपाची विद्रोही भूमिका स्वीकारून सामाजिक पुनर्रचनावादाची कास धरावी? शिक्षकाच्या भूमिकेचे हे दोन परस्परविरोधी ध्रुव अगदी प्राचीन काळापासून प्रचलित आहेत.

सध्याच्या युगातील ज्ञान प्रस्फोटामुळे शिक्षकांसंबंधीची धारणा पूर्णतः बदलत चालली आहे. ज्ञानाचा खजिना आणि माहितीचा साठा उत्तरोत्तर

वाढतच चालला आहे. त्यात पुन्हा माहिती संप्रेषण आणि माहिती तंत्रज्ञानाची प्रभावी तांत्रिक प्रगती हाताशी असल्याने माहितीचा व ज्ञानाचा प्रसार अत्यंत झपाट्याने होऊ लागला. त्यामुळे भविष्यातील विद्यार्थ्यांना शिक्षकांच्या बरोबरीने किंबहुना त्याहूनही अधिक माहिती असणे सहज शक्य झाले आहे. शिक्षकच ज्ञानसंपादनामध्ये मागे राहण्याचा धोका निर्माण झाला आहे.

- **शिक्षकाची भूमिका बदलेल**

भूतकाळामध्ये ज्ञान हे बहुधा स्थिर व कायमस्वरूपी असायचे. आता वर्तमानात आणि भविष्यात ज्ञान हे गतिशील आणि सतत बदलणारे आणि वाढत जाणारे अशा स्वरूपाचे असणार आहे. भूतकाळी शिक्षकाकडे स्थिर ज्ञान संपादन केलेल्या ज्ञानसंग्राहकाच्या भूमिकेत पाहिले जात होते, तर भविष्यकालीन शिक्षकाकडे ज्ञानात भर टाकणारा, ज्ञानात बदल घडवून आणणारा, पूर्वस्थापित ज्ञानाला आव्हान देणारा ज्ञानरचनावादी विचारवंत म्हणून पाहिले जाईल. समाजच अशी आपोआप अपेक्षा करू लागेल. स्वतः शिकत राहणाऱ्या गतिशील समाजाची ती उत्स्फूर्त व स्वाभाविक मागणी असेल. शिक्षक हा ज्ञानसंपादनातील कायमस्वरूपता (Confirmation) गमावून बसेल आणि तो सतत कालबाह्य (Out dated) होण्याचा धोका निर्माण होईल. आपल्याला जे ज्ञान आहे किंवा जे जे माहीत आहे ते सर्व सद्यः परिस्थितीशी सुसंगत, उपयुक्त किंवा अर्थपूर्ण आहे की नाही याविषयी शिक्षकामध्ये सतत संभ्रम राहील.

शिक्षकामध्ये वेगळ्याच भविष्यासाठी जाणीवजागृती आवश्यक

पारंपरिक आणि प्रस्थापित शिक्षणामध्ये विद्यार्थी आणि शिक्षक दोघांनाही प्रत्येक गोष्टीला 'हो' म्हणणे शिकविले गेले आहे. या 'हो' म्हणण्याच्या अभिसंधानातून साहजिकच फक्त बंदिस्त अशा ज्ञानचौकटी उभारल्या गेल्या आणि त्यातून साचेबद्ध परंपरा निर्माण झाल्या. प्रत्येक शिक्षक या साचेबद्ध परंपरांचा पाईक बनत राहीला. प्रत्येक गोष्टीला 'हो' म्हणत बसण्यापेक्षा 'नाही' म्हणायचे किंवा 'वेगळे काहीतरी' म्हणायचे धाडस दाखविल्यानेच मानवी प्रगती होत राहिली आहे हे शिक्षण क्षेत्राला व विशेषतः शिक्षक

प्रशिक्षण क्षेत्राला लक्षात घ्यावे लागेल. अगदी वेगळ्याच भविष्यासाठी ही जाणीवजागृती आवश्यक असेल.

आत्तापर्यंत शिक्षक हा भूतकालीन ज्ञानाबद्दल जे ज्ञात आहे त्याबद्दलच बोलत होता. भविष्यातील शिक्षकाला अज्ञाताबद्दलची सर्जनशील जिज्ञासा निर्माण करावी लागेल. शिक्षक जरी भूतकाळाशी जोडलेला असला तरी विद्यार्थी हे भविष्यकाळाशीच जोडलेले असतात. भूतकाळ सदासर्वदा तोच राहतो. त्यात बदल करणे शक्य नसते. भविष्यकाळ मात्र अजून येऊ घातलेला असल्यामुळे तो कसा असावा हे ठरविता येते. तो ठरविण्याची काही सूत्रे तरी शिक्षकांचे हाती यायला हवीत. उद्याबद्दलची रास्त जाणीव निर्माण करणे आणि त्याच दिशेने पावले टाकण्यासाठी दिशादर्शन करणे हा सन्मान समाजाने शिक्षकाला द्यायला हवा.

शिक्षकाच्या मूलभूत कामामध्येच दिशाबदल अपेक्षित

नव्या शिक्षकांवर अगदी वेगळेच काम येऊन पडणार आहे. शिक्षक आणि त्याचे शिकविणे या संकल्पनाच आमूलाग्र बदलून जाण्याची चिन्हे दिसू लागली आहेत. माहिती पुरविणे आणि भरविणे या फंदातून बाहेर पडून आता माहिती निवडणे, माहितीचा अर्थ लावणे, माहितीचे ज्ञानात रूपांतर करणे, नवीन ज्ञानाची रचना करणे, निर्मिती करणे असे नवे पैलू आता प्रचलित होत जातील. Information Feeding ऐवजी आता खऱ्या अर्थाने Drawing Out या मूळच्या व्याख्येकडे वळावे लागेल. विद्यार्थ्यांच्या डोक्यात भारंभार माहितीचा साठा कोंबण्यापेक्षा त्यांच्या आंतरिक स्फूर्तितून, प्रतिभेतून, सर्जनशीलतेतून ज्ञानाची जिज्ञासा प्रेरित करावी लागेल.

शिक्षणाची पातळी केवळ माहिती भरण्यावर आल्यामुळे जी यांत्रिक प्रक्रिया होऊ घातली आहे तिच्यातून बाहेर पडून आणि माहिती व ज्ञान यातील फरक लक्षात घेऊन अर्थहीन आणि संदर्भहीन माहितीच्या साठ्यापेक्षा अर्थपूर्ण, संदर्भसहित आणि सत्याचा शोध घेणारे ज्ञान अंतःप्रज्ञेच्या आधारे मिळविण्याची कला शिकवावी लागेल.

यामध्ये शिक्षकाला आता उत्तराधिष्ठित अध्यापन पद्धतीपेक्षा प्रश्नाधिष्ठित अध्यापन पद्धतीकडे सरकावे लागेल. मृत उत्तरांपेक्षा जिवंत प्रश्न अधिक

महत्त्वाचे असतात, हे लक्षात ठेवावे लागेल. विद्यार्थ्यांच्या मनात योग्य प्रश्न निर्माण होऊ द्यायला हवेत. ते त्यांना विचारू द्यायला हवेत. त्यावर त्यांची मोकळी चर्चा व्हायला हवी. जुने प्रश्न आणि जुनी उत्तरे यांच्या कचाट्यातून मुक्त व्हायला हवे. नवा शिक्षक हा नवे प्रश्न जागविणारा ठरायला हवा.

नवा शिक्षक हा स्मरणाधिष्ठित शिक्षणातून मुक्त व्हायला हवा. स्वतःच्या स्मरणाने आणि त्या स्मरणात भरलेल्या माहितीच्या साठ्याने तो विद्यार्थ्यांना प्रभावित करू शकणार नाही ती जबाबदारी कितीतरी पटींनी संगणकांनी स्वीकारली आहे. त्यामुळे शिक्षक म्हणजे 'Store house of Information' ही कल्पना आता मोडीत निघेल. शिक्षकाला आता ज्ञानकोश बनण्याचे कारण नाही त्याला आता उधार ज्ञानाचे व्यापारी बनण्याचे कारण नाही.

शिक्षक प्रशिक्षणाच्या नव्या दिशा–नवी आव्हाने

प्रत्येक शिक्षक हा जणू काही परंपरेच्या ओझ्याखाली दबलेला आहे. तो सर्व प्रकारच्या पूर्वग्रहांपासून आणि अंधश्रद्धांपासून मुक्त हवा. सध्याचा शिक्षक हा दुर्दैवाने सामाजिक गुलामगिरीचाच प्रतीक बनू पाहतो आहे. समाजाने शिक्षकाला गोड बोलून आणि खोटी स्तुती करून, तथाकथित सन्मानाचे स्थान दिले आहे. शिक्षकाचा गौरव आणि सत्कार करून त्याची विद्रोही वृत्ती मारली जात आहे. शालेय अभ्यासक्रम पुरे करणारे एक बोलके यंत्र म्हणून त्याला शाळेत बसविले जात आहे. शिक्षकाच्याच माध्यमातून एक विचित्र मानसिकता, निष्क्रियता, अयोग्य चालीरीती, रूढी चालू ठेवण्याची वृत्ती आणि मृत परंपरा पुढे नेत राहण्याचे धोकादायक षड्यंत्र समाज चालू ठेवीत आहे.

आपल्याकडे शिक्षक आणि शिक्षण याबाबत नेहमी सर्वांत चांगले व गौरवास्पद बोलले जाते; पण ते सर्व ढोंगी व वरवरचे असते हे अगदी लहान वयाच्या विद्यार्थ्यांनाही कळते. समाजातील ढोंग, राजकारण, भ्रष्टाचार, असत्याचार या सर्व बाबी शिक्षकाला माहीत नाही असे नाही. परंतु, शिक्षक जाणते अजाणतेपणी सर्व काही निमूटपणे स्वीकारून त्याच प्रस्थापित व्यवस्थेचा गुलाम होतो आहे. सामाजिक दुष्कृत्यांची लागण त्याला होत असून तो स्वतःच मूल्ये हरवून बसला आहे. प्रसारमाध्यमांतून शिक्षकांच्या सर्व प्रकारच्या

नैतिक अधःपतनाच्या बातम्या सदैव मिरविल्या जात आहेत. एखाद्या पट्टीच्या गुन्हेगाराला शोभतील असे गुन्हे काही शिक्षकांच्या हातून सर्रास घडत आहेत.

सर्वांत महत्त्वाचे म्हणजे शिक्षकाला स्वतःलाच निष्कृष्ट दर्जाचे शिक्षक प्रशिक्षण मिळते आहे आणि तो स्वतःदेखील निकृष्ट अध्यापनातच धन्यता मानतो आहे. शिक्षक प्रशिक्षण संस्थांमधून किती प्रमाणात अपेक्षित अशी ध्येयवादी, सर्जनशील, कर्तव्यदक्ष आणि मूल्याधिष्ठित अशी छात्रशिक्षकांची 'बॅच' बाहेर पडत असेल ही शंका एक जिव्हारी शल्य बनून सतत बोचत राहते. सर्व जाणत्या शिक्षक प्रशिक्षकांनी यावर काही तरी ठरवायला हवे.

शिक्षकांमध्ये आध्यात्मिक बुद्धिमत्तेचा विकास

वर उल्लेखिल्याप्रमाणे शिक्षकाची बदलती भूमिका लक्षात घेतली तर त्याच्यामध्ये आध्यात्मिक बुद्धिमत्तेच्या विकासाचे महत्त्व आवर्जून लक्षात येऊ शकेल. नवीन जगाचा शिक्षक हा केवळ धार्मिक वृत्तीचा, परंपरावादी व सनातनी प्रवृत्तीचा नको. धार्मिकदृष्ट्या कट्टर तर अजिबात नको. तो हवा आहे वैज्ञानिक दृष्टी बाळगणारा, डोळस श्रद्धा असणारा आणि आध्यात्मिकदृष्ट्या बुद्धिमान असा ज्ञानरचनावादी शिक्षक !

शिक्षकाने सर्व धर्मांचे प्राथमिक स्वरूपाचे का होईना ज्ञान आत्मसात करायला हवे. वेगवेगळ्या उपासना पद्धतींची आणि साधनेची माहिती व तंत्रे परिचित करून घ्यायला हवीत. तात्त्विक व आध्यात्मिक विषयांवरील पुरेसे वाचन, चिंतन, मनन करायला हवे. या विषयावरील व्याख्याने ऐकायला हवीत, आणि सर्वांत महत्त्वाचे म्हणजे केवळ कर्मकांडात गुरफटून न पडता प्रत्यक्ष ध्यान प्रक्रियेचा अभ्यास, सराव करीत राहिले पाहिजे. तणाव व्यवस्थापनाच्या विविध पद्धती आत्मसात करून त्यांचा स्वतःसाठी आणि इतरांसाठी प्रत्यक्ष वापर करता आला पाहिजे.

स्वतःची आणि विद्यार्थ्यांची आध्यात्मिक बुद्धिमत्ता विकसित करण्यासाठी काही उपयुक्त उपक्रम

आध्यात्मिक बुद्धिमत्तेची व्यापक संकल्पना लक्षात घेता ती विकसित करण्याच्या कृतिकार्यक्रमांना निश्चित अशी मर्यादा ठेवता येत नाही. कितीतरी

प्रकारांनी आणि मार्गांनी तिच्या विकासाच्या दिशेने जाता येते. मात्र, सर्व कृतींच्या आणि उपक्रमांच्या मुळाशी व्यक्तीने आपल्या अंतरंगाचे साक्षीभावाने अवलोकन करणे हे सार असले पाहिजे. 'अध्यात्म म्हणजे स्वतःचा शोध' ही प्रमुख भूमिका असली पाहिजे. यादृष्टीने योग्य अशी मानसिकता निर्माण करण्यासाठी आणि त्यासाठी पोषक वातावरण निर्माण करण्यासाठी जे जे काही उपयुक्त व साहाय्यभूत ठरेल ते सर्व संबंधित उपक्रमांमध्ये समाविष्ट होऊ शकेल. उदाहरणांदाखल काही उपक्रम खालीलप्रमाणे सांगता येतील.

१) आध्यात्मिक उपासनेवरील प्रेरक अवतरणांचा संग्रह करणे.

२) सर्व धर्मांचा सार संग्राहक तक्ता तयार करणे.

३) आध्यात्मिक व्यक्तींच्या चरित्रांचे अथवा आत्मचरित्रांचे वाचन करणे.

४) परिसरातील व्यक्तींच्या आध्यात्मिक वृत्तीचे सर्वेक्षण करणे.

५) दैनंदिन शालेय परिपाठात कोणत्या ना कोणत्या प्रकारच्या ध्यानाचा समावेश करणे.

६) पाठ्यपुस्तकातील पाठ्यांशातून आध्यात्मिक मूल्यांचा शोध घेऊन त्यांचे विश्लेषण करणे.

७) आध्यात्मिक साधनेतील अनुभवांची देवाणघेवाण करणे.

८) अध्यात्मावर होणाऱ्या टीकेवर चर्चा करणे आणि त्याला संभाव्य उत्तरे शोधणे.

९) स्वतःमधील सद्गुण आणि दुर्गुण याबाबत मोकळेपणाने अभिव्यक्ती करणे.

१०) स्वतःच्या आयुष्यातील चुकांची कबुली देणे.

११) आपण केलेल्या सत्कृत्यांची चर्चा करणे.

१२) इतरांसाठी प्रार्थना करणे.

१३) शवासनाचा सराव करणे.

१४) शास्त्रीय संगीत शांतपणे ऐकणे.

१५) निसर्गाच्या सान्निध्यात शांत व मौन बसणे.

१६) वर्तमान क्षणावर एकाग्रता करणे.

प्रकरण १९
आध्यात्मिकदृष्ट्या प्रगत व्यक्तींचे आध्यात्मिक अनुभव

अध्यात्म हा अनुभवाचा विषय आहे असे नेहमी म्हटले जाते आणि ते खरेही आहे. आध्यात्मिक साधना करीत असताना व्यक्तींना विविध प्रकारचे अनुभव येत असतात. चिकाटीपूर्वक मनापासून ध्यानधारणा उर्फ योगसाधना करणारे, विपश्यना, ध्यान करणारे, उत्कट प्रार्थना करणारे, उत्तम दर्जाची एकाग्रता साधू शकणारे, सभोवतालच्या निसर्गाशी एकरूप होऊ शकणारे असे कितीतरी प्रकारचे साधक आपल्याला आलेले आध्यात्मिक अनुभव प्रामाणिकपणे कथन करीत असतात. हे अनुभव इतरांसाठी प्रेरक व मार्गदर्शक ठरू शकतात.

आध्यात्मिकदृष्ट्या प्रगत असलेल्या काही महत्त्वाच्या व्यक्तींचे आध्यात्मिक अनुभव पुढे दिले आहेत.

स्वामी विवेकानंद (१८६३–१९०२)

सर्व शिक्षणाचा केंद्रबिंदू 'माणूस' निर्माण करणे या मानवतावादी दृष्टिकोणाचे प्रेरणास्थान भारतीय धर्म, संस्कृती, आचारविचार व परंपरा यांचा जाज्वल्य अभिमान बाळगून त्याची देशविदेशात पताका उंचावणारे महान राष्ट्रभक्त, पारतंत्र्याच्या काळात नि:सत्त्व व मरगळलेल्या अवस्थेतील जनतेला स्वाभिमानाचा व अस्मितेचा महामंत्र देणारे, भारतीय तत्त्वज्ञानाचा दीप प्रज्वलित करून जनसामान्यांच्या हिताची अहर्निश चिंता बाळगणारे संन्यस्त जीवन जगणारे स्वामी विवेकानंद हे थोर भारतीय शिक्षणतज्ज्ञदेखील होते.

वेदान्ताचा अर्थपूर्ण संदेश विवेकानंदांनी अभूतपूर्व व अभिनव पद्धतीने दिला. निर्भयता किंवा अभय हे धर्माचे सार होय व प्रत्येक मानवात सुप्त ईश्वरी सामर्थ्य असून तो संभाव्यतेने ईश्वर आहे या वेदान्तातील प्रमुख अंगावर त्यांनी भर दिला आणि ज्ञान, कर्म अथवा भक्ती यांच्या द्वारा प्रत्येकाने आपले जीवित

ध्येय साध्य करावयाचे आहे असे प्रतिपादन केले.

स्वामीजींची विचारधारा अध्यात्मवादाच्या मुशीतून तावूनसुलाखून निघालेली विचारधारा असून मनुष्य कर्तृत्वाला आवाहन करून कर्तव्यदक्षतेचा संदेश देणारी आहे. त्यांचे अद्वैत तत्त्वज्ञान हे प्रवृत्तीप्रवण आणि व्यवहार्य होते. त्यांच्या मते, वेदान्त हा जगाचा धिक्कार करत नाही, तर जग हे परमेश्वराचेच स्वरूप आहे अशी शिकवण देतो. अध्यात्म, विज्ञान आणि व्यवहार यांचा सुरेख संगम विवेकानंदांच्या तत्त्वज्ञानात दिसून येतो.

इ.स. १८८१मध्ये विद्यार्थी दशेत असताना विवेकानंदांची (नरेंद्रांची) व श्री रामकृष्ण परमहंसांची भेट झाली आणि ते रामकृष्णांचे एकनिष्ठ शिष्य झाले. श्री रामकृष्णांच्या सहवासामुळे आणि उपदेशामुळे त्यांची आध्यात्मिक उन्नती झाली, आणि ते अध्यात्मवादी बनले.

स्वामी विवेकानंदांचा पहिला अनुभव

एके दिवशी नरेंद्र (स्वामी विवेकानंद) दक्षिणेश्वरला दुसऱ्यांदा गेले. एक मात्र त्यांनी केले आणि ते म्हणजे श्री रामकृष्णांनी म्हटले होते त्याप्रमाणे एकटे गेले. या भेटीच्या वेळी काय घडले ते विवेकानंदांनी आपल्या काही गुरुबंधूंना सांगितले आहे. त्यांनी सांगितलेला तो वृत्तांत पुढीलप्रमाणे-

''आधीच्या वेळी गाडीतून गेलो होतो. त्यामुळे कोलकात्यापासून दक्षिणेश्वरला उद्यानात असलेले ते मंदिर इतके दूर आहे, हे माझ्या लक्षात आले नव्हते. एकूण रस्ता मला इतका लांबचा वाटला की तो आता संपणार की नाही असे मनात येऊन गेले. अखेर कसातरी मी त्या उद्यानात पोहोचलो आणि सरळ श्री रामकृष्णांच्या खोलीत गेलो. ते छोट्याशा पलंगावर एकटेच बसलेले होते. मला पाहून त्यांना आनंद वाटला आणि अतिशय प्रेमाने मला बोलावून त्यांनी आपल्या बिछान्यावर शेजारी बसवून घेतले; पण पुढच्याच क्षणी मला असे आढळून आले, की कसल्या तरी तीव्र भावाने ते झपाटून गेले. तोंडाने स्वतःशीच काहीतरी पुटपुटत आणि माझ्याकडे एकाग्र दृष्टीने पहात ते हळूच माझ्याजवळ सरकले. मागच्या वेळी झाला तसाच काहीतरी चमत्कारिक प्रकार ते करणार असे मला वाटले; पण डोळ्याचे पाते लवते न लवते एवढ्यात त्यांनी आपला उजवा पाय माझ्या अंगावर ठेवला.''

''त्या स्पर्शासरशी मला एक अतिशय विलक्षण अनुभव येऊ लागला. माझे डोळे सताड उघडे होते आणि तरी मला असे दिसू लागले, की चारी बाजूंच्या भिंती आणि खोलीतील साऱ्या वस्तू गरागरा भोवती फिरू लागल्या आणि कशात तरी लय पावत गेल्या; माझ्या स्वतःच्या अस्तित्वासह संपूर्ण विश्व सर्वांचा ग्रास करू पाहणाऱ्या गूढ अशा शून्यात्वात विलीन होऊन जाण्याच्या बेतात आले. मी अतिशय भयभीत होऊन गेलो आणि आपल्या समोर आपला मृत्यूच उभा आहे असे मला वाटले, कारण स्वतःच्या स्वतंत्र अस्तित्वाचा लोप याचा अर्थ 'मृत्यू' असाच होता. त्याहून दुसरा काही अर्थ संभवतच नव्हता. माझा स्वतःवरचा ताबा सुटला, आणि मी एकदम ओरडून म्हणालो, ''हे तुम्ही माझे काय करीत आहात. मला घरी आई-वडील आहेत,'' हे ऐकून ते मोठ्याने हसले आणि माझ्या छातीवर थोपटत म्हणाले, ''ठीक आहे सध्या हे राहू दे. योग्य वेळी सारे काही घडून येईल,'' अतिशय नवलाची गोष्ट अशी, की त्यांनी असे म्हटले मात्र मला येत असलेला तो सारा अनुभव नाहीसा होऊन गेला. मला माझी स्वतःची नीट जाणीव पुन्हा आली आणि खोलीच्या आतील, तशाच बाहेरच्या बाजूच्या साऱ्या वस्तू पूर्वीसारख्या जशाच्या तशा आहेत, असे मला आढळून आले.''

''हे सांगण्यास मला जेवढा वेळ लागत आहे, त्याहून कितीतरी कमी वेळात हे सारे घडून गेले पण तेवढ्याने माझ्या मनात सारी उलथापालथ होऊन गेली. अतिशय विस्मयचकित होऊन गेलेला मी स्वतःशी विचार करू लागलो, हा सारा प्रकार काय असणे शक्य आहे? आपल्याला आश्चर्यात बुडवून टाकणाऱ्या या माणसाच्या केवळ इच्छेसरशी तो अनुभव आला आणि तसाच त्याच्या इच्छेसरशी नाहीसा झाला. मी विचार करू लागलो, की हा एखादा जादूटोण्याचा किंवा मोहिनी विद्येचा प्रकार तर नाही? पण तसे काही असणे शक्य नव्हते, कारण त्या गोष्टींचे परिणाम जे दुर्बल मनाचे असतात त्यांच्यावर होतात आणि आपले मन त्याच्या अगदी विरुद्ध प्रकारचे आहे असा मला एक अभिमान होता. माझ्याहून अधिक सामर्थ्यशील व्यक्तिमत्त्व असलेली अशी ही एक व्यक्ती होती, पण मी काही अद्याप त्यांचे अनुयायित्व स्वीकारून स्वतःला त्यांच्या चरणी समर्पित केले नव्हते, उलट स्वतःच्याच भावविश्वात अडकून पडणारी अशी ती एक व्यक्ती आहे असे मी मानत होतो. मग माझ्या ठिकाणी

हे आकस्मिक परिवर्तन कशामुळे घडून आले असेल? मला निश्चित असा काही निर्णय करता येईना. हे काहीतरी कोडे आहे, आपण ते सोडविण्याच्या फंदात पडू नये, असे मला वाटले. तरीही मी त्यानंतर अतिशय दक्ष राहण्याचा निश्चय केला. अशा प्रकारचा कोणताही परिणाम आपल्यावर करण्याची संधी या माणसाला मिळू द्यायची नाही, असं मी आपल्या मनाशी पक्के ठरवले.''

''पुढच्याच क्षणाला माझ्या मनात आले, माझ्यासारख्या निश्चयी आणि बलवान माणसाच्या मनाचा जी व्यक्ती पार चोळामोळा करून टाकू शकते तिला वेडसर ठरवून साफ बाजूला तरी कसे टाकता येईल? ही व्यक्ती खरोखरीच ईश्वराचा अवतार असेल तर गोष्ट वेगळी, पण तसे काही असणे ही फार दूरची गोष्ट आहे. आपल्या पहिल्या भेटीत या व्यक्तीच्या भावविवशतेचा जो अनुभव आपल्याला आला, त्यावरून आपण तेव्हा काढलेला निष्कर्षच योग्य आहे, असे अखेर म्हणावे लागते; पण तरी एखाद्या लहान बालकाचे असावे, तसे या माणसाचं मन अगदी शुद्ध आणि सरळ साधे आहे, हे अगदी स्पष्ट आहे. त्यामुळे या विस्मयचकित करून टाकणाऱ्या माणसाचे खरे स्वरूप कोणत्या प्रकारचे आहे आणि आपल्याला त्याचा जो अनुभव आला, त्याचा नेमका अर्थ काय आहे, याबद्दल माझे मन कोंडीत सापडल्यासारखे झाले. जे काही घडले होते, त्याचा अर्थ आपल्याला नीट लावता येऊ नये, या अनुभवाने माझ्या बुद्धिनिष्ठ मनाला जो एक हादरा दिला होता, तो सुखावह वाटणारा नव्हता पण तरीही आपण हे सारे गूढ तळापासून उलगडण्याचा प्रयत्न केला पाहिजे, असा निश्चय मी स्वतःशी केला.

(संदर्भ : विश्वमानव स्वामी विवेकानंद- खंड १, लेखक - डॉ. वि. रा. करंदीकर, रामकृष्ण मठ प्रकाशन, नागपूर, पृ. क्र. ९८,९९).

स्वामी विवेकानंदांचा दुसरा अनुभव

श्री रामकृष्ण नरेद्रांना (स्वामी विवेकानंदांचे पूर्वीचे नाव) अद्वैताचा सिद्धान्त अधूनमधून समजावून सांगण्याचा प्रयत्न करीत असत. एके दिवशी जीवात्मा आणि परमात्मा यांचे एकरूपत्व कसे आहे, यासंबंधी ते त्यांच्याशी बराच वेळ बोलले, पण नरेंद्रांवर त्याचा काही परिणाम झाला नाही ते खोलीच्या बाहेर आले आणि तेथे पडवीत बसलेल्या हाजराला म्हणाले, ''हे

कसे काय शक्य आहे? हा मातीचा माठ ईश्वर आहे, तो पेला ईश्वर आहे, आपणही ईश्वर आहोत. याहून अधिक विचित्र असा कोणता सिद्धान्त असू शकणार नाही.'' एवढे म्हणून नरेंद्र मोठमोठ्यांदा हसत सुटले, खरे तर हाजरा अद्वैतवादी होता, पण तोही त्या हसण्यात त्या वेळी सामील झाला. हे सारे काही खोलीत असलेल्या श्री रामकृष्णांच्या कानावर पडत होते. ते खोलीतून बाहेर आले, भावावेशात गेले होते, देहभान हरपले होते. एखाद्या लहान मुलाने करावे, त्याप्रमाणे कमरेचे वस्त्र त्यांनी काखोटीत धरले होते. चेहऱ्यावर किंचित हसू आणून ते म्हणाले, ''काय रे तुम्ही कशाबद्दल बोलता आहात?'' एवढे शब्द उच्चारून त्यांनी नरेंद्रला स्पर्श केला आणि ते समाधीत मग्न झाले. त्यांची ती समाधी पुढे यथाकाल उतरली; पण त्यांच्या स्पर्शाचा आपल्यावर काय परिणाम झाला, त्याचे वर्णन विवेकानंदांनी पुढील शब्दांत केले आहे –

''त्या दिवशी ठाकूरांनी केलेल्या त्या जादूच्या स्पर्शाने माझ्या मनामध्ये एका क्षणात मोठे आश्चर्यकारक परिवर्तन घडवून आणले. मी केवळ आश्चर्यमुग्ध होऊन गेलो, कारण मला असे आढळून आल, की खरोखरी या विश्वात एका ईश्वराविना दुसरे काही नाही. ते मला अगदी स्पष्टपणे दिसत होते, तो परिणाम टिकून राहतो का, हे पाहण्यासाठी मी अगदी स्वस्थ राहिलो; पण साऱ्या दिवसभरात तो काही कमी झाला नाही. मी घरी परत आलो, पण तिथेही मी जे काही पाहिले ते सारे काही ब्रह्मरूप आहे, असे मला दिसत होते. जेवण करण्यासाठी मी पाटावर बसलो, पण ते अन्न, ते ताट, वाढणारी व्यक्ती आणि स्वतः मी, अशी ही प्रत्येक गोष्ट म्हणजे ते एक तत्त्व आहे, दुसरे काही नाही, असे मला वाटत राहिले. एक दोन घास खाल्ले आणि नुसता बसून राहिलो. ''अरे, गप्प काय बसून राहिला आहेस, जेवण कर ना,'' आईच्या शब्दांनी मी दचकलो आणि मग पुन्हा जेवू लागलो; पण जेवण करीत असो, वा अंथरुणावर आडवा झालेला असो किंवा महाविद्यालयात चाललेला असो; या सर्व वेळी मला तोच अनुभव येत होता. सारा वेळ मी एक प्रकारच्या तंद्रीत आहे, असे वाटत होते. रस्त्यावरून चाललो असताना मला गाड्या येत असलेल्या दिसायच्या, पण आपण वाटेतून बाजूला व्हावे असे काही वाटेना. मला असे वाटे, की त्या गाड्या काय आणि मी काय सारे काही एकाच पदार्थाच; बनलेले आहे.''

''माझी सारी गात्रे अगदी बधिर झाली होती, त्यात संवेदनाच उरली

नव्हती. अन्नात मला चव राहिली नव्हती; असे वाटले होते, की दुसरेच कुणीतरी जेवते आहे. काही वेळा जेवता जेवता मी मध्येच आडवा होई, थोडा वेळ गेल्यावर उठे आणि पुन्हा जेवू लागे. याचा परिणाम असा होई, की काही वेळा मी फारच जेवण करी; पण त्याचा काही दुष्परिणाम झाला नाही. माझी आई घाबरून गेली, आणि तिला वाटले की माझ्या प्रकृतीत काही बिघाड झाला आहे. तिला अशी भीती वाटू लागली, की मी काही फार काळ जिवंत राहणार नाही. या साऱ्या परिस्थितीत जेव्हा थोडासा पालट पडला, तेव्हा मला सारे जग स्वप्नासारखे वाटू लागले. कॉर्नवॉलिस चौकातून मी चाललो असलो, तर तिथल्या रस्त्याकडेच्या खांबावर मी माझे डोके आपटून घेत असे. ते कठड्याचे खांब खरे आहेत का स्वप्नातले आहेत हे कळावे म्हणून. अशी ही अवस्था काही दिवस चालू राहिली. जेव्हा मी पूर्वस्थितीला परत आलो आणि नेहमीसारखा झाला, तेव्हा माझ्या असे लक्षात आले, अद्वैताचा अनुभव ही काय चीज आहे, याची काही चुणूक मला जाणवली होती. मग माझ्या मनात आले, की शास्त्रग्रंथातून जी काही वचने दिलेली आहेत, ती खोटी नाहीत. त्यानंतर अद्वैत तत्त्वज्ञानात जे सिद्धान्त मांडलेले होते, ते नाकारणे मला शक्य झाले नाही.''

(संदर्भ : विश्वमानव स्वामी विवेकानंद - लेखक- डॉ. वि. रा. करंदीकर, प्रथम खंड पृ. १५१-१५२) प्रकाशन- रामकृष्ण मठ, नागपूर.

श्री श्री परमहंस योगानंद (१८९३-१९५२)

श्री श्री परमहंस योगानंदांचा जन्म ५ जानेवारी १८९३ रोजी उत्तरप्रदेशातील गोरखपूर येथे झाला. त्यांनी आपले जीवन सर्व धर्म व पंथाच्या लोकांना मानवी चैतन्याची सुंदरता, उमदेपणा आणि खऱ्या दिव्यत्वाचे अनुभव व आपल्या जीवनात त्याला पूर्णपणे व्यक्त करण्यास साहाय्य करण्यासाठी अर्पित केले.

१९१५ साली कोलकाता विश्वविद्यालयाची स्नातक पदवी घेतल्यानंतर श्री योगानंदांना त्यांचे गुरू श्री श्री स्वामी युक्तेश्वर गिरी यांनी संन्यास धर्माची दीक्षा दिली. श्री युक्तेश्वरांनी केलेल्या सूचनेप्रमाणे भारताच्या प्राचीन योग व ध्यान विधीचा जगभर प्रसार करणे हेच त्यांच्या जीवनाचे विशिष्ट कार्य होते. १९२० साली योगानंदांनी बोस्टन, अमेरिका येथे भरणाऱ्या धार्मिक

उदारमतवाद्यांच्या आंतरराष्ट्रीय अधिवेशनासाठी भारतातील प्रतिनिधी म्हणून निमंत्रण स्वीकारले.

परमहंस योगानंदजींनी आपल्या शिकविण्याच्या प्रसारासाठी योगदा सत्संग सोसायटी ऑफ इंडिया आणि सेल्फ रियलायझेशन फेलोशिप या संस्था स्थापन केल्या. आपल्या लेखनाद्वारे आणि भारत, अमेरिका व युरोपमध्ये मोठ्या प्रमाणावर दौरे करून व्याख्यानांद्वारे तसेच पुष्कळ ठिकाणी आश्रम व ध्यान केंद्रे स्थापन करून त्यांनी प्राचीन योग विज्ञान आणि सर्वंकष ध्यान पद्धती यांचा हजारो सत्यशोधार्थींना परिचय करून दिला. परमहंसजी ७ मार्च १९५२ रोजी लॉस एंजिल्स येथे महासमाधीमध्ये प्रविष्ट झाले.

Autobiography of a Yogi या आपल्या आत्मचरित्रात परमहंस योगानंदांनी आपल्या जीवनातील लौकिक घटनां सोबत स्वतःच्या आध्यात्मिक उन्नतीची आणि अनुभवाची प्रक्रिया प्रभावी रीतीने वर्णन केली आहे. या पुस्तकातील 'An Experience in Cosmic Consciouness' नावाच्या एका प्रकरणात त्यांनी स्वतःला गुरूच्या साक्षीने आलेल्या उत्कट अशा समाधी अनुभवाचे वर्णन खालीलप्रमाणे केले आहे. प्रस्तुत मजकूर त्यांच्या आत्मचरित्राच्या 'योगी कथामृत' या मराठी अनुवादातून घेतला आहे. (पृ. क्र. २०५ ते २०८).

''श्री युक्तेश्वर क्वचितच कोड्यात बोलत. मी गोंधळलो गेलो. हृदयाच्या जरा वरच्या बाजूला त्यांनी अलगदपणे धक्का दिला.

माझे शरीर जमिनीला जखडपणे जडून राहिले. एखाद्या मोठ्या लोहचुंबकाने आकर्षित करून जणू माझ्या फुफ्फुसातला श्वास काढून घेतला. जीव आणि मन ही क्षणार्धात शरीराच्या बाहेर पडली आणि प्रत्येक रंध्रारंध्रातून द्रवरूपी प्रकाश बाष्प होऊन जोराने बाहेर पडू लागला. शरीर जणू निर्जीव झाले. परंतु माझ्या तीव्र जागृतावस्थेत मला कळून चुकले की मी आत्तापर्यंत कधीही जिवंत नव्हतो. शरीराशी निगडित झालेली माझी जाणीव आता शरीरावयापुरतीच राहिली नसून सभोवतालच्या अणूरेणूंनासुद्धा व्यापून राहिली. दूर रस्त्यावरचे लोक जणू माझ्या शरीराच्या परिघावर अलगदपणे चालत जात आहेत, असे मला वाटले. झाडे व वनस्पती यांची मुळे अंधूक पारदर्शक होऊन गेलेल्या जमिनीतून स्पष्ट दिसू लागली. त्यांच्या अंतरंगामध्ये वाहत असलेला जीवरस

मला दिसू लागला.

आसमंतातील सारा भाग तसा मला दिसू लागला. माझ्या दृष्टीची फेक साधारणतः समोरची. पण आता मला गोलाकार विशाल दृष्टी आली आणि सगळे सर्व बाजूंचे दिसू लागले. दूर अंतरावर रामघाट गल्लीतून फेरफटका करीत असलेली माणसे व एक पांढरी गाय संथपणे जवळ येत असलेली माझ्या डोळ्यांच्या मागच्या बाजूने मला दिसली. जेव्हा ती गाय आश्रमाच्या उघड्या असलेल्या फाटकाजवळ आली, तेव्हा मी तिला माझ्या खऱ्याखुऱ्या डोळ्यांनी पाहिली. अंगणाच्याकडेला, विटांच्या भींतीपलीकडे जेव्हा ती गाय गेली, तेव्हासुद्धा मी तिला स्पष्ट पाहिले.

आसमंतातील व्यापक दृष्टीपथातील सर्व वस्तू हलू लागल्या व चलचित्राप्रमाणे स्पंदन पावू लागल्या. माझे शरीर गुरुजींच्या आश्रमातील अंगण, त्यातील खांब, खुर्च्या, बाके, जमीन, फरशी, झाडे, सूर्यप्रकाश हे सगळे मधून मधून इतक्या जोरात हलू लागले जोरजोराने, की या सर्व वस्तू एका अतितेजस्वी सागरात अगदी साखरेच्या खड्यासारख्या, खडीसाखरेचे खडे पाण्याच्या भांड्यात टाकल्यावर जोराजोराने हलवून जसे विरघळून जातात, त्याचप्रमाणे विरघळून गेल्या. एकरूप करणारा तो प्रकाश सर्व वस्तूंना विविध आकारांची, रंगांची स्थूल रूपे देऊ लागला. वस्तूमात्रांच्या निर्मितीमध्ये कारण व परिणाम यांच्या प्रभावाने त्यांचे अवस्थांतर कसकसे होत जाते, हे अगदी स्पष्ट दिसून आले.

माझ्या अंतरंगाच्या अमर्याद शांत किनारपट्टीवर जणू आनंदाचा सागर लोटला. मला समजून आले, की ईश्वरस्वरूप चिदानंदरूपी आहे. परमेश्वराचा देह म्हणजे प्रकाशाचे असंख्य तंतू. माझ्या अंतरंगातून उफाळून येणाऱ्या उर्मी सभोवतालच्या सृष्ट वस्तू, गावे, शहरे, भूखंडे, पृथ्वी, सूर्यमालिकेतील ग्रह, तारकापुंज, विरलसे धूम्रतारकांचे समूह, तरंगती विश्वे, सर्व काही व्यापू लागल्या. अखिल विश्व माझ्या विराट रूपामध्ये रात्री दूर दिसणाऱ्या मौल्य प्रकाशाने चमकणाऱ्या शहराप्रमाणे दिसू लागले. काटेकोर असलेल्या भूमंडळाच्या किनारपट्टीपलीकडील डोळ्यांस दीपवून टाकणारा प्रकाश, त्या पलीकडे पसरत गेलेल्या अंतरिक्षात हळू हळू कमी कमी होत जाऊन तेथून पुढे एक सौम्य प्रकाशवलय असलेले मला दिसून आले. त्या प्रकाशवलयाचे तेज सतत

सारखेच राहत असून, ते वलय इतके सूक्ष्म होते, की त्याचे वर्णन करता येणे शक्य नाही. ग्रहमालिकांचा देखावा हा त्या प्रकाशातूनच पण किंचितसा धूसर अशा प्रकाशातून निर्माण झाला होता.

हे दिव्य प्रकाशकिरण एका शाश्वत निरंतर उगमस्थानापासून सर्व दिशांमध्ये सहस्रधारांनी बाहेर पडत जाऊन त्यांचे पर्यवसान शेवटी अवर्णनीय अशा ज्योतिर्मंडलात होत होते. पुनः पुन्हा सृजनात्मक असे प्रकाशझोत तारकापुंजांचा आकार घेऊन त्यातून पुढे पारदर्शक अग्निशिखा निर्माणत होत. तसेच, ह्याच पद्धतीने पण उलट तशाच नियमाने आणि तालबद्ध क्रमाने असंख्य अगणित सृष्ट गोल स्वच्छ, निर्मल ज्योतींमध्ये रूपांतर पावत व हे असे अग्निमंडळ विशाल असे अंतरिक्ष निर्माण करी.

या सर्व ब्रह्मांडाचा केंद्रबिंदू हा माझ्या हृदयातील अंतर्ज्ञान दृष्टीचा बिंदू आहे, हे मी ओळखले. माझ्या अंतर्याम्यातून जे तेजवैभव बाहेर पडे, तेच ह्या सर्व ब्रह्मांडाच्या कानाकोपऱ्यापर्यंत जात आहे. आनंदमय अमृत माझ्यामधून पाऱ्यासारखे द्रवधर्माने वाहत आहे. परमेश्वराचा सृजनात्मक निर्मिती मूल ध्वनी 'ॐ' ह्या दुमदुमणाऱ्या ध्वनीतून बाहेर पडत आहे. ॐ म्हणजे विश्वरूपी यंत्राचे स्पंदन, कंपन.

आणि एकदम श्वास-उच्छ्वास माझ्या फुप्फुसांमध्ये परत सुरू झाले. माझी फार निराशा झाली. निराशा अशी की ती सहन करणे केवळ दुरापास्त. माझे अमरत्व नष्ट झाल्याचे मला कळून आले. फिरून मी घृणास्पद अशा शरीराच्या पिंजऱ्यामध्ये कोंडून गेलो. आत्म्याला त्यात सहजरीत्या उतरताही येत नाही. एखाद्या उनाड मुलाप्रमाणे मी ह्या विराट ब्रह्मांडरूपी माझ्या खऱ्याखुऱ्या घरातून बाहेर पडून एका मर्त्य देहरूपी खुराड्यात स्वतःला बंदी केले.

माझे गुरु जी माझ्यासमोर अगदी निश्चल असे उभे राहिले. मी ज्या विश्वरूप दर्शनाच्या अनुभवाची अतीव उत्कंठतेने वाट पाहात होतो तो अनुभव माझ्या गुरुंनी मला आणून दिला; म्हणून कृतज्ञता दाखविण्यासाठी मी त्यांच्या पवित्र चरणांवरती लोटांगणे घालण्याकरिता पुढे वाकलो आणि त्यांनी मला अलगद वरच्या वर धरले व ते मला संथपणे म्हणाले,

ह्या परमानंदामुळे तू बेहोष होऊन जाऊ नकोस. तुला या जगात अजून पुष्कळ काम करावयाचे आहे.''

रमण महर्षी (१८७९-१९५०)

रमण महर्षी हे तामिळनाडूमधील आधुनिक काळातील एक आत्मज्ञानी संत म्हणून ओळखले जातात. रमणांनी व्याख्याने दिली नाहीत, प्रवचने केली नाहीत, ग्रंथ लिहिले नाहीत. ते जगले, वागले व रमले ते आत्मरूपात निमग्न होऊन असे म्हटले जाते. प्रसंगपरत्वे त्यांनी साधकांना संबोधून जे सलगीचे बोलणे केले त्याला नंतर ग्रंथरूप प्राप्त झाले. रमण महर्षींच्या आठवणी, संभाषणे, विचार आणि वचने अनुवादित स्वरूपात अनेक भाषांतून उपलब्ध आहेत. अरुणाचल येथे त्यांचा आश्रम प्रसिद्ध आहे. काही विज्ञाननिष्ठ आध्यात्मिक मंडळी आध्यात्मिकतेच्या शोधात रमण महर्षींकडे जात असत. परदेशी अभ्यासक पॉल ब्रंटन हे एक असेच साक्षात्कार विद्येचे संशोधक होते. रमण महर्षी यांना भेटल्यावर पॉल ब्रंटन यांना अपेक्षित अनुभूतीचा लाभ घडला. तसेच जागतिक कीर्तीचे इंग्लिश कथा कादंबरीकार सॉमरसेट मॉमदेखील भारतात आल्यावर रमण महर्षींना भेटून गेले होते. आपल्या 'द सेंट' या नावाच्या लेखात त्यांनी याविषयी लिहिले आहे.

रमण महर्षी म्हणत असत, ''माणूस अनेक गोष्टींचा अभ्यास करतो. पण 'स्व'-रूपाविषयी तो उदास असतो. मी म्हणजे देह असे मानतो आणि इंद्रियवश होतो. मी म्हणजे मन असे मानतो आणि वृत्तिप्रवाहाबरोबर वाहत राहतो. मी म्हणजे बुद्धी असे समजतो आणि बदलते निर्णय घेत राहतो. शरीर, बुद्धी आणि मन यांच्या अतीत असणारे एक निश्चित तत्त्व आपल्या ठायी आहे, हे तो विसरतो. ही आंतरिक निश्चलता लाभली म्हणजे अंतरंगातील कोलाहल थांबतो. माणूस प्रसन्न होतो. ''

रमण महर्षींना वयाच्या सोळाव्या वर्षी जो आध्यात्मिक अनुभव आला तो त्यांच्या जीवनाला दिशा देणारा ठरला. त्या वेळी किशोरवयीन रमणांनी पेरियपुराणम् या ग्रंथातील शैव संतांची चरित्रे वाचली होती. त्यामुळे त्याग आणि भक्ती या तत्त्वांविषयी त्यांच्या मनात ओढ निर्माण झाली. एके दिवशी त्यांच्या मनावर मरण कल्पनेचे मळभ आले. आपण मरत आहोत असे त्यांना वाटू लागले. त्यांचा जीव गुदमरला अंगाला दरदरून घाम फुटला. श्वास थांबला. शरीराचे कलेवर झाले. रमणांनी मन घट्ट केले. आपले मरण शांत चित्ताने ते पाहू लागले.ते अगदी काष्ठवंत निपचित पडून राहिले. त्यांना दिसू लागले. स्मशान

आणि धडाडणारी चिता. पण नवल असे की ते मनाने निर्लेप झाले होते. निर्विकार झाले होते. आरंभीचे भय धुक्याप्रमाणे विरून गेले होते. त्यांच्या मनोमंदिरातून एक दिव्य ध्वनी ऐकू आला, "तू अजर, अमर, अविनाशी, आत्मतत्व आहेस. तुला मरण कुठले? मरण असते जड देहाला, आत्म्याला नव्हे."

रमणांना आलेला हा अनुभव व्यक्तिगत होता पण तो रोकडा होता. त्यांच्या अंतःप्रज्ञेचा सूर त्यांना सापडला होता. या क्षणाचे वर्णन करताना त्यांचे चरित्रकार आणि एक तत्त्वज्ञ प्रा. टी. एम्. पी. महादेवन म्हणतात,

"His ego was lost in the flood of self awareness. The realisation came to him in a flash. He perceived the truth directly."

(संदर्भ : 'दीपस्तंभ' – लेखक – प्रा. शिवाजीराव भोसले, अक्षरब्रह्म प्रकाशन – पृ. क्र. २६३ ते २७१).

गुरूदेव रवींद्रनाथ टागोर (१८६१–१९४१)

भारतीय नररत्नांपैकी एक अग्रणी थोर महापुरुष गुरूदेव रवींद्रनाथ टागोर हे एक बहुआयामी, कलाप्रेमी, सांस्कृतिक, शैक्षणिक, बौद्धिक, राजकीय, सामाजिक असे व्यक्तिमत्त्व आधुनिक भारतीय विचारवंतांमधील अविस्मरणीय असे व्यक्तिमत्त्व ठरले आहे. ते स्वतः थोर कलाकार तर होतेच, पण त्याहीसोबत एक शिक्षणतज्ज्ञ, कवी, देशभक्त, तत्त्वज्ञ व सुधारक या भूमिकांबाबतही विख्यात आहेत. मानवी जीवनातील जवळजवळ सर्वच सर्जनशील क्षेत्रांना त्यांच्या व्यापक प्रतिभेचा स्पर्श झाला. त्यांच्या चिंतनशील काव्य प्रतिभेचा सन्मान म्हणून त्यांना वाङ्मयाचे नोबेल पारितोषिक प्राप्त झाले.

रवींद्रनाथ यांच्या तात्त्विक व आध्यात्मिक दृष्टिकोनात उपनिषदांतील अनेक तत्त्वांचा मधुर मिलाफ झालेला आहे. एक गूढवादी, अध्यात्मवादी या नात्याने स्वतःच्या ठिकाणी व जळी स्थळी, काष्ठी, पाषाणी, अग्नित किंबहुना या जगातील सर्व यच्चयावत वस्तुमात्रात एकच सर्वव्यापी चित्‌तत्त्व भरलेले आहे, असा त्यांना साक्षात्कार जाणवतो.

रवींद्रनाथ या जगाकडे परमेश्वराच्या लीलेचे एक माध्यम यादृष्टीने पाहतात. विश्वाअभावी परमेश्वर अपूर्ण राहील, तर परमेश्वराअभावी विश्व निराधार बनेल. त्यांच्या मते, मुक्ती म्हणजे जीवनापासून पलायन नव्हे, तर खऱ्या अर्थाने

पूर्णपणे जगणे होय. स्वातंत्र्याच्या मार्गात वाटचाल करणाऱ्या मानवी जीवनाला ईश्वरी जीवन स्पर्श करते. धार्मिक किंवा आध्यात्मिक अनुभूती म्हणजे दुसरे काही नसून परमात्मा व जीवात्मा यांच्यातील प्रेमाचा निरंतर संबंध होय, असे ते म्हणत असत.

एक कवी, तत्त्वज्ञ म्हणून रवींद्रनाथांचा गूढ अनुभव

रवींद्रनाथ काही काळ कोलकत्त्यात त्यांचे थोरले बंधू ज्योतिरिंद्रनाथ यांचे सोबत सडर स्ट्रीट वरील एका घरात राहात असत. तेथे त्यांना जो एक अनुभव आला त्याचे वर्णन एक गूढ दर्शन (Mystic Vision) या शब्दातच करता येईल. एके दिवशी पहाटे घराच्या सज्जात उभे असताना रस्त्याच्या शेवटच्या टोकाला गर्द झाडांच्या राईतून वर येणाऱ्या सूर्यनारायणाचे त्यांना दर्शन झाले. रवींद्रनाथ बरेच वेळा तेथून उगवत्या सूर्याचे दर्शन मोठ्या आवडीने घेत असत. परंतु, त्या दिवशी मात्र सूर्योदयाच्या दर्शनाने त्यांच्या चित्तावर असामान्य असा परिणाम झाला. त्यांच्या चित्तवृत्ती थरारून गेल्या व ते रोमांचित झाले. त्या वेळी एकाएकी विश्वातील प्रत्येक वस्तूला एक वेगळा अर्थ असल्याचे त्यांना जाणवले. त्यानंतर काही दिवसांनी आपल्या आठवणीत त्या अनुभवाविषयी त्यांनी लिहीले, की 'मला त्या वेळी सौंदर्याच्या व आनंदाच्या लाटांनी जणू सर्व बाजूंनी वेढून टाकले.'

रवींद्रनाथांच्या या अनुभवाची उत्कटता यत्किंचितही कमी न होता चार दिवस टिकून राहिली. त्यांच्या या दृष्टान्तातून बाहेर येताच त्यांनी तयार केलेल्या त्यांच्या 'निर्झरर स्वप्नभंग' या कवितेतून त्या अनुभवाची काव्यात्मक अभिव्यक्ती झाली. या कवितेत त्यांच्या आत्म्याला आनंदाचा, स्वतंत्रतेचा व अनिर्बंधतेचा असामान्य अनुभव आला होता तो ओतप्रोत रीतीने व्यक्त झालेला आहे. त्यांच्या आनंदमय मनःस्थितीत त्यांनी आणखी पुष्कळ कविता लिहिल्या व त्या सर्व 'प्रभात संगीत' या नावाने प्रसिद्ध झालेल्या आहेत.

'प्रभात संगीत' या काव्यसंग्रहात आपण अरुणोदय पाहतो. कवीच्या हृदयाप्रमाणे गोठलेल्या हिमगिरीला सूर्याचा स्पर्श होतो. बर्फ वितळते आणि त्याचे रूपांतर धबधब्यात होते. त्याच्या स्वप्नांचा भंग होतो म्हणजेच तो जागा होतो, गात गात आणि नाचत नाचत तो निर्झर पर्वतांच्या कड्यावरून उड्या

घेत पुढे पुढे वेगाने धावत जातो, आणि हरित भूमीवर दऱ्योखोऱ्यांतून खाली उडी घेतो. त्यांची ही संपूर्ण कविता नव्याने गवसलेल्या, आनंदाने व चैतन्याने सळसळणाऱ्या, कृतिशीलतेने नटलेल्या जीवनाचा गौरव करणारी आहे. त्यांच्या आनंदाची ती इतकी उत्स्फूर्त अभिव्यक्ती आहे की त्याने आलेल्या गूढ अनुभूतीतून बाहेर आल्यानंतर. त्या अनुभूतीची शक्ती एकदम उफाळून जोराने बाहेर येऊन उसळू लागली. तिच्या ओजस्वी धुंदीत जणू त्यांनी ती लिहीली होती. आपल्या आठवणीत या अनुभवाचा उल्लेख करून ते म्हणतात, ''ज्या विषण्णतेने आणि खिन्नतेने माझे हृदय बधिर करून टाकले होते तिचे सर्व थर भेदून व फोडून एका क्षणात विश्वाच्या प्रकाशाने माझे हृदय काठोकाठ भरून टाकले.''

रवींद्रनाथांच्या काही आध्यात्मिक काव्यपंक्ती मराठी अनुवादात

(संदर्भ : रवींद्रनाथ टागोर, लेखक - ग. ना. जोशी, प्रक्राशक - रामचंद्र दास्ताने आणि कं. पुणे)

- हे भगवंता माझे शीर नमव
  आणि त्याला तुझ्या चरणरजांना स्पर्श करायला लाव
  माझा गर्व आणि वृथाभिमान
  अश्रूंच्या पुरात विरघळवून टाक

- तू असंख्य रूपांनी मजकडे येत असतोस
  तू रंगातून, गाण्यांतून, सुगंधातून येत असतोस
  तू येतोस आणि तुझ्या स्पर्शाने माझे जीवन शहारून जाते
  तू आनंदाच्या रूपाने येतोस
  तू मजकडे येतोस तेव्हा
  तू जी विविध रूपे घेतोस ती अनंत असतात

- रात्रंदिवस माझ्यात तुझी फुले उमलली आहेत
  माझ्यातच तुझी बीजे अंकुरली आहेत
  तुझे वृक्ष माझ्यासाठी त्यांच्या
  पालवीचा वर्षाव करीत असतात

- माझ्या शरीराच्या प्रत्येक रक्तवाहिनीतून रात्रंदिवस
जीवनाचा प्रवाह उसळत असतो, सतत खळाळत असतो
अद्‌भूत अशा या तालबद्धतेने वाहणारा जीवनाचा हा उच्छ्वास
हे विश्व जिंकायला निघालेला आहे
तो सतत नर्तन करीत आहे
ताल धरीत आहे
हेलकावे खात पुढे सरकत आहे
तो पृथ्वीवरील धुळीच्या कणाकणांत संचारला आहे
तो तृणाच्या लक्षावधी पात्यांतून खदखदा हसत आहे
तो पाना फुलांतून सतत विकसत आहे, पसरत आहे
जीवनमृत्युच्या विराट महासागरात तोच प्रवाह
भरतीबरोबर उचंबळत आहे
आणि ओहोटीबरोबर खाली जात आहे
माझ्या शरीराचा प्रत्येक अवयव
या प्राणशक्तीच्या स्पर्शाने गौरवान्वित केला आहे
असे मला जाणवत आले आहे
युगानयुगे या विराट विश्वात हा प्रवाह
स्पंदन पावत आहे
आणि माझ्या रक्ताच्या बिंदू बिंदूतून
तो नाचत विहरत आहे

- आनंदाच्या असंख्य पाशांमधून मी स्वातंत्र्याच्या
माधुर्याचा आस्वाद घेईन
याच मातीच्या भांड्यात पुनः पुनः
तू तुझी विविध रंगांची व रुचीची मद्ये ओतत रहा
मी माझ्या इंद्रियांची दारे बंद करून घेणार नाही
नाही, कधीही नाही
रंग, गीते आणि गंध यांच्या सर्व पार्थिव आनंदाच्या अंतर्वर्ती
हे परमेशा ! तुझा सतत वास करणारा आनंद
मला सदासर्वदा सत्य राहील

- हे जग रमणीय आहे
मला कधीच याच्यापासून
दूर जाऊ नये असे वाटते
मला मानवतेच्या अंतरंगात
आश्रय हवा आहे.

- मी स्वर्गाच्या गौरवशाली प्रकाशाचा शोध
केला म्हणून मी धन्य आहे
या शालीन पृथ्वीच्या आनंदावर
मी प्रेम केले आहे
म्हणून मी धन्य आहे

- जेव्हा मी मर्यादांच्या सीमात स्थिरावलो तेव्हा
मला सुखे अनुभवायला मिळाली
मात्र जेव्हा मी असीमात
उड्डाण करून विहरू लागलो
तेव्हा मला माझी गीते गवसली

- क्षणाक्षणाला माझा गूढ आत्मा
जगाच्या लाटांबरोबर प्रतिनिनादत असतो
रात्री किंवा दिवसा त्याला उसंत नसतो
माझ्या जीवनाचे एकमेव ध्येय
असीमाला सीमा बांधत राहणे हे आहे
माझ्या सर्व आशा आणि माझे सर्व शब्द
आणि माझ्या सर्व प्रेमानिशी मी एकच गोष्ट
करीत राहतो, आणि ती म्हणजे
असीमाची आणि अनंताची प्रतिमा
माझ्या मनात मी तयार करीत असतो.

फ्रिट्जॉफ काप्रा (Fritjof Capra)

फ्रिट्जॉफ काप्रा हे बर्कले – कॅलिफोर्निया येथील Centre for Ecoliteracy या संस्थेचे संचालक असून 'Theoretical Physics' या विषयातील त्यांची पीएच.डी, आहे. अनेक युरोपियन आणि अमेरिकन विद्यापीठांमधून त्यांनी 'कळसह एपशीसू झह्रीळली' या विषयातील संशोधन केले असून आधुनिक विज्ञानातील तात्त्विक अन्वयार्थ शोधण्यात त्यांना विशेष रस आहे. यावर त्यांनी विपुल लेखन केले असून अनेक उद्‌बोधक व्याख्याने दिली आहेत. त्यांच्या प्रसिद्ध पुस्तकांमध्ये 'The Tao of Physics, The Turning Point, Uncomman Wisdom, The Web of Life ' यांचा उल्लेख करता येईल.

यातील The Tao of Physics या पुस्तकात काप्रा यांनी आधुनिक भौतिक विज्ञान आणि पौर्वात्य अध्यात्म या दोहोंतील साम्यस्थळांवर विस्तृत, तपशीलवार व सोदाहरण अशी चर्चा वैज्ञानिक परिभाषेत केली आहे. स्थलकालाबाबत वैज्ञानिक नियम, गतिशील विश्वाचे स्वरूप, विश्वविषयीचे आपल्याला होणारे ज्ञान, आधुनिक विज्ञानातील प्रगत संशोधन या बाबींविषयी चर्चा करीत असताना त्यांनी हिंदू, बौद्ध, ताओ आणि झेन या पौर्वात्य धर्मांच्या आध्यात्मिक तत्त्वज्ञानातील तपशीलांसोबत विज्ञानाला भावलेले विश्व आणि या तात्त्विक, आध्यात्मिक दृष्टिकोनाला भावलेले विश्व यांची तौलनिक चर्चा केली आहे. या पौर्वात्य आध्यात्मिक परंपरेत एक सुसंगत अशी तात्त्विक चौकट दिसून येते आणि त्यामध्ये अत्याधुनिक वैज्ञानिक संशोधनाची सत्ये सामावून जात असून ती काळाच्या कसोटीला टिकून राहिली आहेत असे या संदर्भात काप्रा यांना म्हणावयाचे आहे.

एक वैज्ञानिक संशोधक आणि आध्यात्मिक तत्त्वचिंतक या दोन्ही भूमिकेतून विचार करणाऱ्या काप्रा यांना जो आध्यात्मिक अनुभव आला तो त्यांनी आपल्या The Tao of Physics या सुप्रसिद्ध पुस्तकाच्या प्रस्तावनेत लिहिला आहे. त्या मूळ इंग्रजी प्रस्तावनेतील भागाचा मराठी अर्थ खालीलप्रमाणे सांगता येईल–

''पाच वर्षांपूर्वी मला एक सुंदर अनुभव आला ज्यामुळे मी प्रस्तुत पुस्तक लिहायला उद्युक्त झालो. उन्हाळ्यातील एका दुपारी मी समुद्रकिनारी बसलो होतो, समुद्रातील लाटांचे नर्तन माझ्या लयबद्ध श्वासाशी जुळल्याचे अनुभवत

होतो. त्याच वेळी मला अचानक मी जणू या महाप्रचंड अशा विश्वाच्या वैश्विक नृत्याचा भाग असल्याचे जाणवू लागले. त्या नृत्यात मी पूर्णतः गढून गेलो. मी स्वतः भौतिक शास्त्रज्ञ असल्याने मला ठाऊक होते की माझ्या सभोवताली वाळू, खडक, पाणी आणि हवा हे सर्व काही कंपनशील अशा अणूरेणूंचे बनलेले होते आणि या सर्व वस्तुभागातील कण न कण सतत परिवर्तनशील होता. निर्माण होत होता, नष्ट होत होता. मला हेदेखील माहीत होते की, पृथ्वीच्या वातावरणात सातत्याने वैश्विक किरणांचा (Cosmic Rays) मारा होत होता. तसेच उच्च शक्तीचे अनेक कण हवेमध्ये वेगाने शिरत होते आणि एकमेकांवर आदळत होते. माझ्या उच्च ऊर्जा विज्ञान (High Energy Physics) विषयाच्या अभ्यासामुळे मला या गोष्टी परिचित होत्याच, पण त्या क्षणापर्यंत मी हे सर्व फक्त आलेख, आकृत्या आणि गणिती सिद्धान्त यांच्याद्वारेच अनुभवले होते. त्या क्षणी समुद्र किनाऱ्यावर मात्र माझे हे पूर्वानुभव प्रत्यक्षात अवतरले होते. मी चक्क ऊर्जेचे पुंज बाह्य अवकाशातून खाली येताना 'पाहिले', त्यामध्ये कणांच्या निर्मितीची आणि विनाशाची लय 'दिसत'होती. सभोवतालच्या सर्व मूलद्रव्यांचे अणू तसेच माझ्या शरीरातील अणू शक्तीच्या वैश्विक नृत्यात सहभागी झालेले मला दिसले. मला ती लय जाणवली आणि मी तिचा ध्वनी 'ऐकला' आणि त्याक्षणी माझ्या लक्षात आले की हिंदूंचे पूजनीय दैवत जो शिव त्या शिवाचे नृत्य (Dance of Shiva) म्हणजे हेच होय.

सैद्धांतिक भौतिकशास्त्राच्या दीर्घ प्रशिक्षणातून मी गेलो होतो आणि अनेक वर्षे त्यामधील संशोधनही केले होते. त्याचबरोबर मी पौर्वात्य अध्यात्मवादातदेखील रूपि घेऊ लागलो होतो आणि दोन्हींमधील साम्य शोधू लागलो होतो. मी विशेषतः झेन तत्त्वज्ञानाकडे त्यातील काही पैलूंकडे आकर्षित झालो होतो. या पैलुंमुळे मला क्वांटम सिद्धातांतील कोड्यांची आठवण होत होती. सुरुवातीला मात्र या दोन्हीतील तुलना हा केवळ बौद्धिक उद्योग होता. तर्कशुद्ध विश्लेषणात्मक विचार आणि आध्यात्मिक सत्याचा ध्यानगम्य अनुभव यामध्ये जी दरी असते तिच्यावर मात करणे मात्र मला खूप कठीण जाई आणि अजूनही कठीण जाते.

सुरुवातीला मला जणू माझ्या मानसिक शक्तीची मदत झाली आणि

त्यातून मला मन किती मुक्तपणे वाहते ते लक्षात आले. जाणिवेच्या खोल गाभाऱ्यातून विनाप्रयास कसे आध्यात्मिक अनुभव उसळी मारून वर येतात हे पण कळले. हा माझा असा पहिलाच अनुभव होता. इतक्या वर्षांच्या तार्किक विचारांच्या सवयीनंतर असा अनुभव मला भारावून टाकणारा होता आणि त्या वेळी अश्रू माझ्या डोळ्यातदेखील आले आणि माझ्या सर्व भावना मला कागदावर उतरावाव्याशा वाटल्या.

त्या पुढेही मला असे अनेक अनुभव येत गेले. त्यामधून मला अशी स्पष्ट जाणीव होत गेली की आधुनिक भौतिक विज्ञानातून जे जग दृष्टिपथात येऊ लागले आहे ते पौर्वात्य तत्त्वज्ञानाशी सुसंगत असे आहे. वर्षानुवर्षे मी यावर टिपणे लिहित राहिलो आणि विज्ञान व तत्त्वज्ञान यातील साम्यस्थळांवर काही लेख लिहिले. या विचारांतून शेवटी या पुस्तकाचे लेखन झाले.

(संदर्भ : Kapra Fritjof (1976) 'The Tao of Physics', Flamingo, London, preface - pp. 12,13).

प्रकरण २०
काही तत्त्वज्ञ, विचारवंत आणि शिक्षणतज्ज्ञांचे आध्यात्मिकतेस पोषक व समर्थक विचार

शिक्षणामध्ये सत्य, ज्ञान, मूल्ये यांची चर्चा होत असते. या सर्व गोष्टी आध्यात्मिक तत्त्वज्ञानाची देणगी होत. कोणताही खरा शिक्षणतज्ज्ञ खऱ्या तात्त्विक बैठकीशिवाय शिक्षणतज्ज्ञ होऊ शकत नाही. तसेच मानवी कल्याणाविषयी विचार करणारा तत्त्वज्ञानी हा साहजिकच एक शिक्षणतज्ज्ञ असतो. योगायोगाचा भाग असा की कितीतरी महान तत्त्वज्ञ हे महान शिक्षक अथवा शिक्षणतज्ज्ञही होते.

प्राचीन भारतीय ऋषिमुनी हे तत्त्वज्ञ व गुरू दोन्ही होते. सॉक्रेटिस, प्लेटो व ॲरिस्टॉटल हे तीनही ग्रीक तत्त्वज्ञ अव्वल दर्जाचे शिक्षक होते. स्वामी विवेकानंद, श्री अरविंद, गुरूदेव टागोर, डॉ. राधाकृष्णन्, महात्मा गांधी यांच्या विचारात तत्त्वज्ञान व शिक्षण या दोहोंचा सुरेख संगम आढळतो. रूसो, फ्रोबेल, ड्युई, रसेल अशा किती तरी विचारवंतांनी आपल्या विचारातून व प्रयोगातून तत्त्वज्ञान व शिक्षण यातील अविभाज्य नातेसंबंध दाखवून दिला.

या सर्व विचारवंतांच्या श्रद्धा आणि निष्ठा यातून आध्यात्मिकतेचे जे उत्कट दर्शन घडते ते आध्यात्मिक बुद्धिमत्तेच्या विकासासाठी पूरक, पोषक व समर्थक ठरू शकते. अशा काही निवडक विचारांचा मागोवा प्रस्तुत प्रकरणात घेणार आहोत. अर्थात, हे करीत असता त्या विचारवंतांचे अन्य राजकीय, सामाजिक व शैक्षणिक विचार विचारात न घेता त्यांचे फक्त आध्यात्मिकतेशी संबंधित विचार पाहणार आहोत.

सॉक्रेटिस

- जोपर्यंत मी जिवंत आहे आणि माझे कार्य पुढे चालवू शकतो, तोपर्यंत मी तत्त्वज्ञान सोडणार नाही.
- प्रतिष्ठित सज्जनांनो, शहाणपण, सत्य आणि तुमच्या आत्म्याचे पूर्णत्व याकडे लक्ष न देता; वित्तसंचय, नावलौकिक व भान यांची चिंता वाहण्याची तुम्हाला लाज वाटत नाही काय?
- ज्ञान हाच सद्गुण होय. सद्गुण हे आत्म्याच्या पूर्णत्वाचे घटक होत. केवळ संवेदन म्हणजे ज्ञान नव्हे. ज्ञानाचे विश्लेषण केवळ ऐंद्रियानुभवात करणे चूक आहे. ज्ञान हे संवेदनात्मक नसून संकल्पनात्मक असते.
- सद्गुण, सुज्ञता आणि सत्य ही जीवनाची खरी मूल्ये असून त्यांच्यामुळे सुख मिळते.
- तत्त्वज्ञान हे आध्यात्मिक दोषांवरील उपाय आणि खऱ्या जीवन स्वातंत्र्यासाठी आवश्यक असलेले अनुशासन होय.

प्लेटो

- प्रत्येक वस्तूमध्ये एक सारतत्त्व किंवा चित्तत्त्व (Idea) असते. हे सार तत्वच प्रत्येक वस्तूचे अंतिम कारण आहे. हे सारतत्त्व सर्व वस्तूंचे अधिष्ठान, सामान्यरूप, चिद्रूप, एकात्मक, अक्षर, अविनाशी, अविकारी, परिपूर्ण व दिक्कालातीत आहे. प्रत्येक निःश्रेयसाचे सारतत्त्व हे सर्व सारतत्त्वांचे सारतत्त्व असून ते विश्वाचे मूलत्त्व व अंतिम ध्येय आहे.
- मनुष्यात विश्वात्म्याप्रमाणेच शाश्वत आत्मतत्त्व व परिवर्तनीय जडद्रव्य असल्याने पिंड हा ब्रह्मांडाप्रमाणेच आहे. आत्मा अनादि अनंत, बुद्धिस्वरूप व निरवयव असून त्यात न्यूनता नाही.
- ज्ञान म्हणजे पूर्वस्मृती.
- आत्मा अमर आहे. पूर्वजन्म व पुनर्जन्म दोन्ही खरे आहेत.
- जीवन व मृत्यू यांची चक्राकार गती सारखी चालू आहे. तसेच जीवन हा आत्म्याचा सारभूत धर्म असल्याने मृत्यू त्याला शिवत नाही.

- आत्म्याचे ज्ञान करून घेणे हे मानवी जीवनाचे सर्वोच्च ध्येय आहे.
- मनुष्याने सत्य, शिव आणि सुंदर या मूल्यत्रयींची साधना करीत उत्तम नागरिकत्वाच्या गुणांची जोपासना करावी.

ॲरिस्टॉटल

- सत्य ज्ञान प्राप्त करून घेण्यासाठी इंद्रिय संवेदना व बुद्धी या दोन्हींची गरज असते.
- सद्गुण म्हणजे चांगल्या वागण्याची क्षमता नसून प्रत्यक्ष आचरण होय.
- वासनेची उणीव आणि वासनेचा अतिरेक या दोन टोकांमधील सुवर्णमध्य म्हणजे 'सद्गुण' होय.
- निसर्ग ही अविरत विकास पावणारी प्रक्रिया आहे.
- संगीतकला ही आत्मानंदासाठी आणि चारित्र्य संवर्धनासाठी पोषक असते.

बर्ट्रांड रसेल

- तत्त्वज्ञ आणि शास्त्रज्ञ यात तत्त्वतः काही भेद नसतो.
- सर्व मानवी व्यवहारांचे मूळ मनुष्याच्या उर्मींमध्ये आणि इच्छा-आकांक्षांमध्ये आढळते. या उर्मी प्रामुख्याने स्वामित्वाशी आणि सर्जनशीलतेशी संबंधित असतात. यापैकी स्वामित्वाच्या भावनेशी सत्ताभिलाषा, युद्ध आणि वित्तसंचय या गोष्टी संबंधित असतात तर सर्जनशीलतेशी शिक्षण, प्रेम आणि धर्म यांचे नाते जोडता येते. ज्या समाजात स्वामित्वाच्या भावनेपेक्षा सर्जनशीलतेला अधिक अनुकूल वातावरण असेल तो समाज प्रगत समजावा.
- शिक्षण म्हणजे केवळ बाह्य माहिती भरण्याची प्रक्रिया नव्हे. ती मानवाला समाजात आणि एकंदरीत संपूर्ण विश्वात सुज्ञपणे जगायला शिकविणारी प्रक्रिया आहे.
- धार्मिक शिक्षणाची गरज नाही. त्यातून ढोंगी वृत्ती बळावण्याची शक्यता असते.
- अस्सल संस्कृती ही वैश्विक स्वरूपाची असते.

स्वामी विवेकानंद

- सच्चिदानंद स्वरूपी ब्रह्म हे अंतिम सत्य आणि एकमेव सत्य आहे. ते नामरहित, आकाररहित व कलंकरहित निरंजन आहे. स्थल, काल आणि कार्यकारणभावाच्या पलीकडे ते आहे. ते एक शाश्वत तत्त्व असून हे सर्व जग त्याचे प्रतिबिंब आहे.
- जगाला ईश्वर माना. जग हे ईश्वरच आहे. सर्व गोष्टीत ईश्वर पहा.
- ज्ञान, कर्म, भक्ती आणि योग हे मोक्ष मिळविण्याचे एकमेव सुसंगत असे मार्ग आहेत. मात्र, या सर्वांचा समन्वय हा उत्तम मार्ग होय.
- प्रत्येक आत्म्यात सुप्त दिव्यता आहे. या दिव्यतेचे प्रकटीकरण हे ध्येय आहे. कर्म, पूजा, मानसिक संयम व तत्त्वज्ञान यांपैकी कोणत्याही एका अगर एकापेक्षा जास्त किंवा या सर्वच मार्गांनी या दिव्यतेचा अविष्कार करा आणि मुक्त व्हा.
- अंतःकरणात असलेले पूर्णत्व अभिव्यक्त करणे म्हणजे शिक्षण.
- शील संवर्धन हे सर्व शिक्षणाचे अंतिम ध्येय होय.

- प्रत्येक मनुष्य स्वतः परमात्म्याचा अंश आहे, हे तो फक्त धार्मिक शिक्षणामुळे ओळखू शकतो.

- शिक्षण हे माणूस घडविणारे, चारित्र्य संवर्धन करणारे, बलोपासना करणारे, आत्मविश्वास जागवणारे आध्यात्मिक जागरण घडविणारे असावे.

श्री अरविंद

- नीतिमूल्यांचे संवर्धन करणे हा आध्यात्मिक जीवनाच्या दृष्टीने अपरिहार्य असा टप्पा आहे.
- श्रेष्ठ मन (Supramental) म्हणजे अभिन्न ऐक्याच्या दृष्टिकोनातून अनंताला होणारे गतिमान आत्मदर्शन किंवा अनंत चैतन्यशाली आत्मसाक्षात्कार होय.
- मानवाच्या सर्वांगीण विकासासाठी त्याला समाजात सभ्यतेने व माणुसकीने वागून इतरांनी सहकार्याने, परस्पर विश्वासाने प्रेमाने वागणारे

शिक्षण देऊन त्यांच्या मनाचा पिंड शिक्षणाने घडविला पाहिजे.

- शिक्षणाने मानवाची केवळ कार्यक्षमता व कौशल्य वाढवायचे नाही, तर मानवाला आत्मप्रत्यय येऊन त्याच्या सर्व कृतीमागे आत्म्याची प्रेरणा उभी राहायला पाहिजे.
- शिक्षणाचे प्रमुख ध्येय विकसित होणाऱ्या आत्म्याला पूर्णत्वाकडे जाण्यासाठी साहाय्य करणे; तसेच त्याला स्वात्म साक्षात्कार होऊ देण्यास सक्षम करणे.
- प्रत्येक बालकामध्ये सुप्त दैवी देणगी असते. तिच्याकडे दुर्लक्ष करता कामा नये.

जे. कृष्णमूर्ती

- सत्यज्ञान पाहिजे असल्यास आपण आत्मज्ञान करून घेतले पाहिजे.
- मनाच्या व्यापाराकडे तटस्थपणे अथवा साक्षीभावाने पहायला शिकले पाहिजे.
- दैनंदिन जीवनाच्या प्रत्येक पावलागणिक, पूर्वसंस्कार व स्मृतीतून चटकन उमटणाऱ्या प्रतिक्रियेतून आपल्याला सामोरे येणाऱ्या अवस्थेला, त्या क्षणाच्या 'मी' पासून मुक्त होऊन पुढचा क्षण नावीन्याने जगणे हीच खरी साधना होय.
- शिक्षण म्हणजे केवळ ज्ञानसंपादन करणे व माहिती गोळा करून तिच्यातील परस्परसंबंध पाहणे नव्हे; तर शिक्षण म्हणजे जीवनाच्या यथार्थत्वाचे संपूर्णतः आकलन होय. जीवनाला जाणणे आणि स्वतःला जाणणे यातच शिक्षणाचा प्रारंभ व अंत होय.
- शिक्षण आध्यात्मिक असावे, धार्मिक नको.

रवींद्रनाथ टागोर

- हे विश्व परमेश्वराची लीला असून विश्वाअभावी परमेश्वर अपूर्ण राहील.
- संकुचित अशा व्यक्तिमत्त्वाच्या सीमा ओलांडून सान्त माणूस ज्या वेळी अनंतत्वाशी एकरूप पावतो, अशा जीवनाच्या अवस्थेस 'मुक्ती' म्हणता येईल.

- मुलांना अस्तित्वाचे संपूर्ण सामंजस्य समजण्यास, त्याचा आनंद अनुभवण्यास आणि त्यात भर घालण्यास शिक्षणाने समर्थ बनविले पाहिजे.
- बालकांना जीवनाविषयी मूलभूत प्रेम असते आणि ते त्यांचे सर्वोत्तम प्रेम असते. आपल्या भोवतालच्या जगात मुले जो प्रतिसाद देत असतात त्यात निरपेक्ष आनंदभाव असतो.
- अभिव्यक्तीची पूर्णता ही जीवनाची पूर्णता आहे. मानवाच्या बऱ्याच मोठ्या अभिव्यक्तीला केवळ शब्दाच्या भावनेतून व्यक्त व्हावयास वाव मिळत नाही. त्याला रंग, रेषा, ध्वनि, स्पंदन अशा दुसऱ्या भाषांचाही आश्रय शोधावा लागतो. चित्रकला, मूर्तिकला, संगीत, नृत्य यांनाही सर्वांगीण शिक्षणाचे अपरिहार्य घटक समजायला पाहिजे.
- साक्षात्काराचा धार्मिक अनुभव आणि सौंदर्यानुभव यामध्ये अत्यंत निकटचे नाते असते.
- धर्माची आंतरिक वृत्ती व भावना हीच शिक्षणाच्या प्रक्रिया समृद्ध बनवू शकते. धर्मावर पांडित्यपूर्ण व्याख्याने देऊन धर्म आंतरिक भावना व वृत्ती इतरांप्रत नेऊन पोहोचविता येत नाही. जेव्हा धर्म जगला जातो तेव्हाच तो शिकविता येतो.
- धर्म हा शाळेतील अभ्यासक्रमातील इतर विषयांप्रमाणेच ठरावीक प्रमाणात दररोज किंवा आठवड्यातून एकदा देता येण्यासारखे इतर विषयांपैकी एक किरकोळ विषय किंवा गोष्ट नसते. धर्म हे आपल्या संपूर्ण जीवनाचे सत्य असते. धर्म हा अनंताशी असलेल्या आपल्या वैयक्तिक नात्याची जाणीव असते. धर्म हा आपल्या जीवनाचा गुरुत्वमध्य असतो.
- आध्यात्मिक सामंजस्याचा धर्म कधीही चार भिंतींच्या वर्गात केवळ एका सिद्धान्ताच्या रूपात शिकविता येत नाही. असा धर्म तेव्हाच बिंबविता येतो जेव्हा धर्म हे आपल्या सभोवतालच्या परिसराविषयी आपल्या अभिवृत्तीचे आध्यात्मिक सौंदर्य असते, आपले अनंताशी जाणीवपूर्वक जुळविलेले नाते असते आपल्या सतत पुढे सरकत

जाणाऱ्या क्षणात अनुस्यूत असलेली सनातनाची अविनाशी शक्ती असते.

- ज्या जगाचे मार्गदर्शक तत्त्व प्रेम आहे अशा जगात बालकांना शिक्षण द्यावयास पाहिजे. जेथे मानवाचे जग हे ईश्वराचे राज्य असून आपणास त्याचे नागरिक बनावयाचे आहे, अशी आकांक्षा वाढवायची आहे.

महात्मा गांधी

- प्रत्येक माणूस स्वभावतः चांगला असतो. प्रत्येकाच्या हृदयात ईश्वर वास करतो. प्रत्येक व्यक्तीच्या मूलभूत प्रवृत्ती शुभप्रेरित असतात; जर व्यक्ती अशुभाचा किंवा असल्याचा पाठपुरावा करीत असेल तर ते त्या व्यक्तीच्या सत्याविषयीच्या अज्ञानामुळे होय. दुराचारी व्यक्तीच्या हृदयात परमेश्वर सुप्तावस्थेत असतो. अहिंसायुक्त आत्मशोधाने त्यास जागा करता येते. दुष्टांचे हृदयपरिवर्तन करता येते.
- माझ्या दृष्टीने शिक्षण म्हणजे बालकाचे व व्यक्तीचे शरीर व आत्मा आतील सर्वोच्च बाबींचा सर्वांगीण विकास.
- उत्तम शिक्षणासाठी वैयक्तिक जीवनाचे पावित्र्य ही एक अपरिहार्य अट आहे.
- शिक्षणातून चारित्र्य संवर्धन आणि आध्यात्मिक मूल्यांचा आदर्श जोपासला जावा.
- उत्तम शिक्षणासाठी शिक्षक हे चारित्र्यसंपन्न व नीतिमान हवेत.
- शिस्त ही आत्मसंयमातून जन्मायला हवी.
- शिक्षणातून धार्मिक, नैतिक व मूल्यविषयक शिक्षण दिले जावे.

महात्मा फुले

- ईश्वर एक आहे. ईश्वराला भजण्यासाठी मध्यस्थाची गरज नाही. मनुष्य जन्माने श्रेष्ठ होत नसून तो गुणाने श्रेष्ठ ठरतो.
- सृष्टीचा निर्माणकर्ता ईश्वर (निर्मिक) न्यायी व दयाळू आहे. मात्र ईश्वराचे स्वरूप अचिंत्य व अनाकलनीय असल्याने मानवी बुद्धिला

त्याचे पूर्ण ज्ञान होणे शक्य नाही.

- जगातील सर्व धर्म ही एका सार्वजनिक सत्यधर्माचीच निरनिराळी स्वरूपे होत. त्यांपैकी प्रत्येकात सत्याचा काही काही अंश आहे; म्हणून कोणत्या धर्माच्या साहाय्याने ईश्वरोपासना करावयाची हा ज्याचा त्याचा वैयक्तिक प्रश्न आहे. तेव्हा एका कुटुंबातील निरनिराळ्या व्यक्तींनी आपल्या आवडीनुसार हिंदू, बौद्ध, ख्रिश्चन किंवा मुस्लीम धर्म स्वीकारण्यास कोणतीच हरकत नाही. कोणीही यांपैकी एका धर्माचा किंवा पंथाचा अभिमान धरून इतरांचा द्वेष करणे हे खऱ्या ईश्वरभक्ताचे लक्षण नव्हे.
- ईश्वराने सर्व मानवांना (स्त्री आणि पुरुष) सारखे अधिकार दिले आहेत. यांपैकी कोणात्याही व्यक्तीला अथवा गटाला दुसऱ्यावर स्वामित्व गाजविण्याचा किंवा त्याचे हक्क हिरावून घेण्याचा व त्यावर बळजबरी करण्याचा मुळीच अधिकार नाही. असा अधिकार गाजविण्याचा प्रयत्न करणे सत्यधर्मात पूर्णपणे विसंगत आहे.

डॉ. बाबासाहेब आंबेडकर

- सद्धर्म हा नीतितत्त्वपर असून तो मनुष्याचे मनुष्याशी सुयोग्य नाते जुळवून आणतो. तो केवळ समाजाची धारणा करीत नाही, तर त्या सोबत व्यक्तीचा विकासही घडवून आणतो.
- सदाचरणाचा मार्ग हाच खरा सुखप्राप्तीचा मार्ग असून तृष्णा ही दुःखाची जननी होय.
- शिक्षण हे एक शस्त्र आहे. सामाजिक गुलामगिरी नष्ट करून आर्थिक विकास साधण्याचे, राजकीय स्वातंत्र्य मिळविण्याचे एक साधन आहे. व्यक्तीचा मानसिक व बौद्धिक विकास घडवून आणण्याचा तो एक मार्ग आहे.
- विद्यार्थ्यांनी स्वतःच्या शिक्षणाचा उपयोग समाजाच्या हितासाठी करावा.
- शिक्षणातून स्वातंत्र्य, समता व बंधुभाव यांचा विकास हा अपेक्षित आहे.

डॉ. सर्वपल्ली राधाकृष्णन

- ज्ञानमीमांसा विषयक, नीतिशास्त्र विषयक, सामाजिक, राजकीय व शैक्षणिक अशा विचारांच्या सर्वच क्षेत्रांमध्ये आत्मा व आध्यात्मिक मूल्ये यांना प्राधान्य दिले जावे.
- आपल्यातील इष्ट असे परिवर्तन ज्या पवित्र व आध्यात्मिक जीवनामुळे घडून येते, त्यालाच खरा धर्म किंवा विश्वधर्म म्हणता येईल.
- आपल्यातील अंतर्ज्ञान किंवा प्रतिभाज्ञान म्हणजे आपले अस्तित्व व अंतर्यामी असलेले सत् तत्त्व यांची जाणीव होय. अंतर्ज्ञान हे आपले विचार, कल्पना, भावना, अनुभव व संवेदने या सर्वांचा मूलाधार आहे.
- शिक्षणाला पूर्णत्व येण्यासाठी ते केवळ बौद्धिक स्वरूपाचे राहता कामा नये. त्यामध्ये भावनेची जोपासना आणि आत्मज्ञानाकडे वाटचाल असली पाहिजे.

गिजुभाई बधेका

- प्रत्येक बालक मूलतः निर्दोष असते. त्याच्या वेगवेगळ्या आवडीनिवडी असतात. जग समजून घेण्याची त्यांची आंतरिक इच्छा असते आणि त्यासाठी आवश्यक असणारे मानसिक सामर्थ्यदेखील त्याच्याकडे असते.
- बालकांना मुक्त विकासाची संधी दिली, तरच मानव जातीला सुख व शांती मिळू शकेल.
- प्रत्येक बालकाला स्वतःची आंतरिक विकासशक्ती असते.
- आता बालकांची पूजा करण्याचे युग आले आहे. बालकांची सेवा करणे आणि त्यांना उत्तम शिक्षण देणे हीच त्यांची पूजा आहे.

दलाई लामा

मानवी प्रेम आणि करुणा यांना मी वैश्विक धर्म समजतो. आस्तिक असो वा नास्तिक असो, प्रत्येकाला मानवी प्रेमाची आणि करुणेची आवश्यकता असते, कारण प्रेम व करुणा या गोष्टी मानवाला

आंतरिक शक्ती, आशा आणि शांती देतात. या गोष्टी प्रत्येकाला अपरिहार्य आहेत.

सय्यद हुसेन नासर

आध्यात्मिक बुद्धिमत्ता ही आपल्याला मिळालेली दैवी देणगी असून ती आपल्याला अज्ञानाच्या आवरणातून सत्याची ओळख करून देते.

प्रकरण २१
आध्यात्मिकता आणि आध्यात्मिक बुद्धिमत्तेविषयी अवतरणे

महान विचारवंतांची अवतरणे अथवा उद्धरणे ही अभ्यासकांसाठी उत्तम पर्वणी असतात, मेजवानी असतात. अशी अवतरणे भाषेतील कायमचे शब्दरूपी विचारधन होऊन बसतात. या शहाणपणाच्या उद्गारात मार्मिक वर्णन असते, विचारांची प्रगल्भता असते. सुशिक्षितांना, विद्यार्थ्यांना, प्राध्यापकांना, विद्वानांना, संशोधकांना आपल्या अभ्यासासाठी, लेखनासाठी, वक्तृत्वासाठी, चिंतनासाठी अशा बहुमूल्य अवतरणांची गरज भासते. एखाद्या विशिष्ट विषयाच्या सखोल अध्ययनामध्ये व्यासंगवर्धनासाठी अशी मार्मिक आणि समर्पक अवतरणे फार मोलाची कामगिरी करतात. कवि वसंत बापट यांच्या शब्दांत सांगायचे तर ही अवतरणे 'अल्पाक्षरी परंतु विपुलाशयी' असतात.

आध्यात्मिकता आणि आध्यात्मिक बुद्धिमत्तेविषयी अध्ययन करीत असताना प्रस्तुत लेखकाला जी अवतरणे अवलोकनात आली त्यांचा अल्पसा संग्रह प्रस्तुत प्रकरणात दिला आहे. त्यातील इंग्रजी अवतरणांचा मराठीत सर्वसाधारण आशयार्थ दिला आहे. या सर्व अवतरणांद्वारे आध्यात्मिकता आणि आध्यात्मिक बुद्धिमत्ता याविषयी विविध देशी आणि परदेशी विचारवंत, तत्त्वज्ञ, शिक्षणतज्ज्ञ, कलावंत, साहित्यिक, वैज्ञानिक यांची मनोगते परिचित होतील.

१) Everyone who is seriously involved in the pursuit of science becomes convinced that a spirit is manifest in the laws of the universe - a spirit vastly superior to that of man, and one in the face of which we with our modest powers must feel humble - Albert Einstein

(विज्ञानाचा ध्यास घेण्यात जे अत्यंत गांभीर्यपूर्वक गुंगुन गेले आहे

त्या प्रत्येकाने खात्रीपूर्वक एक गोष्ट लक्षात ठेवली पाहिजे. ती म्हणजे या विश्वाच्या नियमांमध्ये एक आत्मतत्त्व प्रकट होत असते. हे आत्मतत्त्व मानवापेक्षा खूप श्रेष्ठ असून त्या तत्त्वासमोर आपण आपल्या सर्व शक्तिनीशी नम्र झाले पाहिजे.)

– अल्बर्ट आइनस्टाइन

२) Spiritual power is a force which, as history clearly teaches, has been the greatest in the development of man. Yet, we have been merely playing with it and never really studied it as we have the physicals forces. Some day people will learn that material things do not bring happiness and are of little use in making people creative and powerful. Then the scientists of the world will turn their laboratoris over to the study of spiritual forces which have hardly been scratched.

- Charles Proteus Steinmetz)

(इतिहासाच्या अभ्यासावरून असे लक्षात येते, की माणसाच्या विकासामध्ये आध्यात्मिक शक्ती ही सर्वांत महान म्हणून कार्यरत राहिली आहे. परंतु, आपण फक्त भौतिक शक्तीच्या कार्यातच गुंतून पडल्यामुळे आध्यात्मिक शक्तीचा खऱ्या अर्थाने अभ्यासच केला नाही. काही दिवसांनी लोकांच्या लक्षात येईल की केवळ भौतिक गोष्टींमुळे सुख लाभत नाही आणि त्यातून लोक सर्जनशील आणि शक्तीमानही होत नाहीत. तेव्हा वैज्ञानिक त्यांच्या प्रयोगशाळेतून आत्तापर्यंत दुर्लक्षिलेल्या आध्यात्मिक शक्तीचा अभ्यास करतील.)

– चार्ल्स प्रोटीयस स्टेईनमेट्झ

३) Faith is spiritualized imagination. - Henry Ward Beecher
(श्रद्धा ही आध्यात्मिक स्वरूपातील कल्पना होय.)

– हेन्री वॉर्ड बीचर.

४) I do not feel obliged to believe that the same God who has endowed us with sense, reason and intellect has intended to forgo thier use.

- Galileo

(मला असे वाटत नाही की ज्या देवाने आपल्याला ज्ञानेंद्रिये, तर्क आणि बुद्धी दिली तो देव आपल्याला त्यांचा वापर करण्यापासून रोखील.

- गॅलिलिओ)

५) Knowing others is intelligence; knowing yourself is true wisdom, mastering others is strength, mastering yourself is true power.

- Lao Tzu

(दुसऱ्यांना जाणणे ही बुद्धिमत्ता आहे; स्वतःला जाणणे खरे शहाणपण आहे. दुसऱ्यावर हुकमत गाजविणे शक्ती आहे, स्वतःवर नियंत्रण मिळविण्यात खरे सामर्थ्य आहे.

- लाओत्सू)

६) I have decided to stick with love, hate is too great a burden to bear.

- Martin Luther king, Jr.

मी प्रेमाला चिकटून राहण्याचे ठरविले आहे. द्वेषाचे ओझे सहन करायला खूप जड असते.

- मार्टिन ल्यूथर किंग, ज्युनिअर

७) Love is the beauty of the soul.
(प्रेम हे आत्म्याचे सौंदर्य होय. - सेंट ऑगस्टिन)

८) Leadership is based on a spiritual quality; the power to inspire, the power to inspire others to follow.

- Vince Lombardi

(नेतृत्व हे आध्यात्मिक गुणांवर आधारित असते. त्यात प्रेरणेचे सामर्थ्य असते, दुसऱ्यांना आचरणास प्रेरणा देण्याचे सामर्थ्य असते.
– व्हिन्सी लोंबार्डी)

९) सर्वं परवशं दुःखं सर्वमात्मवशं सुखम्।
एतद् विद्यात समासेन लक्षणं सुखदुःखयोः।।
(जे जे दुसऱ्यावर अवलंबून असते ते ते सर्व दुःख देणारे आणि जे जे आपल्या स्वतःच्या अधीन असते ते ते सर्व सुख देणारे असे सुख आणि दुःख यांचे लक्षण समजावे.)

१०) अहं कर्ता च धर्ता च सगुणोऽहमहं धनी।
कोऽहमित्येव तावत्वं जीव नो वेत्सि तत्त्वतः।।
(अरे जीवा, तू सारखे म्हणतोस मी सगळे करणारा आहे, मी सगळ्यांना धारण करतो, मी सर्व गुणांनी युक्त आहे, मी श्रीमंत आहे. इत्यादी. पण मी कोण आहे या प्रश्नाचे खरे उत्तर मात्र तुला माहीत नाही.)

११) Experiencing the truth is spirituality.
सत्याचा अनुभव घेणे म्हणजेच आध्यात्मिकता.

१२) Spiritual consciousness means the use of superwisdom, truth, to do things that supremly benefit yourself and others.
- Paramhans Yogananda
आध्यात्मिक जाणीव म्हणजे सर्वोच्च ज्ञानाचा, सत्याचा स्वतःच्या आणि इतरांच्या सर्वोच्च कल्याणासाठी उपयोग करणे होय.
– परमहंस योगानंद

१३) समग्र दृष्टी, Total vision लाच मी अध्यात्म म्हणतो. अध्यात्म आहे संपूर्ण जीवन, अध्यात्म आहे जीवनाला त्याच्या पूर्णत्वाने

समजून घेणे आणि जगणे. अध्यात्म पूर्ण जीवनाची कला आहे. ते संपूर्ण जीवनाला स्पर्श करते.

१४) The wealth of the three worlds is nothing if you do not try to acquire spiritual wealth and if you do not strive for self realization.

- Swami Shivanand

तुम्ही जर आध्यात्मिक संपत्ती मिळविण्याचा प्रयत्न केला नाही आणि आत्म साक्षात्कारासाठी झगडला नाहीत तर तिन्ही जगांची संपत्ती काहीच नाही.

- स्वामी शिवानंद

१५) Education is the manifestation of the perfection already in man. -Swami Vivekanand

माणसाच्या अंतःकरणात आधीपासूनच असलेले पूर्णत्व अभिव्यक्त करणे म्हणजे शिक्षण.

- स्वामी विवेकानंद

१६) शिक्षणाने मानवाची केवळ कार्यक्षमता व कौशल्य वाढवायचे नाही, तर मानवाला आत्मप्रत्यय येऊन त्याच्या कृतीमागे आत्म्याची प्रेरणा उभी रहायला हवी.

- योगी अरविंद

१७) सध्याच्या शिक्षणातून आपला बौद्धिक विकास अवश्य होतो. परंतु चैतन्यानुभव, सर्जनशीलता व आत्मिक समाधान या बाबतीत आपण पोकळ राहतो. शिक्षण आध्यात्मिक असावे, धार्मिक नको.

- जे. कृष्णमूर्ती

१८) शिक्षणाला अध्यात्माचे अधिष्ठान असावयास हवे; परंतु अध्यात्माचे

जग व्यावहारिक अनुभवांच्या जगापासून अलिप्त आहे असे मानता कामा नये. - रवींद्रनाथ टागोर

१९) उत्तम शिक्षणासाठी वैयक्तिक जीवनाचे पावित्र्य ही एक अपरिहार्य अट आहे.

- महात्मा गांधी

२०) शिक्षणाला पूर्णत्व येण्यासाठी ते केवळ बौद्धिक स्वरूपाचे राहता कामा नये. त्यामध्ये भावनेची जोपासना आणि आत्मज्ञानाकडे वाटचाल असली पाहिजे.

- डॉ. राधाकृष्णन्

२१) निर्विचारवैशारद्येऽध्यात्मप्रसादः। - पातंजल योगसूत्र
निर्विचार स्थितीतील परिपूर्णतेमध्ये अध्यात्मज्ञानाची प्राप्ती होते.

२२) The awakening of our spiritual intelligence may be a time of great joy and meaning. Suddenly I had a feeling of being in control. Earlier things happened to me. Now I am more aware. Also, I have actually started living those values I had heard about-like acceptance and unconditional love.

-Anita Pandey

आपल्या आध्यात्मिक बुद्धिमत्तेचे जागरण ही अत्यंत अर्थपूर्ण आणि आनंदाची घटना असते. मला अचानक सर्व काही नियंत्रणात असल्याची भावना जागी झाली. आता मी अधिक जागरूक झाले आहे. स्वीकार आणि निरपेक्ष प्रेम या सारखी मूल्ये जी मी पूर्वी ऐकून होते ती आता प्रत्यक्ष जगायला सुरुवात केली आहे.

- अनिता पांडे

२३) The word 'spiritual' comes from the Latin root 'spiritus', which means 'breath' - referring to breath of life. It involves opening our hearts and cultivating our capacity to experience awe, reverence and gratitude. It is the ability to see the sacred in the ordinary, to feel the poignancy of life, to know the passion of existence and to give ourselves over to that which is greater than ourselves. Its aim is to bring about greater love and compassion for all people and living things.

- David N Elkins

Spiritual हा शब्द लॅटिन रूप 'spiritus' पासून आलेला असून त्याचा अर्थ 'श्वास' म्हणजेच जीवनाचा श्वास असा आहे. त्यामध्ये आपले अंतःकरण खुले होणे अभिप्रेत असून आपल्यामध्ये अद्भूततेचा भाव, आदर आणि कृतज्ञता यांचा अनुभव घेण्याची क्षमताही अंतर्भूत आहे. साध्या गोष्टींमध्ये पावित्र्य पाहणे, जीवनातील मर्मभेद जाणणे, अस्तित्वाची उत्कटता जाणणे आणि स्वतःला आपल्यापेक्षा महान असलेल्या तत्त्वांप्रती समर्पित करणे या गोष्टींची क्षमता यात समाविष्ट आहे. या आध्यात्मिकतेचे ध्येय सर्व प्राणिमात्र आणि मानव यांच्या प्रती महान प्रेम आणि करुणा निर्माण करणे होय.

– डेव्हिड एन्. एल्किन्स

२४) The personalities of people who are involved with spiritual practices like prayer, meditation and ceremony are shaped by the altered state experiences their spirituality creates. The part of the brain that manages our states of consciousness, the temporal lobes, is a little busier in these people than most, producing personality traits that appear over and over among spiritually oriented people.

-Todd Murphy

प्रार्थना, ध्यान, उपासना इत्यादी प्रकारच्या आध्यात्मिक साधनेत रममाण झालेल्या व्यक्तींची व्यक्तिमत्त्वे वेगवेगळ्या अनुभूतींनी समृद्ध बनतात. आपल्या मेंदूतील जाणिवावस्थेला जबाबदार असणारा घटक या आध्यात्मिक व्यक्तींच्या बाबतीत अधिकच कार्यरत असतो.

– टॉड मर्फी

२५) We should develop our spiritual intelligence and gain a better awareness of ourselves. To this awareness must be added the invaluable ingredient of hard work. But thinking of ourselves as spiritual beings is a useful start. Once we do this, we can enlarge our idea of intelligence to include this greater vision of ourselves.

- J. L. Holland

आपण आपल्या आध्यात्मिक बुद्धिमत्तेचा विकास केला पाहिजे आणि आपल्या स्वतःविषयी अधिक चांगली जाणीव विकसित केली पाहिजे. या जाणिवेला कठोर परिश्रमाची मूल्यवान जोड दिली पाहिजे. परंतु, आपण स्वतःला एक आध्यात्मिक व्यक्ती असल्याचे मनावर बिंबविणे ही चांगली सुरुवात असते. एकदा ही सुरुवात झाली की आपण स्वतःच्या साक्षात्काराच्या दिशेने ही बुद्धिमत्ता विस्तृत करू शकतो.

– जे. एल. हॉलंड

२६) We are starting to realize that spiritual intelligence (Consciousness) has the power to transform our life, civilization, the planet and the course of history.

- Jane Roder

आता आपल्या लक्षात येऊ लागले आहे की आध्यात्मिक बुद्धिमत्तेमध्ये आपले जीवन, संस्कृती, पृथ्वी आणि इतिहासाचा रोख बदलण्याचे सामर्थ्य आहे.

– जेन रोडर

२७) We use spiritual intelligence to transform ourselves and others, heal relationship, cope with grief and move beyond conditioned habits of the past. To develop high SQ, each person needs to approach the task according to his/her personality.

- Cherian Tekkeveettil

(आपण आपली आध्यात्मिक बुद्धिमत्ता ही स्वतःला आणि इतरांना बदलविण्यासाठी, आपले नातेसंबंध निकोप करण्यासाठी, दुःखाशी समायोजन करण्यासाठी आणि भूतकाळातील रूळलेल्या सवयींच्या पलीकडे जाण्यासाठी उपयोगात आणीत असतो. उच्च तऱ्हेची आध्यात्मिक बुद्धिमत्ता विकसित करण्यासाठी प्रत्येकाने आपापल्या व्यक्तिमत्त्वानुसार योग्य ते प्रयत्न करणे गरजेचे आहे.

– चेरियन टेकेविटिल)

२८) Great men are they who see that the spirit is stronger than any other material force.

- Emerson

(इतर कोणत्याही भौतिक शक्तींपेक्षा आत्मशक्ती श्रेष्ठ असल्याचे जे लक्षात घेतात ते खरे महान होत.

– इमर्सन)

२९) For me spiritual intelligence is about pondering over my life's purpose. Just being in touch with that question is fulfilling. Finally I realize that there is an immensity to me. As I move along the path, deeper levels of myself get unfolded, leading to fulfillment.

- Ananda Tendolkar

(माझ्या दृष्टीने आध्यात्मिक बुद्धिमत्ता ही स्वतःच्या जीवनाच्या हेतुविषयी खोलवर चिंतनाशी संबंधित असते. या प्रश्नाशी निगडित असणे हेच मुळी खूप परिपूर्तीचे लक्षण आहे. सरतेशेवटी माझ्या

असे लक्षात आले आहे की माझ्यामध्ये एक उत्कटता निर्माण होत असून जितका जितका मी या मार्गावर वाटचाल करतो आहे तितक्या तितक्या माझ्यातील खोलवर असलेल्या पातळ्या उलगडत जातात आणि मला परिपूर्णतेकडे घेऊन जातात.

- आनंद तेंडोलकर)

३०) Spiritual Intelligence is the central and the most fundamental of all the intelligences, becasuse it becomes the source of guidance for the others. - Stephen Covey (सर्व बुद्धिमत्तांमध्ये आध्यात्मिक बुद्धिमत्ता ही मध्यवर्ती स्वरूपाची आणि सर्वांत मूलभूत अशी बुद्धिमत्ता आहे; कारण ती इतरांसाठी मार्गदर्शनाचा स्रोत ठरते.

- स्टीफन कोवे)

● 'Think and Grow Rich' या Napolean Hill यांनी लिहिलेल्या पुस्तकातील काही सदर विषयानुरूप अवतरणे :

३१) ● There are no limitations to the mind except those we acknowledge.
(आपण स्वतःच गृहीत धरलेल्या मर्यादांखेरीज मनाला कोणत्याही मर्यादा असत नाहीत.)

३२) ● When faith is blended with thoughts; the subconscious mind instantly picks up the vibrations, translates them into its spiritual equivalent and transmits it to infinite intelligence as in the case of prayer.
(जेव्हा श्रद्धा ही विचारांशी संयुक्त होते तेव्हा आपले सुप्त मन त्याची कंपने पकडते आणि त्याचे रूपांतर आध्यात्मिक कंपनांमध्ये करून ती कंपने अनंतस्वरूपी बुद्धिमत्तेत पाठविते. प्रार्थनेमध्ये अशी

प्रक्रिया घडून येते.)

३३) • A mind dominated by positive emotions, becomes a favourable abode for the state of mind known as faith.

सकारात्मक भावनांनी प्रभावित झालेले मन हे 'श्रद्धा' नामक मानसिक स्थितीचे आधारस्थान बनते.

३४) • Faith is the element which transforms the ordinary vibration of thought, created by the finite mind of man into spiritual equivalent.

(श्रद्धेमुळे मर्यादित मनातून निर्माण झालेली साधारण स्वरूपाची कंपने आध्यात्मिक स्वरूपात परिवर्तित केली जातात.)

३५) • Man's search for meaning is the primary motivation in his life and not a 'secondary rationalization' of instinctual drives. - Viktor Frankl

(From 'Man's Search for Meaning')

अर्थाचा शोध ही मानवाची सर्वांत प्राथमिक व मूलभूत अशी प्रेरणा आहे; सहज प्रवृत्तींचे दुय्यम समर्थन नव्हे.

– व्हिक्टर फ्रँक ('Man's Search for Meaning' या पुस्तकातून)

३६) It the doors of perception were cleansed, everything would appear to us as it is, infinite !

- William Blake (poet)

ज्ञानेंद्रियांची द्वारे जरी स्वच्छ केली तर खऱ्या अर्थाने प्रत्येक गोष्ट जशी आहे तशी दिसेल. म्हणजेच अनंत !

– विल्यम ब्लेक (कवि)

३७) • My religion is very simple. My religion is kindness. - Dalai Lama

माझा धर्म अतिशय साधा आहे. माझा धर्म आहे दयाळूपणा- दलाई लामा

३८) • You cannot believe in God until you believe in yourself.
(तुम्ही स्वतःवर विश्वास ठेवल्याखेरीज ईश्वरावर विश्वास ठेवू शकत नाही.
- स्वामी विवेकानंद)

३९) • One's own religion is afterall a matter between oneself and one's maker and no one's else's.

- Khalil Gibran

(व्यक्तीचा धर्म म्हणजे वस्तूतः ती व्यक्ती आणि तिचा निर्माता म्हणजेच ईश्वर यांच्यामधील बाब होय. अन्य कोणाचाही त्या बाबीशी संबंध नाही. - खलील जिब्रान)

४०) • My religion consists of a humable admirtion of the illimitable superior spirit who reveals himself in the slight details we are able to perceive with our frail and feeble mind. - Albert Einstein

(आपल्या दुर्बल मनाने ज्या अमर्यादित व सर्वश्रेष्ठ अशा चैतन्याचे व्यक्त झालेले सूक्ष्म तपशील आपण जाणून घेतो त्या चैतन्याबाबत नम्र आदर व्यक्त करणे हा माझा धर्म होय.

- अल्बर्ट आइनस्टाइन)

४१) माणूस जोपर्यंत ज्ञानाच्या गतीबरोबर आपल्या समंजसपणाची गती वाढवीत नाही, तोपर्यंत ज्ञानाची वृद्धी ही माणसाच्या दुःखामध्ये वाढ करणारी ठरेल.

- बर्ट्रांड रसेल

४२) भारताने आपल्या प्रदीर्घ इतिहासात व जगातील इतर सर्व हालचालीत

सहभागी होत असतानाही जीवनाच्या आध्यात्मिक मूल्यांकडे कधीही दुर्लक्ष केले नाही. सत्याच्या शोधाला सदैव उच्च स्थान मिळत गेले आणि हे सत्याचे शोध कोणतीही बिरुदे अंगीकारून पुढे आले तरी भारताने त्यांचे सतत स्वागतच केले. अशा रीतीने भारताने सत्य आणि वास्तव यांच्या शोधाची एक परंपरा तयार केली. आणि त्याचवेळी दुसरी एक महत्त्वाची परंपरा भारताने तयार केली व ती म्हणजे - जे लोक आपापल्या मार्गाने सत्याचा शोध घेण्यासाठी पराकाष्ठेचे प्रयत्न करीत आहेत त्यांच्याविषयीचा नितांत उदार असा दृष्टिकोन.

४३) भौतिक विज्ञानाच्या संशोधनामुळे माणसाच्या अनुभवातील इतर सर्व पैलूंकडे दुर्लक्ष करावे, असे म्हणणाऱ्यांपैकी मी नाही. भौतिक विज्ञानाच्या बाबतीत जी एक विशिष्ट विचारसरणी तयार होत आहे त्या विचारसरणीच्या स्थिरतेबद्दल अजून तरी खात्री देता येत नाही. तरीदेखील मानवी अनुभवांना विशाल स्वरूपात आत्मसात करू पाहणाऱ्या 'तत्त्वज्ञानाशी' या भौतिक विज्ञानाचा कुठेही विसंवाद आहे असे मला वाटत नाही.

- स्वामी विवेकानंद

४४) जीवनरहस्य शोधताना माझा शोध निर्जीव अणू आणि परमाणूंमध्ये संपला. संपूर्ण शोध प्रक्रियेतून जाताना वास्तविक जीवन माझ्या हातून निसटले आहे. - अल्बर्ट ग्योर्गी, नोबेल विजेता

४५) ध्यान है, तो सब है

ध्यान नहीं तो कुछ भी नहीं - ओशो (रजनीश)

परिशिष्ट

आध्यात्मिकता परावर्तक (Spirituality Reflector)

प्रस्तुत परिशिष्टामध्ये मी आध्यात्मिकता परावर्तक (Spirituality Reflector) या नावाने एक बहुपर्यायी निवड पद्धतीची (Multiple Choice) प्रश्नावली उर्फ मतावली देण्याचा प्रयत्न केला आहे. तिला मी आध्यात्मिकता परावर्तक असे नाव दिले आहे, कारण माझ्या दृष्टीने प्रस्तुत प्रश्नावली / मतावली ही व्यक्तीच्या आध्यात्मिक वृत्तीचे परावर्तन अर्थात प्रतिबिंब दाखवू शकेल असे वाटते. याला आध्यात्मिक बुद्धिमत्तेचे साचेबद्ध मापन मी म्हणू इच्छित नाही. यासाठी कोणत्याही उच्चस्तरीय संख्याशास्त्राची गरज नाही.

आध्यात्मिक बुद्धिमत्तेचे मापन हे बहुतांशी स्वयं अहवालावरच अवलंबून असते असे अनेक अभ्यासकांचे मत आहे. त्यामुळे तिचे स्वरूप Self Report Inventory असेच ठेवावे लागते. सदर पुस्तकातील प्रकरण ३ मध्ये आध्यात्मिक बुद्धिमत्तेच्या मापनाविषयी विविध संशोधकांनी केलेल्या प्रयत्नांचा आढावा घेतलेलाच आहे.

मी हा जो परावर्तक बनविला आहे, यावरून व्यक्तीला स्वतःच्या आध्यात्मिक वृत्तीविषयी अथवा आध्यात्मिक धारणेविषयी वा भूमिकेविषयी चित्र स्पष्ट होऊ शकेल. यामध्ये आध्यात्मिकतेसंबंधी आशय ज्ञानाचा (Content Knowledge) काहीही संबंध नाही. त्यामुळे येथे चूक अथवा बरोबर उत्तरे ही बाबच संभवत नाही. तसेच येथे पदनिश्चयन श्रेणीचाही (Rating Scale) वापर केलेला नाही. त्यामुळे एखाद्या विधानाची कमी-जास्त तीव्रताही बघण्याचे कारण नाही.

प्रस्तुत परावर्तकात एकूण २५ प्रश्न दिलेले आहेत. वस्तुतः खऱ्या अर्थाने प्रश्नार्थक प्रश्न दोनच असून बाकीची विधाने किंवा गाळलेल्या जागा भरण्यासाठी अपुरी विधाने अशा स्वरूपाचे आहेत. परंतु आपण सोयीसाठी सर्व २५ प्रकारांना

प्रश्न म्हणू या. यातील प्रत्येक प्रश्नाला प्रत्येकी अ, ब, क, ड असे चार पर्याय दिले आहेत. या पर्यायाची आशय रचना करतानाच खालीलप्रमाणे आहे.

अ –आध्यात्मिकदृष्ट्या कनिष्ठ– १ गुण

ब –आध्यात्मिकदृष्ट्या साधारण– २ गुण

क –आध्यात्मिकदृष्ट्या उत्तम – ३ गुण

ड –आध्यात्मिकदृष्ट्या सर्वोत्तम– ४ गुण

अशा रीतीने अ पासून ड पर्यंत चढत्या किंवा वाढीव क्रमाने आध्यात्मिक वृत्ती अपेक्षित धरली आहे. म्हणजेच आध्यात्मिकदृष्ट्या प्रगत व परिपक्व व्यक्तीचे उत्तर 'ड' असायला हवे. याचा अर्थ असा नव्हे की अ, ब, क हे अन्य पर्याय चुकीचे आहेत किंवा अनिष्ट आहेत. हे सर्व पर्याय व्यक्तीची वैयक्तिक मते असू शकणार आहेत. ती मते सांगण्यात गैर काहीच नाही. हे पर्याय अत्यंत प्रामाणिकपणे व सचोटीने नोंदविण्याचे महत्त्व खूप आहे. अन्यथा, सर्व विधानातील 'ड' पर्याय निवडून व्यक्ती स्वतःला सर्वोत्तम आध्यात्मिक व्यक्ती म्हणू शकेल. परंतु असे करण्याने यथार्थ आकलन व आपल्या व्यक्तित्वाचे योग्य प्रतिबिंब मिळू शकणार नाही. प्रस्तुत परावर्तक जणू एक आरसा असून त्यामध्ये आपली प्रामाणिकपणे जशी असेल तशी प्रतिमा पाहणे श्रेयस्कर आहे. जसे आपण सर्व जण गायक नसतो, नर्तक नसतो, शास्त्रज्ञ नसतो. तसेच आपण सर्व जण अत्युच्च प्रतीचे आध्यात्मिक असू शकत नाही. मात्र, आपली आध्यात्मिक उन्नती करून घेण्याचा मार्ग सदैव खुला असतोच हेही लक्षात ठेवले पाहिजे.

या प्रश्नांचे पर्याय निवडल्यानंतर वर दिल्याप्रमाणे अ, ब, क, ड या पर्यायांना अनुक्रमे १,२,३,४ असे गुण दिल्यावर गुणांची बेरीज करता येईल.त्यातून अर्थातच खालील शक्यता दिसून येतील.

सर्व विधानांचे उत्तर	अ– २५ गुण
सर्व विधानांचे उत्तर	ब– ५० गुण
सर्व विधानांचे उत्तर	क– ७५ गुण
सर्व विधानांचे उत्तर	ड– १०० गुण

आणि सर्व विधानांचे वेगवेगळे पर्याय २५ ते १०० गुण

म्हणजेच या परावर्तकाचे गुणदान कमीतकमी २५ असू शकते तर जास्तीतजास्त १०० असू शकते.

आध्यात्मिकता परावर्तक (Spirituality Reflector)

- १) मला ---------- ही बुद्धिमत्ता सर्वांत महत्त्वाची वाटते.
  - अ) तार्किक बुद्धिमत्ता
  - ब) भावनिक बुद्धिमत्ता
  - क) सामाजिक बुद्धिमत्ता
  - ड) आध्यात्मिक बुद्धिमत्ता
- २) मला--------- या जीवनकौशल्याचे प्रशिक्षण अधिक महत्त्वाचे वाटते.
  - अ) भावनिक समायोजन
  - ब) चिकित्सक विचार
  - क) तद्अनुभूती
  - ड) 'स्व'-जाणीव विकास
- ३) माझ्या मते आध्यात्मिकता म्हणजे ------------होय.
  - अ) नियमित तीर्थयात्रा व धार्मिक स्थळांना भेट
  - ब) नियमित पूजा अर्चा व जपजाप्य
  - क) नीतिनियम व मूल्यांचे पालन
  - ड) स्वतःच्या अंतरंगाचा प्रामाणिक शोध
- ४) खऱ्याखुऱ्या आध्यात्मिकतेत काय महत्त्वाचे आहे?
  - अ) आपापल्या धर्माचे काटेकोर व कट्टर पालन
  - ब) आपापल्या धर्माचे लवचीक व विवेकपूर्ण पालन
  - क) सर्व धर्म समभाव बाळगणे
  - ड) धर्मांच्या पलीकडे जाऊन आध्यात्मिकता शोधणे
- ५) आध्यात्मिक साधनेमध्ये मला -------------- सर्वांत महत्त्वाचे वाटते.
  - अ) नियमित पूजा अर्चा
  - ब) नियमित आध्यात्मिक वाचन व मनन
  - क) नियमित आध्यात्मिक प्रवचन श्रवण व त्यावर चिंतन
  - ड) नियमित ध्यानधारणा

- ६) आध्यात्मिक साधनेत..................
  अ) पुरुष त्वरित प्रगती करू शकतात.
  ब) स्त्रिया त्वरित प्रगती करू शकतात.
  क) स्त्री-पुरुष समान गतीने प्रगती करतात.
  ड) आध्यात्मिक साधनेसंदर्भात स्त्री-पुरुष हा भेदच गैरलागू आहे.
- ७) आध्यात्मिक साधनेच्या उत्कटतेत मला..........
  अ) छोट्या ऐहिक इच्छा पूर्ण करून घ्याव्याशा वाटतात.
  ब) मोठ्या ऐहिक इच्छा पूर्ण करून घ्याव्याशा वाटतात.
  क) मुक्ती अथवा मोक्षाची इच्छा निर्माण होते.
  ड) इच्छाच शिल्लक रहात नाही.
- ८) प्रार्थनेसंदर्भात माझ्या बाबतीत खालील विधान लागू होते...
  अ) मी छोट्या छोट्या गोष्टींसाठी तसेच अडचणीचे वेळी प्रार्थना करतो.
  ब) मी अगदी मोठ्या संकटाचे वेळी प्रार्थना करतो.
  क) मला रोज आणि वेळोवेळी (आनंदात आणि दुःखात) प्रार्थना करायला आवडते.
  ड) मला मुद्दाम प्रार्थना करावयाची गरज पडत नाही. माझे मन अनेकदा नकळत कृतार्थतेच्या व कृतज्ञतेच्या भावाने भरून येते, तेव्हा उत्कट प्रार्थना घडून येते.
- ९) प्रार्थनेबाबत माझ्यासाठी खालील विधान लागू होते-
  अ) प्रार्थनेसाठी पारंपरिक प्राचीन ग्रंथातील मंत्र, स्तोत्रे इत्यादींचा वापर करतो.
  ब) आधुनिक काळातील प्रार्थना, भक्तिगीते यांचा वापर करतो.
  क) स्वतःच्या भाषेत स्वतःच्या शब्दांत प्रार्थना करतो.
  ड) प्रार्थनेच्या वेळी मौन होऊन जातो.
- १०) मला नेहमी............
  अ) स्वतःचे कल्याण व्हावे असे वाटते.
  ब) आपल्या प्रियजनांचे कल्याण व्हावे असे वाटते.
  क) सर्व मानवजातीचे कल्याण व्हावे असे वाटते.
  ड) सर्व मानवजातीचे व प्राणिमात्रांचे कल्याण व्हावे असे वाटते.

- ११) दैनंदिन कामकाज आणि नोकरी व व्यवसायातील कामकाज याबाबत माझी भूमिका अशी आहे.

  अ) नाईलाजास्तव बळे बळे ते काम करतो आहे असे वाटते.

  ब) विशेष सकारात्मक किंवा नकारात्मक भावना कुठलीच नाही.

  क) कर्तव्य बुद्धिने निष्ठापूर्वक करतो.

  ड) ते काम अत्यंत उत्स्फर्त प्रेमाने व आनंदाने करायला आवडते.

- १२) आध्यात्मिक साधनेसाठी ....

  अ) व्यक्तीरूप गुरू केलाच पाहिजे.

  ब) आध्यात्मिक ग्रंथ हेच गुरू मानावेत.

  क) अनेक व्यक्तींकडून व निसर्गाकडून गुण व प्रेरणा घ्यावी.

  ड) स्वतःच्या अंतरंगातील सद्सद् विवेक बुद्धिला गुरू मानावे.

- १३) माझ्याशी एखादी व्यक्ती ज्या वेळी वाईट वागते तेव्हा.......

  अ) मला खूप राग येतो व मी अजिबात क्षमा करू शकत नाही.

  ब) मला काही प्रमाणात राग येतो व संबंध ठेवणे जड जाते.

  क) अंशतः क्षमा करू शकतो व अगदीच नावापुरते संबंध ठेवतो.

  ड) पूर्णतः क्षमा करू शकतो व चांगले संबंध ठेवण्याचा प्रामाणिक प्रयत्न करतो.

- १४) धर्माबाबत माझे मत असे आहे.

  अ) स्वतःचा धर्म श्रेष्ठ वाटतो. इतर अगदी दुर्लक्षणीय वाटतात.

  ब) काही धर्म महत्त्वाचे व काही धर्म गौण वाटतात.

  क) सर्व धर्म समान महत्त्वाचे वाटतात.

  ड) धर्म या संकल्पनेपेक्षा त्यातील आध्यात्मिकता महत्त्वाची वाटते.

- १५) विज्ञान व अध्यात्म यांचा संबंध कसा सांगता येईल?

  अ) दोन्ही परस्पर विरोधी आहेत.

  ब) दोन्हींमध्ये संबंध नसतो. ते स्वतंत्र असतात.

  क) दोन्ही परस्परांना पूरक असतात.

  ड) दोन्ही एकाच नाण्याच्या व सत्यशोधनाच्या दोन बाजू आहेत.

- १६) चमत्कारांबाबतीत माझे मत असे आहे.

  अ) सर्व चमत्कार फेटाळण्याजोगे असतात.

  ब) काही चमत्कार विचार करण्याजोगे असतात.

  क) चमत्कारावरील श्रद्धा वैयक्तिक बाब समजावी.

  ड) चमत्कारांची विवेकपूर्ण चिकित्सा करायला हवी.

- १७) मृत्यूबाबत मला हे सांगावेसे वाटते.

  अ) मृत्यूची भीती वाटते. त्याचा विचार टाळावासा वाटतो.

  ब) मृत्यूचे विचार आल्यास जप करावासा वाटतो.

  क) मृत्यूविषयक व तत्संबंधित अनुभवांबाबत वाचायला व ऐकायला आवडते.

  ड) मृत्यूसंबंधी खोलवर तात्त्विक चिंतन करायला आवडते.

- १८) मला सर्व विश्व हे............

  अ) अर्थशून्य फाफटपसारा वाटते.

  ब) नियमबद्ध यांत्रिकता वाटते.

  क) ऊर्जा व पदार्थ यांची लयबद्ध व गतिमान सांगड वाटते.

  ड) चैतन्याचा लीलापूर्ण विलास वाटतो.

- १९) सुखदुःखाबाबतीत माझा अनुभव असा आहे.

  अ) सुख हवेसे वाटते. दुःख नको वाटते.

  ब) दुःखावर धैर्याने मात करणे जमते.

  क) सुख-दुःखे समान मानता येतात.

  ड) आध्यात्मिक आनंदामुळे नेहमीच्या सुख-दुःखांच्या पलीकडे गेल्यासारखे वाटते.

- २०) एखादी मानसिक समस्या निर्माण झाल्यास (रात्र, भीती, निराशा, चिंता इत्यादी) मी नेहमी......

  अ) पुस्तके, इंटरनेट इ. ची मदत घेतो.

  ब) जवळच्या जाणकार व्यक्तींचा किंवा मानलेल्या गुरूचा सल्ला घेतो.

  क) मानसोपचार तज्ज्ञाचा सल्ला घेतो.

  ड) आंतरिक ध्यान करून समस्येचे निराकरण करू शकतो.

- २१) दुसऱ्याच्या दुःखाबद्दल माझ्या मनात................

    अ) तटस्थ भाव वाटतो.

    ब) सौम्य सहानुभूती वाटते.

    क) तीव्र सहानुभूती वाटते.

    ड) उत्स्फूर्तपणे करुणा जागी होते.

- २२) माझी 'स्व'-जाणीव ही माझ्या शरीरापेक्षा वेगळी आहे हे म्हणणे................

    अ) मला अजिबात पटत नाही.

    ब) खरे असू शकेल असे मला वाटते.

    क) माझ्या बुद्धिला पूर्णतः पटते.

    ड) खरे आहे कारण मला तसा अनुभव आला आहे.

- २३) ईश्वराबाबत माझे मत असे आहे.

    अ) ईश्वर अस्तित्वात नाही असे वाटते.

    ब) ईश्वर अस्तित्वात आहे असे वाटते.

    क) ईश्वराबाबत विवेकपूर्ण चिकित्सा व्हावी असे वाटते.

    ड) ईश्वराच्या असण्याचा अथवा नसण्याचा आध्यात्मिक वृत्तीशी संबंध नसतो.

- २४) माझ्या मते..................

    अ) ईश्वर एक अतिशक्तीमान व्यक्ती आहे.

    ब) ईश्वर एक सुंदर, आकर्षक व उपयुक्त संकल्पना आहे.

    क) ईश्वर एक सर्वव्यापी शक्ती आहे.

    ड) ईश्वर एक विशिष्ट प्रकारची उच्च माध्यमिक अनुभूती आहे.

- २५) शिक्षणाचे मूळ अधिष्ठान............ असावे असे वाटते.

    अ) धार्मिक शिक्षण

    ब) शांततेसाठी शिक्षण

    क) मूल्य शिक्षण

    ड) आध्यात्मिक शिक्षण

●●●

संदर्भ सूची

मराठी पुस्तके

- करंदीकर, वि. रा. (२००१), ‘विश्वमानव स्वामी विवेकानंद’ (खंड १,२,३) रामकृष्ण मठ, नागपूर
- गोगटे शुभदा, (२००२), ‘निरामय यशासाठी ध्यान’, मेहता पब्लिशिंग हाऊस, पुणे
- जोशी ग. ना., (१९८२), ‘रवींद्रनाथ टागोर’, मराठी तत्त्वज्ञान महाकोश, मंडळ, पुणे
- जोशी ग. ना., (१९८२) ‘श्री अरविंदांचे तत्त्वचिंतन’, पुणे विद्यापीठ प्रकाशन, पुणे
- जोशी यु. जी., (२०१२), ‘ब्रह्मजिज्ञासा विज्ञान, तत्त्वज्ञान–अध्यात्म’ उत्कर्ष प्रकाशन, पुणे
- तापकीर दत्तात्रय, (२०१०), ‘सर्जनशीलता’, नित्यनूतन प्रकाशन, पुणे
- ठकार वि. शं., (२००७), ‘विज्ञान आणि अध्यात्म’, मौज प्रकाशन, पुणे
- तापकीर दत्तात्रय, तापकीर निर्मला, (२००८), ‘शिक्षणाचे तात्त्विक व समाजशास्त्रीय अधिष्ठान’, नित्यनूतन प्रकाशन, पुणे
- तापकीर दत्तात्रय, लोंढे गौतम, (२००९), ‘विद्यमान शिक्षणातील नवविचार प्रवाह’, संघमित्रा प्रकाशन, मिरज
- भोसले शिवाजीराव, (१९९४), ‘दीपस्तंभ’, अक्षरब्रह्म प्रकाशन, पुणे
- वाडेकर देविदास, (संपादक), ‘मराठी तत्त्वज्ञान महाकोश’ (खंड १

ते ३) मराठी तत्त्वज्ञान महाकोश मंडळ, पुणे

- वालावलकर य. ना., (२०१२), 'देव, धर्म, श्रद्धा आणि विवेक विचार' का वरदा प्रकाशन प्रा. लि., पुणे
- विनोद संप्रसाद, (१९७८), 'शवासनातून आत्मविश्वास', शांतिमंदिर, सदाशिव पेठ, पुणे
- स्वामी रंगनाथानंद, (१९९८), 'विज्ञान आणि अध्यात्म', रामकृष्ण मठ, नागपूर
- श्री परमहंस योगानंद (२००५) 'योगी कथामृत' योगदा सत्संग सोसायटी, कोलकता (श्री परमहंस योगानंद यांच्या Autobiography of a Yogi या १९४६ साली लिहिलेल्या मूळ इंग्रजी पुस्तकाचा अनुवाद.)
- श्री रजनीश (१९८९,) 'ध्यान सूत्र' दी रिबेल पब्लिशिंग हाऊस

इंग्रजी पुस्तके

- Bowell Richard, (2005), 'The seven steps of Spiritual Intelligence', Nicholas Brealey publishing
- Goleman Daniel, (1995), 'Emotional Intelligence, Arrow Book, London
- Kapra Fritjof, (1976), 'The Tao of physics' Flamingo, London
- Learning the way to Peace, UNESCO Report, New Delhi (2001).
- Singh Awdhesh (2013), 'Practising Spiritual Intelligence' wisdom Tree, New Delhi
- Zohar Danah, Marshall, Ian (2000), 'Spiritual Intelligence, The Ultimate Intelligence,' Bloomsbury Publishing London

लेखसूची

मराठी लेख

- सरदेसाई ह. वि., ‘श्रद्धा : एक मोठी शक्ती’, फॅमिली डॉक्टर, ‘सकाळ’, अंक ३० सप्टेंबर २००५, पृ. क्र. ३ व १३.
- भटकर विजय, ‘प्लँचेटचे भूत आणि संशोधनाची प्रेरणा’, ‘मंथन’ लोकमत, १० ऑगस्ट २०१४

इंग्रजी लेख

- Vaughan, F, 'What is spiritual intelligence?' Journal of Humanistic Psychology, vol. 42; No. 2, Spring 2002, Sage Publications
- Tapkeer Dattatrey, Tapkeer Nirmala 'Construct the constructor' proceeding of the state level seminar on 'Reforming Education through Constructivism' by S.N.D.T. College of Education, Pune (21,22 Jan. 2012) P. P. 14-17.

लेखक परिचय

प्रा. डॉ. दत्तात्रेय तापकीर

एस.एन.डी.टी. शिक्षणशास्त्र महाविद्यालय, पुणे येथे सहयोगी प्राध्यापक म्हणून निवृत्त.

निवास : जीवनदीप, अरुण सहकारी गृहरचना संस्था, नं. १,
दुर्गानगर, पुणे -४११०१६
मोबा. ९९६०८४३१२७
Email : dtapkeer@gmail.com

शिक्षण : बी. एस्सी., एम. ए. (इंग्रजी), एम.एड., एम.फिल (शिक्षणशास्त्र), पीएच.डी. (शिक्षणशास्त्र), राष्ट्रभाषा पंडित, डिप्लोमा इन इन्फॉर्मेशन टेक्नॉलॉजी, नेट (शिक्षणशास्त्र).

इतर : संस्कृत, भारतीय विद्या, संगीत, नाट्य, चित्रकला, आयुर्वेद, निसर्गोपचार, योग यातील लघुअभ्यास पूर्ण.

अनुभव : माध्यमिक, उच्च माध्यमिक, पदवी व पदव्युत्तर स्तरावर तसेच शिक्षणशास्त्र महाविद्यालये व विद्यापीठे येथे अध्यापन, संशोधन, मार्गदर्शन एकूण ३१ वर्षे आणि महाराष्ट्र राज्य शिक्षणखात्यात वर्ग १ शिक्षणाधिकारी म्हणून ५ वर्षे.

उपक्रम

- विविध सामाजिक, साहित्यिक, शैक्षणिक व सांस्कृतिक विषयांवर उद्बोधक व्याख्याने
- राज्यस्तरीय, राष्ट्रीय स्तरावरील आणि आंतरराष्ट्रीय शैक्षणिक चर्चासत्रे व कार्यशाळांमधून सक्रिय सहभाग, तज्ज्ञ व्यक्ती म्हणून मार्गदर्शन.

- आकाशवाणी व दूरदर्शनवरील शैक्षणिक कार्यक्रमात सहभाग.
- कला, संगीत, साहित्य, नाट्य, चित्रपट, योग, अध्यात्म यात अभिरुची.
- गीता, ज्ञानेश्वरी, सर्वधर्मसार, संतचरित्रे व अन्य आध्यात्मिक विषयांवर प्रवचने.

लेखन

- शैक्षणिक तत्त्वज्ञान, शैक्षणिक मानसशास्त्र, शैक्षणिक नवविचार प्रवाह, इंग्रजी अध्यापन, पर्यावरण शिक्षण, शिक्षणशास्त्र इत्यादी विषयांवर एकूण २४ पुस्तके.
- एक कवितासंग्रह.
- एस. सी. ई. आर. टी. च्या अनेक प्रकाशनांमध्ये लेखन संपादन.
- शैक्षणिक विषयांवर विविध नियतकालिकांमधून विपुल लेखन.

* 9 7 8 9 3 8 6 4 0 1 5 5 7 *
FCW - #0178 - 061026 - C48 - 216/140/19 - PB - 9789386401557 - Gloss Lamination